TÀI LIỆU LỊCH SỬ

HẢI-QUÂN VIỆT-NAM CỘNG-HÒA

RA KHƠI

1975

ĐIỆP-MỸ-LINH

Tác giả giữ bản quyền. Mọi trích dịch hoặc sao lại cần có sự đồng ý của tác giả bằng văn thư. Địa chỉ liên lạc:

Điệp-Mỹ-Linh
P.O. Box 401
Alief, Texas 77411
U.S.A.
diepmylinh@rocketmail.com

Bản Quyền Quốc Tế Số: 9781989705100
Bản Quyền Tại Thư Viện Hoa Kỳ Số: 90-093493

Copyright © 1990, 2011, and 2019 by Điệp Mỹ Linh

All rights reserved. Without written permission from the author, no part of this publication may be reproduced or transmitted in any form or by any means, electronic or mechanical, including photocopying, recording, or using any information storage and retrieval system. Inquiries may be sent to:

Điệp-Mỹ-Linh
P.O. Box 401
Alief, Texas 77411
U.S.A.
diepmylinh@rocketmail.com

International Standard Book Number (ISBN): 9781989705100
Library of Congress Catalog Number: 90-093493

THÁNH TỔ HẢI-QUÂN VIỆT-NAM CỘNG-HÒA
BÌNH-BẮC ĐẠI-NGUYÊN-SOÁI
HƯNG-ĐẠO ĐẠI-VƯƠNG

Bìa: Kỹ Sư Lê Đình Thăng

Trình Bày: VN

Cho các con: Xuân Nguyệt, Hồ Quang Thanh, Xuân Hương, Hồ Quang Liêm, Phạm Thế Vượng và những người trẻ cùng thế hệ để tất cả hiểu được những hải trình khổ nạn mà Ông và Cha đã vượt qua.

Tác giả xin chân thành cảm tạ quý vị sau đây đã đóng góp tài liệu, hình ảnh, bài vở và hỗ trợ tinh thần để cuốn tài liệu này được hoàn tất.
- Đại Gia Đình Hải-Quân Việt-Nam Cộng-Hòa.
- Bộ Hải-Quân Hoa-Kỳ – Phòng Quân Sử Hải-Quân.
- Ông Richard Lee Armitage – Cựu Phụ Tá Tổng Trưởng Quốc Phòng Hoa-Kỳ.

MỤC LỤC

Thay Lời Tựa

Chương I

    Sơ Lược Lịch Sử Hải-Quân Việt-Nam Cộng-Hòa   1

Chương II

    Các Vị Tư-Lệnh Hải-Quân   13

Chương III

    Sự Tổ Chức Của Hải-Quân – Về Hành Quân   21

- Bộ-Tư-Lệnh Hải-Quân   22
- Trung-Tâm Huấn-Luyện Hải-Quân Nha-Trang   23
- Hải-Quân Công-Xưởng Sài-Gòn   25
- Những Đại-Đơn-Vị Tác Chiến   27
  - Vùng Sông-Ngòi – Hành-Quân Lưu Động Sông   29
    - Vùng III Sông-Ngòi   31
    - Vùng IV Sông-Ngòi   33
    - Lực-Lượng Thủy-Bộ   35
    - Lực-Lượng Tuần-Thám   37
    - Lực-Lượng Trung-Ương   39
    - Giang-Đoàn Xung-Phong   41
    - Liên-Đoàn Tuần-Giang   43
    - Lực-Lượng Đặc-Nhiệm 99   45
  - Vùng Duyên-Hải – Hành-Quân Lưu Động Biển   47
    - Hạm-Đội   49
    - Vùng I Duyên-Hải   51
    - Vùng II Duyên-Hải   53
    - Vùng III Duyên-Hải   55

- ✓ Vùng IV Duyên-Hải 57
- ✓ Vùng V Duyên-Hải 59
- ✓ Lực-Lượng Hải-Thuyền 61
- ✓ Liên-Đoàn Người Nhái 63
- ✓ Biệt-Hải 65
- ✓ Lực-Lượng Hải-Tuần 69

Chương IV

Cuộc Đàm Thoại Bất Ngờ 71

Chương V

Những Biến Chuyển Quân Sự Và Các Cuộc Rút Quân 73

- Vùng I Duyên-Hải 75
  - Cuộc Rút Quân Tại Thuận-An 77
  - Cuộc Rút Quân Tại Chu-Lai 89
  - Cuộc Rút Quân Tại Đà-Nẵng 95
- Vùng II Duyên-Hải 107
  - Cuộc Rút Quân Tại Qui-Nhơn 109
  - Cuộc Rút Quân Tại Nha-Trang 115
  - Bỏ Ngõ Cam-Ranh 117
  - Trên Biển Phan-Rang 121
  - Bên Bờ Phan-Thiết 125
- Vùng III Duyên-Hải 129
- Vùng IV Duyên-Hải 137
- Vùng V Duyên-Hải 143

Chương VI

Những Đột Biến Tại Các Vùng Sông Ngòi 145

- Vùng III Sông Ngòi 147
  - Những Trận Chiến Trên Vàm-Cỏ-Tây 149
  - Những Trận Chiến Trên Vàm-Cỏ-Đông 155
- Vùng IV Sông Ngòi 161

Chương VII

Kế Hoạch Phòng Thủ 173

Chương VIII

Chuyến Ra Khơi Bi Hùng	177
Hải-Vận-Hạm Lam-Giang, Một Huyền Thoại	193
Hướng Về Subic Bay	197

Chương IX

Phỏng Vấn Những Nhân Vật Liên Hệ Đến   201
Chuyến Ra Khơi Cuối Cùng Của Hải-Quân V.N.C.H.

- Nguyên Phó-Đô-Đốc Chung Tấn Cang — 203
- Nguyên Đề-Đốc Trần Văn Chơn — 207
- Nguyên Trung Tướng Tổng-Tham-Mưu-Trưởng Vĩnh Lộc — 213
- Nguyên Đại-Tá Lê Quang Mỹ — 219
- Nguyên Phụ-Tá Tổng-Trưởng Quốc-Phòng Hoa-Kỳ, ông Richard Lee Armitage — 221
- Nguyên Phó-Đề-Đốc Đặng Cao Thăng — 225
- Nguyên Trung Tướng Lâm Quang Thi — 227
- Nguyên Phó-Đề-Đốc Hồ Văn Kỳ Thoại — 229

Chương X

Những Vị Anh Hùng Hải-Quân V.N.C.H.   231

- Biệt-Hải Nguyễn Văn Kiệt — 233
- Phó-Đề-Đốc Hoàng Cơ Minh — 237
- Hải-Quân Thiếu-Tá Đặng Hữu Thân — 239
- Hải-Quân Thiếu-Tá Lê Anh Tuấn — 241

Chương XI

Quân Nhân Hải Quân V.N.C.H. Lập Nhiều Chiến công.   243

Chương XII

Những Dòng Ký Ức   301

- Hồi Ký Lãnh Tàu — 303
  (Cựu Hải-Quân Đại-Tá Nguyễn Ngọc Quỳnh)

- U.S. Naval War College 313
  (Cựu Đề-Đốc Lâm Ngươn Tánh)
- Những Năm Tại Trường Hải-Quân Pháp 321
  (Cựu Phó-Đề-Đốc Đặng Cao Thăng)
- U.S. Navy Officer Candidate School 331
  (Cựu Hải-Quân Đại-Úy Hoàng Quốc Tuấn)
- U.S. Naval Postgraduate School 339
  (Cựu Hải-Quân Trung-Úy Trần Trúc Việt)
- Kỷ Niệm Với Dương-Vận-Hạm Nha-Trang, 345
  HQ 505 (Điệp-Mỹ-Linh)

Phụ Lục 355

THAY LỜI TỰA

Là một ngòi bút nữ không chuyên nghiệp, tôi rất say mê viết về Lính và tâm tình của Lính; nhưng không bao giờ tôi có ý định viết quân sử. Đối với tôi, tường thuật là một thể loại tôi không thích; vì thể loại này hơi khô khan, cứng ngắt, không hợp với tâm hồn tôi. Vì vậy, thực hiện cuốn tài liệu Hải-Quân Việt-Nam Cộng Hòa Ra Khơi, 1975 không phải là "cao vọng" (?) hay ý tưởng lập dị của tôi – mà chỉ là một cố gắng vượt bực để giới thiệu đến độc giả một quân chủng thầm lặng nhưng được rất nhiều cảm mến của mọi người.

Trong Hải-Quân không thiếu những cây bút thừa khả năng để ghi lại những đoạn đường đầy chông gai mà tập thể ấy đã vượt qua. Nhưng sở dĩ tôi được hân hạnh làm công việc này là vì tấm lòng tha thiết của tôi đối với quân chủng này từ khi tôi trở thành "dâu" của Đại-Gia-Đình Hải-Quân.

Vì yêu thích thiên nhiên và cũng vì muốn thấy tận mắt những khía cạnh gai gốc nhất của quân chủng Hải-Quân để viết tường thuật, tôi xin tháp tùng những đơn vị tác chiến Hải-Quân trong các cuộc hành quân hỗn hợp trong sông rạch thuộc vùng IV Chiến Thuật.

Nhờ thời gian dài sống cạnh những đơn vị tác chiến này tôi mới cảm nhận được tất cả nỗi đau thương của Người Lính Việt Nam Cộng Hòa (V.N.C.H.). Và cũng nhờ thời gian này tôi mới ý thức được rằng Người Lính Hải-Quân cũng chiến đấu can cường, liều lĩnh và dũng cảm không thua bất cứ một đại đơn vị tác chiến nào của Quân-Lực V.N.C.H.

Tôi vẫn nhớ, những đêm đen, thấy hỏa châu rực sáng một vùng và nhìn đoàn giang đỉnh lầm lủi tiến về một đồn Nghĩa-Quân đang kêu cứu, tôi bỗng nghe nhiều tiếng B40 và B41 từ hai bên bờ sông bắn xối xả ra đoàn tàu. Chiếc Fom dẫn đầu bị mìn. Quanh tôi, lẫn trong tiếng đạn và mìn vang rền là từng cột nước phun cao, đổ ào xuống đoàn giang đỉnh, át cả tiếng kêu cứu từ máy truyền tin của nhân viên chiếc Fom và của đồn Nghĩa-Quân.

Như đã tiên liệu, đoàn giang đỉnh vừa chống trả mãnh liệt vừa tiếp cứu thủy thủ đoàn của chiếc Fom và vừa trực chỉ đến giải cứu quân bạn. Những lúc đó tôi thầm nhủ là tôi phải ghi lại những sự kiện này và những hình ảnh bi hùng có thật của Người Lính Hải Quân.

Tâm nguyện của tôi tưởng chỉ quẩn quanh trong những dòng sông nhuộm máu ở U-Minh. Nhưng, đến đầu năm 1974, Người Lính Hải Quân không những chỉ giải cứu đồn Nghĩa-Quân mà Người Lính Hải Quân còn trực tiếp đối mặt và nghênh chiến với Trung Cộng – kẻ thù truyền kiếp của người Việt Nam yêu nước – tại quần đảo Hoàng Sa. Rồi đến năm 1975, Cộng Sản Việt Nam vượt vỹ tuyến 17, vượt biên giới Lào Việt để xua quân cưỡng chiếm miền Nam Việt Nam, thì, người Lính Hải Quân lại đón cả mấy Sư-Đoàn thiện chiến và cả vạn vạn đồng bào từ Vùng I và Vùng II Chiến-Thuật đưa về Saigon và Phú-Quốc thì tâm nguyện của tôi trở nên to lớn hơn và khó khăn hơn.

Tôi muốn ghi lại những đóng góp vĩ đại của quân chủng Hải-Quân như là một tài liệu lịch sử.

Tuy nhiên, việc sưu tầm và đúc kết cuốn tài liệu lịch sử này tỷ như hành động hạ thủy một chiến hạm; sau đó, mọi sự việc xảy ra cho chiến hạm đều tùy thuộc vào mức độ xử dụng, tu bổ và bảo trì của tất cả sĩ quan, hạ sĩ quan và thủy thủ đoàn.

Trong ý niệm đó, tôi mong sẽ nhận được những ý kiến, những dữ kiện, những hình ảnh, để bổ khuyết cho cuốn tài liệu này thêm phần chính xác.

Và lần tái bản thứ II này đã có nhiều bổ khuyết. Ngoài ra, tôi cũng đã thêm vào cuốn tài liệu này danh sách của Quân Nhân Hải Quân V.N.C.H. Lập Nhiều Chiến Công trong cuộc chiến giữa chính thể V.N.C.H. và Cộng Sản Việt Nam, từ năm 1954 đến 1975.

Tôi xin được minh xác, cuốn tài liệu này chỉ ghi lại trung thực những biến động trong Hải-Quân – hoặc có liên quan đến Hải-Quân – vào khoảng thời gian giữa tháng 3 năm 1975 cho đến khi Hạm-Đội Hải-Quân V.N.C.H. đến Subic Bay mà thôi.

Phần phụ lục quan trọng là những bài viết giá trị của chính những sĩ quan Hải-Quân như: Cựu Hải-Quân Đại-Tá Nguyễn Ngọc Quỳnh, cựu Đề-Đốc Lâm Ngươn Tánh, cựu Phó-Đề-Đốc Đặng Cao Thăng, cựu Hải-Quân Trung Úy Trần Trúc Việt và một sĩ quan thuộc vào thế hệ Hải-Quân thứ hai: Cựu Hải-Quân Đại-Úy Hoàng Quốc Tuấn, xuất thân từ Trường sĩ quan Hải-Quân Hoa-Kỳ (Officer Candidate School – OCS) tại Newport, Rhode Island.

Tôi nghĩ lịch sử là những sự kiện có thật, hãy để những sự việc đó tự nói lên từng trạng huống của mỗi giai đoạn. Muốn thực hiện được điều đó và cũng để giữ mức độ khách quan và vô tư của ngòi bút, tôi tránh xen vào cuốn tài liệu này những suy luận, những nhận định, những bình phẩm của bất cứ một cá nhân nào – và ngay cả của chính tôi.

Những năm học trung học, học Việt-Sử và Thế-Giới-Sử, nếu tôi nhớ không lầm, người viết sử không bao giờ thóa mạ, lên án gắt gao hay lách vào đời tư của bất cứ một nhân vật lịch sử nào cả. Gần đây, trong khi tra cứu một số tài liệu lịch sử Hải-Quân Hoa-Kỳ, tôi cũng chưa hề thấy một ngòi bút nào "nặng tay" với những nhân vật liên đới trách nhiệm trong cuộc chiến tranh Việt-Nam – dù nhân vật ấy là người Việt hay người Mỹ. Tôi nhận thấy lối viết này thích hợp với cá tính của tôi.

Vì vậy, chỉ vị nào đọc cuốn tài liệu này với ý tưởng tìm hiểu Hải-Quân Việt-Nam Cộng-Hòa theo tinh thần sử lược thì xin tiếp tục đọc những trang kế tiếp; vì nơi đây, chỉ có những sự kiện lịch sử hiển hiện chứ không hề có sự đả kích hay tâng bốc bất cứ một nhân vật nào cả.

Cuốn tài liệu này là sự đóng góp tích cực và lớn lao của Đại-Gia-Đình Hải-Quân. Tôi có ý nghĩ để tên tác giả là "Nhóm Hải-Quân Việt-Nam Cộng-Hòa". Nhưng nghĩ lại, tôi nhận thấy, dù sao đi nữa, cuốn tài liệu này cũng còn nhiều khiếm khuyết; nếu "Nhóm Hải-Quân Việt-Nam Cộng-Hòa" viết, có thể không có những khiếm khuyết đó. Vậy, tôi là người trực tiếp thực hiện những cuộc phỏng vấn, tham khảo tài liệu và đúc kết mọi chi tiết, xin để cá nhân tôi chịu trách nhiệm.

Trong cuốn sách này, độc giả sẽ thấy có những vị tôi nêu tên, có nhiều vị tôi viết tên tắt hoặc chỉ nêu chức vụ. Xin bạn đọc hiểu cho rằng tôi phải tuyệt đối tôn trọng yêu cầu của những "nhân chứng sống", và cũng để tránh liên lụy cho những vị còn kẹt lại Việt-Nam.

Trước khi dừng bút, xin độc giả cho phép tôi được đặc biệt cảm ơn hai người.

Một người đã gợi ý và khuyến khích tôi thực hiện tài liệu này. Xin nhớ ơn Cố Trung Tướng Vĩnh Lộc.

Một người đã làm việc rất vất vả để tôi có đủ phương tiện giàn trải ý tưởng của mình trên giấy. Xin biết ơn Cố Hải-Quân Trung-Tá Hồ Quang Minh.

Trân trọng,

Điệp-Mỹ-Linh

CHƯƠNG I

SƠ LƯỢC LỊCH SỬ
HẢI-QUÂN VIỆT-NAM CỘNG-HÒA

Theo thỏa ước được ký tại Paris ngày 30 tháng 12 năm 1949 giữa chính phủ Việt-Nam và Pháp, quân đội Việt-Nam được thành lập. Trong sự tổ chức và huấn luyện để hình thành quân đội Việt-Nam thuần nhất, Hải-Quân Việt-Nam ra đời.

Hải-Quân Việt-Nam Cộng-Hòa (V.N.C.H.) ra đời và trưởng thành theo những diễn tiến sau đây:

1950

Một số ít thanh niên Việt-Nam được gửi sang Pháp thụ huấn ngắn hạn tại The Naval Academy in Brest.

1951

Dự án về một Trung-Tâm Huấn-Luyện Hải-Quân Việt-Nam được khởi xướng. Cũng trong năm này, hai đơn vị Hải-Quân tác chiến được dự trù sẽ thành lập.

Tháng 11 năm 1951, công cuộc xây cất Trung-Tâm Huấn-Luyện Hải-Quân Nha-Trang bắt đầu.

Hải-Quân có một tàu dầu, HQ 470.

1952

Ba trăm năm mươi nhân viên được tuyển chọn; một số ít được gửi sang thụ huấn tại The Naval Academy in Brest; và năm mươi người trở thành hạ sĩ quan.

- Tháng 3 ngày 6, Hải-Quân Việt-Nam chính thức ra đời.
- Tháng 5 ngày 20, Bộ-Tư-Lệnh Hải-Quân được thành lập.
- Tháng 7 ngày 12, Đô-Đốc Ortoli khánh thành Trung-Tâm Huấn-Luyện Hải-Quân Nha-Trang. Cũng trong tháng này, Hải-Quân Việt-Nam nhận lãnh trách nhiệm trên sông và dọc bờ biển.
- Tháng 9, chín sĩ quan Hải-Quân Việt-Nam đầu tiên – khóa I Hải-Quân Nha-Trang – được huấn luyện tại Việt-Nam tốt nghiệp và ra đơn vị phục vụ. Khóa này gồm một số cựu sinh viên Hàng-Hải Thương-Thuyền.
- Tháng 10, sáu ứng viên được tuyển chọn để theo học tại The Naval Academy in Brest.

1953

Trong chiều hướng bành trướng quân đội Việt-Nam, hai đơn vị tác chiến Hải-Quân Việt-Nam – đã được dự trù từ năm 1951 – được thành lập. Cũng trong thời gian này, vấn đề được đặt ra là Bộ-Binh hay Hải-Quân kiểm soát các giang đỉnh. Vấn đề này khiến Phó-Đề-Đốc Auboyneau nẩy sinh ý kiến và đề nghị thành lập đơn vị Thủy-Quân Lục-Chiến.

- Tháng 4 ngày 10, đơn vị Hải-Quân Việt-Nam đóng tại Cần-Thơ là đơn vị Hải-Quân đầu tiên mang Quốc-Kỳ Việt-Nam. Đơn vị này được trang bị: 1 Commandement, 2 LCM, 2 LCVP. (1)
- Cuối tháng 4, Pháp chuyển giao cho Trung-Tâm Huấn-Luyện Hải-Quân Nha-Trang một LSIL. Chiến hạm này mang cờ Pháp.
- Tháng 6, đơn vị Hải-Quân tại Vĩnh-Long hoạt động. Lúc này sự tranh luận về Quốc-Kỳ trên kỳ đài của các chiến đỉnh bộc phát giữa chính phủ Việt-Nam và Pháp.

1954

- Tháng 1, Hải-Quân Việt-Nam có 22 sĩ quan và 684 đoàn viên.

- Tháng 2 ngày 11, vấn đề Quốc-Kỳ được giải quyết thỏa đáng. Pháp chuyển giao cho Hải-Quân Việt-Nam 3 YMS: HQ 211, HQ 112 và HQ 213.
- Tháng 3, Hải-Quân Việt-Nam nhận thêm: 2 LCU và Hải-Đoàn 22 Xung-Phong.
- Tháng 7, hai Căn-Cứ tiếp vận được thành lập; một tại Hải-Phòng; một tại Saigon. Hải-Quân Việt-Nam có 45 sĩ quan và 975 đoàn viên.
- Tháng 8, Pháp chuyển nhượng Hải-Đoàn 25 Xung-Phong.
- Tháng 10 ngày 30, Hải-Quân Việt-Nam có 131 sĩ quan và sinh viên sĩ quan cùng 1353 thủy thủ. Trong số này 86 sinh viên sĩ quan và 233 thủy thủ được thụ huấn tại Pháp.

Khi chiến tranh Việt Pháp kết thúc, Pháp đã chuyển giao cho Hải-Quân Việt-Nam:
- 4 Hải-Đoàn Xung-Phong.
- 2 Căn-Cứ tiếp vận.
- Trung-Tâm Huấn-Luyện Hải-Quân Nha-Trang.
- 300 Wizards (Wizard dài 20 feet, vỏ bằng nhựa, máy 25 mã lực, chạy bằng dầu cặn).

Hải-Quân Hoa-Kỳ đã xuất hiện tại Việt-Nam từ tháng 8 năm 1950 với một thành phần rất nhỏ, gồm 8 sĩ quan trong MAAG (Military Assistance Advisory Group); nhưng mãi đến năm 1954 quân nhân Hoa-Kỳ mới trở thành cố vấn cho Hải-Quân Việt-Nam.

1955

- Tháng 6 ngày 30, Thủ Tướng Ngô Đình Diệm bổ nhiệm Tướng Trần Văn Đôn chỉ huy Hải-Quân.
- Tháng 8 ngày 20, Thủ Tướng Ngô Đình Diệm chỉ định Hải-Quân Thiếu-Tá Lê Quang Mỹ vào chức vụ Tư-Lệnh Hải-Quân kiêm Tư-Lệnh Thủy-Quân Lục-Chiến.

Ngay khi vừa nhận chức, Tư-Lệnh Hải-Quân Lê Quang Mỹ bổ nhiệm sĩ quan Hải-Quân Việt-Nam vào những chức vụ then chốt, thay thế sĩ quan Pháp.

Kể từ tháng này, mỗi năm Trung-Tâm Huấn-Luyện Hải-Quân Nha-Trang đào tạo khoảng 1.200 nhân sự các cấp.

- Tháng 11 ngày 7, Pháp chuyển giao Trung-Tâm Huấn-Luyện Hải-Quân Nha-Trang cho Hải-Quân Việt-Nam.
- Tháng 12 ngày 7, để bành trướng những hoạt động ở sông rạch, mỗi Hải-Đoàn được trang bị: 6 LCM, 4 LCVP, 6 Hors-Bord có vận tốc cao.

Hải-Quân Việt-Nam tiếp nhận hai LSSL: HQ 225, HQ 226 và một FS HQ 451.

Thời điểm này Hải-Quân Việt-Nam có 4.000 nhân sự, kể cả 1.837 Thủy-Quân Lục-Chiến.

Cũng trong năm này, Hải-Quân Việt-Nam thành lập 3 Lực-Lượng chính yếu.
- Hải-Trấn gồm có:
  - 4 Duyên-Khu. Bộ-Chỉ-Huy của mỗi Duyên-Khu đặt tại Phú-Quốc, Nha-Trang, Vũng-Tàu, Đà-Nẵng.
  - 3 Thủy Xưởng đặt tại Saigon, Cần-Thơ và Đà-Nẵng.
  - Trung-Tâm Huấn-Luyện Nha-Trang.
- Hải-Lực gồm có:
  - 3 YMS: HQ 211, HQ 112 và HQ 113.
  - 2 LSSL: HQ 225 và HQ 226.
  - 4 LSM: HQ 400, HQ 401, HQ 402 và HQ 403.
  - 10 WBP.
- Giang-Lực gồm 5 Hải-Đoàn.

Mỗi Hải-Đoàn được trang bị: 5 LCM, 4 LCVP, 5 Hors-Bord, 5 LCU và 4 YTL.

Hậu cứ của Hải-Đoàn được đặt tại Cần-Thơ, Mỹ-Tho, Vĩnh-Long và Long-Xuyên.

Bộ-Chỉ-Huy của ba Lực-Lượng này đều đặt tại Saigon.
- Tháng 12 ngày 21, Tư-Lệnh Hải-Quân Việt-Nam Lê Quang Mỹ công bố sự hình thành của Thủy-Quân Lục-Chiến Việt-Nam.

1956

Lực-Lượng Hải-Thuyền được đề xướng nhưng chưa được phê chuẩn.

Hải-Lực nhận 5 LSIL: HQ 327, HQ 328, HQ 329, HQ 330 HQ 331; 1 PC HQ 04 và 1 YWN HQ 9118.

1957

Tháng 5, sĩ quan Hải-Quân Pháp cuối cùng rời Trung-Tâm Huấn-Luyện Hải-Quân Nha-Trang, giao hoàn toàn trọng trách huấn luyện cho sĩ quan Hải-Quân Việt-Nam.

Hải-Quân Việt-Nam nhận: 2 LCM, 1 LSSL HQ 227 và nhiều MLC. MLC là loại tiểu đỉnh có khả năng chạy trên sông và trên ruộng lúp xúp nước.

Hầu hết giang đỉnh và chiến hạm này đều do Hoa-Kỳ viện trợ cho Pháp trong thời kỳ chiến tranh Đông-Dương và Pháp giao lại cho Việt-Nam. Khi chuyển giao những chiến hạm và tiểu đỉnh đó cho Hải-Quân Việt-Nam, Hải-Quân Pháp, không hiểu nguyên do nào, đã phá hoại bằng cách bỏ cát trong dầu chạy máy hoặc nhận bùn vào các ống dẫn dầu, khiến một số chiến hạm xử dụng được một thời gian ngắn rồi bị phế thải!

1958

Khóa sĩ quan Hải-Quân Việt-Nam đầu tiên – khóa 8 Hổ-Cáp – được chính sĩ quan Hải-Quân Việt-Nam tuyển mộ và huấn luyện.

1959

Lực-Lượng Hải-Thuyền được thành lập.
Thời gian này Giang-Lực có tổng cộng 96 giang-đỉnh, tổ chức thành 5 Hải-Đoàn.
Hải-Lực nhận 3 MSC: HQ 114, HQ 115 và HQ 116.
Nâng tổng số chiến hạm và chiến đỉnh lên đến 119 chiếc.
Nhiều sĩ quan, hạ sĩ quan được gửi sang Hoa-Kỳ tu nghiệp. Vị sĩ quan cao cấp đầu tiên theo học tại The Naval War College ở Newport, Rhode Island là Hải-Quân Trung-Tá Trần Văn Chơn. Sĩ quan trung cấp tu nghiệp tại The Naval Postgraduate School ở Monterey, California.

1960

40 sĩ quan và 60 hạ sĩ quan được gửi sang Hoa-Kỳ tu nghiệp.
Hải-Quân Việt-Nam cũng gửi một toán tình-nguyện-quân sang Đài-Loan thụ huấn về Underwater Demolition Team (UDT) để trở thành những Biệt-Hải đầu tiên của Hải-Quân.
- Tháng 4 ngày 2, 45 tân sĩ quan Hải-Quân khóa 8 Hổ-Cáp ra trường.
- Tháng 7, khóa đầu tiên với 400 đoàn viên Hải-Thuyền được tuyển mộ và huấn luyện tại Đà-Nẵng, dưới sự chỉ huy của Hải-Quân Trung-Úy Nguyễn Văn Thông.
- Tháng 12, bốn Duyên-Đoàn đầu tiên được thành lập và đóng tại Cửa Việt, Huế, Đà-Nẵng và Hội-An.

Cũng trong năm này, Lực-Lượng Hải-Thuyền chính thức ra đời.
Thời gian này, Lực-Lượng Giang-Cảnh cũng được thành lập với: 18 RPC, 4 LCM và 8 LCVP.

Hải-Quân Trung-Tá Chung Tấn Cang là vị sĩ quan thứ hai được tu nghiệp tại The Naval War College. Từ thời gian này trở về sau, mỗi năm một sĩ quan cao cấp Hải-Quân được theo học tại Đại-Học Quân-Sự này.
Hải-Quân nhận 1 PC HQ 6.

1961

Liên Đội Người Nhái được thành lập.
Chương trình Military Assistance Program (MAP) chấp thuận 406 sĩ quan Hải-Quân Việt-Nam du học Hoa-Kỳ về tất cả ngành chuyên môn của Hải-Quân. Ngoài ra, nhiều sĩ quan được đưa ra thực tập trên những chiến hạm thuộc Đệ Thất Hạm-Đội Hoa-Kỳ.
Thời điểm này Hải-Quân Việt-Nam có gần 6.000 quân, kể cả sĩ quan, hạ sĩ quan và đoàn viên.
Lực-Lượng Hải-Thuyền có 80 ghe đủ loại, tuần tiểu từ Vùng I Duyên-Hải, bên này vĩ tuyến 17.
Hải-Lực nhận: 1 LSM HQ 404 và 1 PCE HQ 7.
Tổng số chiến hạm của Hải-Lực là 21 chiếc.

1962

- Tháng 2, Bộ-Chỉ-Huy Lực-Lượng Giang-Phòng được thành lập và trực thuộc Bộ-Tư-Lệnh Địa-Phương-Quân.

Lực-Lượng Hải-Thuyền bành trướng với: 800 đoàn viên, 28 Duyên-Đoàn, 61 ghe chủ-lực, 200 ghe di-cư, 320 ghe buồm và 23 ghe chủ-lực đang đóng.
Ghe chủ-lực chạy bằng dầu cặn, máy 225 mã lực.

- Tháng 6, Lực-Lượng Giang-Phòng nhận 145 LCVP để trang bị cho 24 Đại-Đội Tuần-Giang.
- Tháng 8, Trung-Tâm Huấn-Luyện Hải-Quân Nha-Trang tuyển chọn gấp đôi số sinh viên – từ 50 sinh viên cho mỗi khóa tăng lên 100 sinh viên – và thời gian thụ huấn được rút ngắn còn 18 tháng, thay vì hai năm như những khóa trước.
- Tháng 10, sáu mươi hai Người Nhái tốt nghiệp, do sự huấn luyện của U.S. Navy SEALs (Sea, Air, and Land Forces).

Cũng thời gian này, Hải-Đoàn 22 Xung-Phong được thành lập với 19 chiến đỉnh và hơn 200 đoàn viên.
Hải-Lực tiếp nhận 2 PCE: HQ 8 và HQ 9, 1 LSM HQ 405, 2 LST: HQ 500 và HQ 501.

1963

Năm Thủy Xưởng được thành lập tại các Duyên-Khu. Trung-Tâm Huấn-Luyện Hải-Thuyền tại Phú-Quốc được dời về Cam-Ranh.

Được chương trình MAP chấp thuận, Hoa-Kỳ chuyển giao cho Hải-Lực:
- 10 PGM: Từ HQ 600 đến HQ 609
- 1 LST HQ 502
- 1 YOG HQ 471
- 12 MLM: Từ HQ 150 đến HQ 161
- 2 MSF (Nguyên thủy của Hải-Quân Hoa-Kỳ là MSF 300 Serene và MSF 301 Shelter. Về sau hai Tuần-Duyên-Hạm này được biến cải thành hai Hộ-Tống-Hạm.)

Giang-Lực nhận 24 Monitors và một số LCVP, nâng tổng số giang đỉnh lên 208 chiếc.

Thời gian này Hải-Quân có hơn 6.000 quân các cấp; Lực-Lượng Hải-Thuyền có 66 sĩ quan – sĩ quan Hải-Quân – 375 hạ sĩ quan và 3.359 đoàn viên.

1964

Lực-Lượng Hải-Tuần được thành lập, trực thuộc Sở Phòng-Vệ Duyên-Hải. Một Trung Úy Hải-Quân và hầu hết nhân viên thuộc Biệt-Hải được biệt phái Sở Phòng-Vệ Duyên-Hải.
- Tháng 1, Hải-Quân có 6.467 sĩ quan.
- Tháng 2 ngày 22, hai PT đầu tiên đến Đà-Nẵng, đặt dưới quyền xử dụng của Lực-Lượng Hải-Tuần, thuộc Sở Phòng-Vệ Duyên-Hải.
- Tháng 6, danh xưng Bộ-Chỉ-Huy Lực-Lượng Giang-Phòng được đổi thành Bộ-Chỉ-Huy Liên-Đoàn Tuần-Giang và trực thuộc Bộ-Tư-Lệnh Hải-Quân.
- Tháng 11, Hải-Quân có 8.162 sĩ quan.

Trung-Tâm Huấn-Luyện Kỹ Thuật Hải-Quân (Engineering School) ở Saigon được dời ra Cam-Ranh. Từ đó, Thủy-Quân Lục-Chiến tuần tự chuyển nhượng Căn Cứ Cam-Ranh cho Hải-Quân.

Hải-Lực tiếp nhận:
- 2 PGM: HQ 610 và HQ 611.
- 2 PCE: HQ 10 và HQ 11

Tổng số chiến hạm là 44 chiếc.

Ghe buồm của Lực-Lượng Hải-Thuyền được từ từ thay thế bằng ghe xi-măng Yabuta (Ferro ciment, đóng tại Hải-Quân Công-Xưởng).

Thời điểm này Giang-Lực lớn mạnh với 7 Hải-Đoàn; mỗi Hải-Đoàn có 19 giang đỉnh.

Cũng trong năm này, nhiều Căn-Cứ lớn được thành lập tại những hải cảng quan trọng như Cam-Ranh, Đà-Nẵng, Phú-Quốc.

1965

- Tháng 7, Lực-Lượng Hải-Thuyền được sát nhập vào Hải-Quân với 4.000 nhân viên, 389 ghe chủ-lực, 95 ghe buồm; được chia thành 28 Duyên-Đoàn, đóng rải rác tại 22 Căn-Cứ Hải-Quân. Mỗi Duyên-Đoàn trang bị: 3 ghe chủ-lực, 3 ghe di-cư, 16 ghe chèo.

Về sau, tất cả loại ghe này được thay thế bằng Yabuta.

Hải-Lực tiếp nhận:
- 3 LSSL: HQ 228, HQ 229 và HQ 230.
- 2 PC: HQ 05 và HQ 02.
- 1 LSM HQ 406.

Lúc này, Hải-Lực có 2.000 quân, kể cả sĩ quan và đoàn viên. Nhiều LSIL và LSSL tuần tiễu trên sông Mékong. Một trong những LSIL và LSSL này được biệt phái cho Đặc-Khu Rừng-Sát. Ba LST và vài LSM được xử dụng để chuyên chở quân dụng.

Một LSM được chỉnh trang thành bệnh-viện-hạm với đầy đủ dụng cụ y khoa.

Thời điểm này quân số Hải-Quân tổng cộng là 13.000, kể cả sĩ quan, hạ sĩ quan và đoàn viên.

Cũng trong năm này, danh từ Hải-Đoàn được thay bằng Giang-Đoàn Xung-Phong (River Assault Group). Sáu trong bảy Giang-Đoàn Xung-Phong được trang bị: 1 Commandement, 1 Monitor, 5 LCM, 6 LCVP, 6 Fom.

Riêng Giang-Đoàn 27 Xung-Phong được trang bị: 1 Commandement, 1 Monitor, 6 LCM, 10 RPC.

Mỗi Giang-Đoàn có 150 nhân sự, gồm sĩ quan, hạ sĩ quan và đoàn viên.

Bảy sĩ quan được sang Hoa-Kỳ theo học tại The Naval Postgraduate School.

1966

Hải-Lực tiếp nhận:
- 1 EPCER HQ 12
- 1 LSSL HQ 231

- 4 PGM: HQ 612, HQ 613, HQ 614 và HQ 615

Hai sĩ quan được theo học tại The Naval Postgraduate School, Hoa-Kỳ.

Cuối năm, Giang-Đoàn 51 và Giang-Đoàn 52 Tuần-Thám được chuyển giao cho Hải-Quân V.N.C.H. tại Căn-Cứ Cát-Lái.

1967

Hải Quân Việt Nam Cộng Hòa – với quân số gần 9.000 sĩ quan, 27.000 hạ sĩ quan và đoàn viên – là một Lực-Lượng Hải-Quân lớn vào hàng thứ 14 trên toàn thế giới.

Hải lực nhận 4 PGM: HQ 616, HQ 617, HQ 618 và HQ 619.

1968

- Tháng 2, Trung-Tâm Huấn-Luyện Hải-Quân Nha-Trang trở thành Trung-Tâm Huấn-Luyện sĩ quan Hải-Quân Nha-Trang. Trung-Tâm Huấn-Luyện Cam-Ranh đào tạo thủy thủ và hạ sĩ quan. Trung-Tâm Huấn-Luyện Bổ-Túc Saigon trao dồi thêm về kỹ thuật và kiến thức chuyên môn.
- Tháng 6 Giang-Lực nhận nhiều PBR theo tinh thần viện trợ của chương trình M.A.P.
- Tháng 11, chương trình "Việt-Nam hóa chiến tranh" (ACTOV – Accelerated Turnover to the Vietnamese) chuyển nhượng 500 chiến hạm và chiến đỉnh đủ loại. Nhiều Tiền-Doanh Yểm-Trợ cũng được bàn giao cho Hải-Quân Việt-Nam.

Một sĩ quan được sang Hoa-Kỳ tu nghiệp tại The Naval Postgraduate School.

1969

Ba Lực-Lượng tác chiến Sông-Ngòi được thành lập:
- Lực-Lượng Tuần-Thám.
- Lực-Lượng Thủy-Bộ.
- Lực-Lượng Trung-Ương

Hải-Lực được chuyển nhượng:
- 1 LST HQ 503
- 8 WPB: Từ HQ 700 đến HQ 707

Tháng 7, khoảng 425 PBR được Hoa-Kỳ chuyển nhượng cho Hải-Quân Việt-Nam trong một buổi lễ rất trang trọng, trước Bộ-Tư-Lệnh Hải-Quân, dưới sự chủ tọa của Tư-Lệnh Hải-Quân Việt-Nam và Tư-

Lệnh Hải-Quân Hoa-Kỳ tại Việt-Nam, cùng nhiều sĩ quan cao cấp Việt-Mỹ.

1970

Những chiến hạm sau đây được Hoa-Kỳ chuyển giao cho Hải-Quân Việt-Nam:
- 1 MSF HQ 13
- 2 YOG: HQ 473 và HQ 474
- 3 LST: HQ 504, HQ 505, HQ 800
- 1 PCER HQ 14
- 18 WPB: Từ HQ 708 đến HQ 725

Cũng theo chương trình Việt-Nam hóa chiến tranh – ACTOV – Hải-Quân Hoa-Kỳ chuyển nhượng cho Hải-Quân Việt-Nam 242 chiến đỉnh.

Một sĩ quan được sang Hoa-Kỳ, theo học tại The Naval Postgraduate School.

1971

Hải-Quân Việt-Nam tiếp nhận từ Hải-Quân Hoa-Kỳ:
- 2 DER: HQ 1 và HQ 4
- 4 WHEC: HQ 2, HQ 3, HQ 5 và HQ 6
- 2 LST loại lớn: HQ 801 và HQ 802

Một sĩ quan theo học tại The Naval Postgraduate School, Hoa-Kỳ.

1972

Hải-Quân Hoa-Kỳ chuyển nhượng cho Hải-Quân Việt-Nam:
- 3 WHEC: HQ 15, HQ 16 và HQ 17
- 1 YOG HQ 475
- Và hầu hết những Căn-Cứ của Hải-Quân Hoa-Kỳ tại Việt-Nam.

Bốn sĩ-quan được gửi sang tu nghiệp tại U.S. Naval Postgraduate School, Hoa-Kỳ.

Năm này, quân số Người Nhái tăng đến 600 người.

1973

Sáu sĩ-quan được sang Hoa-Kỳ tu nghiệp tại U.S. Naval Postgraduate School.

1974

Năm sĩ quan được tu nghiệp tại U.S. Naval Postgraduate School.

1975

Mười chín sĩ quan tu nghiệp tại U.S. Naval Postgraduate School. Một sĩ quan cao cấp Hải-Quân tu nghiệp tại The Naval War College. Những sĩ quan này bị kẹt lại Hoa-Kỳ khi miền Nam Việt-Nam thất thủ.
Thời gian này Lực-Lượng Hải-Quân Việt-Nam gồm có:
- 5 Vùng Duyên-Hải
- 2 Vùng Sông-Ngòi
- Hạm-Đội với 83 chiến hạm đủ loại
- 650 sĩ-quan
- 7.000 đoàn viên
- Mỗi chiến hạm có một sĩ-quan cơ khí
- Lực-Lượng Duyên-Phòng 213 thuộc Hành-Quân Lưu-Động-Biển
- 28 Duyên-Đoàn
- Bốn Lực-Lượng Đặc Nhiệm thuộc Hành-Quân Lưu-Động-Sông:
  - Lực-Lượng Thủy-Bộ (Lực-Lượng Đặc-Nhiệm 211)
  - Lực-Lượng Tuần-Thám (Lực-Lượng Đặc-Nhiệm 212)
  - Lực-Lượng Trung-Ương (Lực-Lượng Đặc-Nhiệm 214)
  - Lực-Lượng Đặc-Nhiệm 99 – được thành lập cấp tốc vào tháng 4 năm 1975
- Liên-Đoàn Tuần-Giang.
- 20 Giang-Đoàn Xung-Phong
- 3 Trung-Tâm Huấn-Luyện
- Hải-Quân Công-Xưởng tại Saigon và vài Thủy Xưởng khác
- Nhiều Căn-Cứ Tiền-Doanh Yểm-Trợ rải rác khắp 5 Vùng Duyên-Hải và 2 Vùng Sông-Ngòi
- Bệnh Xá Bạch-Đằng với tòa nhà hai tầng đồ sộ, trang bị đầy đủ dụng cụ y-khoa, tọa lạc đối diện Hải-Quân Công-Xưởng

Thời điểm này quân số Hải-Quân lên đến hơn 40.000.

(1) Mời xem phần phụ lục nơi trang 355 để biết rõ chữ viết tắt và tên của từng loại chiến hạm và chiến đỉnh.

CHƯƠNG II

CÁC VỊ TƯ-LỆNH HẢI-QUÂN

Kể từ khi thành lập cho đến tháng 04 năm 1975, những vị sĩ quan sau đây tuần tự đảm nhiệm chức vụ Tư-Lệnh Hải-Quân:

- Hải-Quân Thiếu-Tá Lê Quang Mỹ   20/8/1955 – 1957
- Hải-Quân Trung-Tá Trần Văn Chơn   1957 – 1959
- Hải-Quân Đại-Tá Hồ Tấn Quyền   6/8/1959 – 1963
- Hải-Quân Đại-Tá Chung Tấn Cang   11/1963 – 1965
- Hải-Quân Đại-Tá Trần Văn Phấn   26/4/1965 – 1966
- Trung-Tướng Cao Văn Viên   9/1966 – 10/1966
- Hải-Quân Đại-Tá Trần Văn Chơn *   31/10/1966 – 1974
- Đề-Đốc Lâm Ngươn Tánh   1974 – 1975
- Phó-Đô-Đốc Chung Tấn Cang   3/1975 – 4/1975

* Khi bàn giao chức vụ Tư-Lệnh cho Đề-Đốc Lâm Ngươn Tánh, Tư-Lệnh Trần Văn Chơn mang cấp bậc Đề-Đốc.

Tư-Lệnh Hải-Quân Đầu Tiên
Hải-Quân Thiếu-Tá Lê Quang Mỹ

Tư-Lệnh Hải-Quân Cuối Cùng
Phó-Đô-Đốc Chung Tấn Cang

Vị sĩ quan Hải-Quân cao cấp nhất
bị Cộng Sản Việt Nam cầm tù
Tư-Lệnh Hải-Quân
Đề-Đốc Trần Văn Chơn

CHƯƠNG III

SỰ TỔ CHỨC CỦA HẢI-QUÂN VỀ HÀNH QUÂN

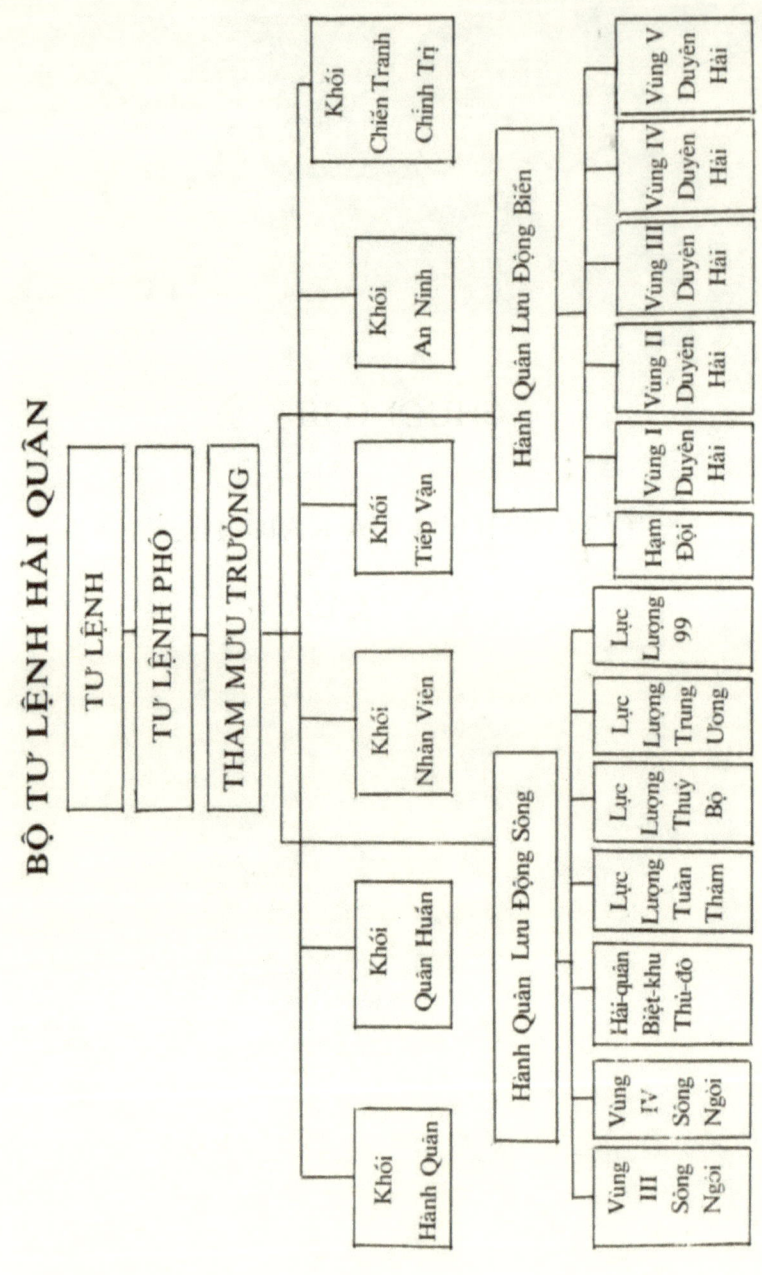

TRUNG-TÂM HUẤN-LUYỆN HẢI-QUÂN NHA-TRANG

Trung-Tâm Huấn-Luyện Hải-Quân Nha-Trang tọa lạc trên đường Duy-Tân nối dài, qua khỏi phi trường quân sự Nha-Trang và trước khi đến Chutt.

Công tác xây cất Trung-Tâm Huấn-Luyện được khởi sự vào tháng 11 năm 1951 và hoàn tất vào tháng 7 năm 1952.

Tháng 7 năm 1955 Hải-Quân Pháp chuyển giao Trung-Tâm Huấn-Luyện cho Hải-Quân Việt-Nam.

Từ khi Hải-Quân Việt-Nam chính thức điều hành cho đến tháng 4 năm 1975, Trung-Tâm Huấn-Luyện Hải-Quân Nha-Trang đã được các sĩ quan sau đây chỉ huy:

- Hải-Quân Thiếu-Tá Chung Tấn Cang
  7 tháng 11 năm 1955 – 29 tháng 3 năm 1958
- Hải-Quân Thiếu-Tá Đặng Cao Thăng
  29 tháng 3 năm 1958 – 10 tháng 2 năm 1960
- Hải-Quân Thiếu-Tá Vương Hữu Thiều
  10 tháng 2 năm 1960 – 19 tháng 1 năm 1963
- Hải-Quân Thiếu-Tá Dư Trí Hùng
  19 tháng 1 năm 1963 – 23 tháng 12 năm 1963
- Hải-Quân Trung-Tá Nguyễn Đức Vân
  23 tháng 12 năm 1963 – 26 tháng 2 năm 1966

- Hải-Quân Thiếu-Tá Bùi Hữu Thư
  26 tháng 2 năm 1966 – 13 tháng 7 năm 1966
- Hải-Quân Đại-Tá Đinh Mạnh Hùng
  13 tháng 7 năm 1966 – 1 tháng 3 năm 1969
- Hải-Quân Đại-Tá Khương Hữu Bá
  1 tháng 3 năm 1969 – 6 tháng 8 năm 1971
- Hải-Quân Đại-Tá Nguyễn Trọng Hiệp
  6 tháng 8 năm 1971 – 6 tháng 1 năm 1973
- Phó-Đề-Đốc Nguyễn Thanh Châu
  6 tháng 1 năm 1973 – tháng 3 năm 1975

Từ khóa đầu tiên do sĩ quan Hải-Quân Việt-Nam tuyển mộ và huấn luyện – khóa 8 sĩ quan Hải-Quân Nha-Trang – tiêu chuẩn tuyển chọn sinh viên sĩ quan Hải-Quân là bằng tú tài toàn phần, ban toán. Sinh viên được huấn luyện quân sự theo tiêu chuẩn của những Trung-Tâm Huấn-Luyện Hải-Quân quốc tế. Về văn hóa, sinh viên được giảng dạy theo chương trình đại học. Chương trình thụ huấn là hai năm và sinh viên ra trường với cấp bậc Thiếu Úy Hải-Quân.

Năm 1962, vì số sĩ quan không đủ cung ứng, thời gian huấn luyện được rút ngắn 4 tháng.

Đến năm 1969, vì tình trạng đôn quân, khóa 18 Sinh Viên Sĩ Quan Hải-Quân là khóa cuối cùng của chương trình huấn luyện hai mươi tháng.

Kể từ khóa 19, sinh viên được tuyển mộ nhiều hơn, khoảng 200 sinh viên cho mỗi khóa. Về văn hóa, sinh viên vẫn được giảng dạy theo chương trình đại học như các khóa đàn anh. Về quân sự, sinh viên được rèn luyện theo hệ thống tự chỉ huy. Sau khi thụ huấn một năm, sinh viên được đi thực tập một thời gian ngắn rồi tốt nghiệp với cấp bậc Thiếu Úy Hải-Quân.

Khóa 26 sinh viên sĩ quan Hải-Quân là khóa cuối cùng của Trung-Tâm Huấn-Luyện Hải-Quân Nha-Trang.

Trong suốt thời gian từ khi thành lập cho đến tháng 4 năm 1975, Trung-Tâm Huấn-Luyện Hải-Quân Nha-Trang đào tạo được 2.538 sĩ quan, cả ngành chỉ huy lẫn kỹ thuật; 15.050 chuyên nghiệp.

HẢI-QUÂN CÔNG-XƯỞNG SÀI-GÒN

Hải-Quân Công-Xưởng được xây cất trên một khu đất rộng lớn, bên bờ sông Sài-Gòn từ thế kỷ 19. Là một thủy xưởng lớn nhất Á-Châu, Hải-Quân Công-Xưởng gồm 87 tòa nhà. Mỗi tòa nhà được xử dụng như một cơ xưởng. Những cơ xưởng ấy là:

- Xưởng đóng tàu
- Xưởng sửa tàu
- Xưởng mộc
- Xưởng điện
- Xưởng tiện
- Xưởng điện tử
- Máy dầu cặn
- Ty dụng cụ
- Nhà kho
- Văn phòng, v.v…

Ngoài ra còn có 2 ụ chìm – một ụ rộng 520 feet và ụ kia rộng 119 feet – một ụ nổi có khả năng sửa tàu nặng 1.000 tấn, bốn đường rầy, bảy cần trục lưu động, một lò nấu chảy. Những cơ sở đó đều tọa lạc trên 53 mẫu đất.*

* Theo MSGS, CP030625Z Dec. 1961; CPF

NHỮNG ĐẠI ĐƠN-VỊ TÁC CHIẾN

VÙNG SÔNG-NGÒI

HÀNH-QUÂN LƯU-ĐỘNG-SÔNG

Tổ Chức
Hành-Quân Lưu-Động-Sông trực thuộc Bộ-Tư-Lệnh Hải-Quân. Một phụ tá Tư-Lệnh Hải-Quân Hành-Quân Lưu-Động-Sông chịu trách nhiệm điều hành tất cả hành quân trong sông.

Thành Phần
Hành-Quân Lưu-Động-Sông gồm có:
- Vùng III Sông-Ngòi
- Vùng IV Sông-Ngòi
- Lực-Lượng Thủy-Bộ (Lực-Lượng Đặc-Nhiệm 211)
- Lực-Lượng Tuần-Thám (Lực-Lượng Đặc-Nhiệm 212)
- Lực-Lượng Trung-Ương (Lực-Lượng Đặc-Nhiệm 214)
- Giang-Đoàn Xung-Phong.

Phụ Tá Tư-Lệnh Hải-Quân Hành-Quân Lưu-Động-Sông cuối cùng: Phó-Đề-Đốc Đinh Mạnh Hùng.

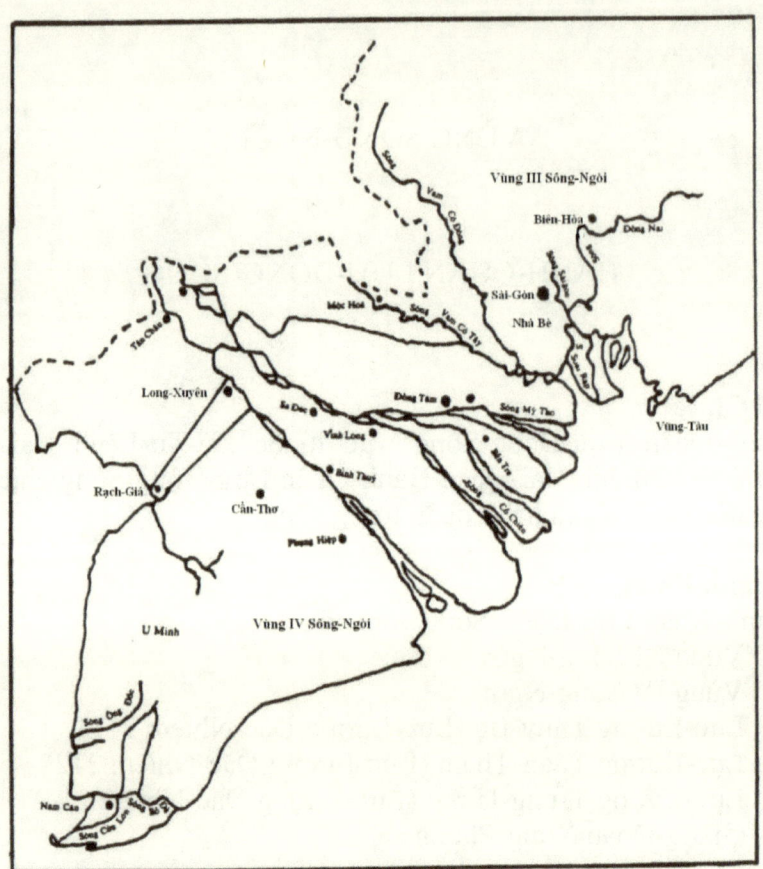
Lãnh thổ vùng III và vùng IV Sông-Ngòi

VÙNG III SÔNG-NGÒI

Tổ Chức
Vùng III Sông-Ngòi gồm có Tư-Lệnh, Tư-Lệnh-Phó và Tham-Mưu-Trưởng.
Bộ-Tư-Lệnh đặt tại Long-Bình.

Thành Phần
Các đơn vị cơ hữu của Vùng III Sông-Ngòi gồm có:
- Giang-Đoàn 22 và Giang-Đoàn 28 Xung-Phong đóng tại Nhà-Bè.
- Giang-Đoàn 24 và Giang-Đoàn 30 Xung-Phong đóng tại Long-Bình.
- Nhiều Tiền-Doanh Yểm-Trợ

Ngoài ra, Vùng III Sông-Ngòi cũng được sự tăng phái của các Lực-Lượng Đặc-Nhiệm (Task Forces) 211, 212, 214.

Phạm Vi Hoạt Động
Vùng hoạt động của Vùng III Sông-Ngòi gồm sông rạch thuộc các tỉnh: Biên-Hòa, Gia-Định, Long-An, Hậu-Nghĩa, Bình-Dương, Tây-Ninh, v. v…

Tư-Lệnh cuối cùng: Hải-Quân Đại-Tá Trịnh Quang Xuân

VÙNG IV SÔNG-NGÒI

Tổ Chức
Bộ-Chỉ-Huy Vùng IV Sông-Ngòi gồm có: Tư-Lệnh, Tư-Lệnh-Phó và Tham-Mưu-Trưởng.

Tư-Lệnh Hải-Quân Vùng IV Sông-Ngòi kiêm Tư-Lệnh Hạm-Đội Đặc-Nhiệm 21.

Về hành quân, Hạm-Đội Đặc-Nhiệm 21 chỉ huy và điều động các Lực-Lượng Đặc-Nhiệm tăng phái và Lực-Lượng Hải-Quân cơ hữu thuộc Vùng IV Sông-Ngòi.

Bộ-Tư-Lệnh đặt tại Cần-Thơ.

Thành Phần
Đơn vị cơ hữu của Hải-Quân Vùng IV Sông-Ngòi gồm những Giang-Đoàn Xung-Phong sau đây:
- Giang-Đoàn 21 và Giang-Đoàn 33 đóng tại Mỹ-Tho.
- Giang-Đoàn 23 và Giang-Đoàn 31 đóng tại Vĩnh-Long.
- Giang-Đoàn 26 đóng tại Long-Xuyên.
- Giang-Đoàn 25 và Giang-Đoàn 29 đóng tại Cần-Thơ.
- Nhiều Căn-Cứ và Tiền-Doanh Yểm-Trợ

Ngoài những đơn vị cơ hữu kể trên, Vùng IV Sông-Ngòi cũng được sự tăng phái của 3 Lực-Lượng Đặc-Nhiệm 211, 212 và 214.

Phạm Vi Hoạt Động
Địa bàn hoạt động của Hải-Quân Vùng IV Sông-Ngòi gồm tất cả sông rạch các tỉnh: Định-Tường, Kiến-Tường, Kiến-Phong, An-Giang, Châu-Đốc, Gò-Công, Phong-Dinh, v.v…và được chia làm 3 vùng. Mỗi Lực-Lượng Đặc-Nhiệm chịu trách nhiệm một vùng để yểm trợ cho một Sư-Đoàn Bộ-Binh.

Tư-Lệnh cuối cùng: Phó-Đề-Đốc Đặng Cao Thăng.

LỰC-LƯỢNG THỦY-BỘ
(Lực-Lượng Đặc-Nhiệm 211)

Tổ Chức

Bộ-Tham-Mưu Lực-Lượng Thủy-Bộ gồm có: Tư-Lệnh, Tư-Lệnh-Phó và Tham-Mưu-Trưởng.

Lực-Lượng Thủy-Bộ được chia thành 3 Liên-Đoàn. Mỗi Liên-Đoàn có 2 Giang-Đoàn, được chỉ huy bởi một Thiếu-Tá hoặc Đại-Úy Hải-Quân và được điều hành như sau:

- *Liên-Đoàn I Thủy-Bộ*
  Danh xưng khác là Liên-Đoàn Đặc-Nhiệm 211.1
  Gồm 2 Giang-Đoàn 70 và 71 Thủy-Bộ.
  Hậu cứ tại Long-Phú.
  Nhiệm vụ: Phối hợp hành quân với các chi khu thuộc tiểu khu Sóc-Trăng và hộ tống những đoàn thương thuyền chở nhu yếu phẩm từ Bạc-Liêu, Sóc-Trăng về Saigon.

- *Liên-Đoàn II Thủy-Bộ*
  Danh xưng khác là 211.2.
  Gồm 2 Giang-Đoàn 72 và 73 Thủy-Bộ.
  Hậu cứ tại Cà-Mau.
  Nhiệm vụ: Yểm trợ Trung-Đoàn 32 Bộ-Binh, đồng thời phối hợp hành quân và tiếp tế cho các đơn vị thuộc vùng Cà-Mau.

- *Liên-Đoàn III Thủy-Bộ*
  Danh xưng khác là 211.3
  Gồm 2 Giang-Đoàn 74 và 75 Thủy-Bộ.
  Hậu cứ tại Rạch-Sỏi.
  Vùng hoạt động: Tuần tiểu, kiểm soát những thủy lộ thuộc hai tỉnh Kiên-Giang và Chương-Thiện.

Trang Bị

Mỗi Giang-Đoàn Thủy-Bộ được trang bị:
- 4 Alpha
- 5 Tango
- 1 Monitor Combat
- 1 Monitor Commandement
- Đội hình di chuyển *:
  - 2 Trục mìn **
  - 2 Alpha
  - Monitor Combat
  - 5 Tango chở quân
  - Monitor Commandement
  - 2 Alpha

Vì chiến trường đòi hỏi, Bộ-Tư-Lệnh Lực-Lượng Thủy-Bộ đã biến cải mỗi Alpha trang bị thêm 1 súng 81 ly trực xạ.

Lực-Lượng Thủy-Bộ còn có Căn-Cứ Yểm-Trợ đặt tại Bình-Thủy, Cần-Thơ để cung cấp nhiên liệu cũng như sửa chữa và tu bổ chiến đỉnh.

Tư-Lệnh cuối cùng: Hải-Quân Đại-Tá Nguyễn Bá Trang.

Đội hình có thể thay đổi tùy theo nhu cầu chiến trường.

**Trước năm 1973, trong những cuộc hành quân của các đơn vị thuộc Sư-Đoàn 21 Bộ-Binh tại U-Minh thường có nhiều cuộc chuyển quân; vì vậy, mỗi Giang-Đoàn Thủy-Bộ được trang bị thêm các giang đỉnh rà và trục mìn. Hai giang-đỉnh này thường được đi đầu.*

LỰC-LƯỢNG TUẦN-THÁM
(Lực-Lượng Đặc-Nhiệm 212)

Lực-Lượng Tuần-Thám (LLTT) là hậu thân của Task Force 116 Hoa-Kỳ, dưới sự điều động hành quân của Commander of Naval Forces Việt-Nam.

Task Force 116 được thành lập ngày 15 tháng 3 năm 1966 tại căn cứ Hải-Đoàn 22 Xung-Phong, Nhà Bè, dưới quyền chỉ huy của Hải-Quân Đại-Tá Burton B. William, Jr.. Tổng số giang đỉnh đầu tiên là 60 PBR.

Tổ Chức

Bộ-Tham-Mưu LLTT gồm có Tư-Lệnh, Tư-Lệnh-Phó và Tham-Mưu-Trưởng.

Bộ-Tư-Lệnh hành quân đóng tại Châu-Phú, Châu-Đốc. Về sau, Bộ-Tư-Lệnh hành quân dời về Bình-Thủy, Cần-Thơ.

Năm 1973, Bộ-Tư-Lệnh hành quân dời về Mỹ-Tho.

Lực-Lượng Tuần-Thám gồm 14 Giang-Đoàn, kể từ Giang-Đoàn 51 Tuần-Thám cho đến Giang-Đoàn 64 Tuần-Thám và được chia thành 4 Liên-Đoàn, gọi là Liên-Đoàn Đặc-Nhiệm.

Mỗi Liên-Đoàn Đặc-Nhiệm gồm 2 hoặc 3 Giang-Đoàn do một Thiếu-Tá hoặc Trung-Tá Hải-Quân chỉ huy.

Phối Trí

- Liên-Đoàn Đặc-Nhiệm 212.1 gồm các Giang-Đoàn 51 Tuần-Thám, 52 Tuần-Thám và 53 Tuần-Thám; chịu trách nhiệm Đặc Khu Rừng Sát, sông Lòng-Tào, sông Soài Rạp, sông Đồng Tranh; hậu cứ Nhà-Bè.
- Liên-Đoàn Đặc-Nhiệm 212.2 gồm các Giang-Đoàn 54 Tuần-Thám, 55 Tuần-Thám và 56 Tuần-Thám; đặc trách hành quân vùng Tân-Châu, Châu-Đốc, Cao-Lãnh, NeakLuong; hậu cứ Tân-Châu.
- Liên-Đoàn Đặc-Nhiệm 212.3, gồm các Giang-Đoàn 57 Tuần-Thám, 58 Tuần-Thám và 60 Tuần-Thám; chịu trách nhiệm các

vùng Long-An, Vàm Cỏ Đông, Vàm Cỏ Tây, Kiến-Tường, Tây-Ninh; hậu cứ Bến-Lức.
- Liên-Đoàn Đặc-Nhiệm 212.4 gồm các Giang-Đoàn 61 Tuần-Thám, 62 Tuần-Thám và 63 Tuần-Thám; chịu trách nhiệm vùng Rạch-Giá, Hà-Tiên, sông Cái Lớn; hậu cứ Rạch-Sỏi.
- Giang-Đoàn 64 Tuần-Thám được biệt phái cho Bộ-Tư-Lệnh Vùng I Duyên-Hải; trách nhiệm tuần thám trên sông Hương; hậu cứ Huế.
- Giang-Đoàn 59 Tuần-Thám trừ bị.

Mỗi Giang-Đoàn Tuần-Thám có 20 PBR, do một Đại-Úy hoặc Thiếu-Tá chỉ huy; và được chia thành 5 Liên-Đội.

Mỗi Liên-Đội có 4 PBR do một Trung-Úy chỉ huy.

Mỗi PBR có từ 4 đến 5 nhân viên do một hạ sĩ quan Hải-Quân làm thuyền trưởng.

PBR có chiều dài 31 feet, chiều ngang 10 feet rưỡi, vỏ bằng nhựa (fiberglass), nhẹ, vận tốc cao – khoảng 32 km/giờ – chạy bằng máy phản lực, không có chân vịt cho nên rất thích hợp trên những sông cạn.

Mỗi PBR được trang bị 2 radio, 1 radar, máy truyền tin cực mạnh, ống dòm hồng ngoại tuyến, súng cối 81 ly và 12 ly 7 đôi; trong nhiều trường hợp, PBR cũng được trang bị súng 50 ly đôi, 7 ly 62 và 20 ly.

Phạm vi hoạt động

Trách nhiệm trực tiếp vùng biên giới Tân-Châu, Hồng-Ngự, Châu-Đốc, Hà-Tiên, Cao-Lãnh, v. v…

Ngoài ra Lực-Lượng Tuần-Thám cũng được tăng phái cho những vùng hành quân và trực thuộc dưới sự chỉ huy của vùng đó.

Tư-Lệnh đầu tiên và cũng là Tư-Lệnh cuối cùng: Phó-Đề-Đốc Nghiêm Văn Phú.

LỰC-LƯỢNG TRUNG-ƯƠNG
(Lực-Lượng Đặc-Nhiệm 214)

Tổ Chức

Bộ-Chỉ-Huy Lực-Lượng Trung-Ương gồm có Tư-Lệnh, Tư-Lệnh-Phó và Tham-Mưu-Trưởng.

Bộ-Chỉ-Huy được đặt tại Đồng-Tâm, thuộc tỉnh Định-Tường.

Về hành chánh, Lực-Lượng Trung-Ương gồm có:
- Liên-Đoàn Người Nhái
- 2 Giang-Đoàn Trục-Lôi
- 4 Giang-Đoàn Ngăn-Chận
- Nhiều Căn Cứ Hải-Quân

Giang-Đoàn Ngăn-Chận được trang bị cùng loại chiến đỉnh với Giang-Đoàn Thủy-Bộ và có thêm máy phun lửa. Mỗi Giang-Đoàn Ngăn-Chận được chỉ huy bởi một Thiếu-Tá hoặc Đại-Úy Hải-Quân.

Về hành quân, Lực-Lượng Trung-Ương được tăng phái 2 Giang-Đoàn Tuần-Thám và 2 Giang-Đoàn Xung-Phong.

Lực-Lượng Trung-Ương có 300 sĩ quan, khoảng 3.000 binh sĩ và được chia làm 3 Liên-Đoàn. Mỗi Liên-Đoàn gồm 2 Giang-Đoàn và đặt dưới sự chỉ huy của một Thiếu-Tá hoặc Trung-Tá Hải-Quân.

Hậu cứ của các Liên-Đoàn:
- Liên-Đoàn 214.1 đóng tại Tuyên-Nhơn.
- Liên-Đoàn 214.2 đóng tại Kinh Chợ Gạo.
- Liên-Đoàn 214.3 đóng tại Cao-Lãnh.

Vùng Hoạt Động

Miền Tiền-Giang, từ bên này sông Cửu-Long cho đến sông Vàm-Cỏ, gồm các tỉnh Định-Tường, Vĩnh-Long, Kiến-Tường, v.v…

Tư-Lệnh cuối cùng: Hải-Quân Đại-Tá Nguyễn Văn Thông.

GIANG-ĐOÀN XUNG-PHONG

Tổ Chức

Chỉ-Huy-Trưởng của mỗi Giang-Đoàn Xung-Phong (River Assault Group) có thể là Thiếu-Tá hoặc Đại-Úy Hải-Quân. Về sau, vì thiếu sĩ quan, một số sĩ quan tốt nghiệp từ trường Bộ-Binh Thủ-Đức biệt phái cũng được huấn luyện để giữ những chức vụ này.

Trang Bị

Mỗi Giang-Đoàn Xung-Phong được trang bị:
- 6 LCVP – mỗi LCVP có 1 đại bác 20 ly và 2 trung liên 7 ly 62.
- 6 Fom – mỗi Fom có 1 đại liên 12 ly 7 và 3 trung liên 7 ly 62.
- 4 LCM – mỗi LCM có 2 đại bác 20 ly và 2 đại liên 12 ly 7.
- 1 Combat, được trang bị: 1 đại bác 40 ly, 1 súng cối 81 ly, 2 trung liên 7 ly 62 và 1 đại liên 12 ly 7.
- 1 Commandement, được trang bị: 2 đại liên 12 ly 7 hoặc 1 đại liên 40 ly, 2 trung liên 7 ly 62 hoặc 20 ly và 1 súng cối 81 ly.

Ngoài ra, trên mỗi giang đỉnh đều có súng cá nhân như M79, M16 và 57 trực xạ.

Nhiệm Vụ

Chuyển vận, yểm trợ và phối hợp hành quân với quân bạn.

Vùng Hoạt Động
Tất cả sông rạch thuộc miền Nam Việt-Nam.
Đội hình di chuyển *:
- 2 LCVP
- 2 FOM
- 1 Combat
- 1 LCM
- 2 LCVP
- 1 LCM
- 2 FOM
- 1 LCM
- 2 LCVP
- 1 LCM
- 1 Commandement
- 2 FOM

Đội hình có thể thay đổi tùy theo nhu cầu chiến trường.

LIÊN-ĐOÀN TUẦN-GIANG

Thành Lập

Để đáp ứng nhu cầu chiến trường, Lực-Lượng Giang-Phòng được thành lập và trực thuộc Bộ-Tư-Lệnh Địa-Phương-Quân.

Về sau, danh xưng Lực-Lượng Giang-Phòng được đổi thành Liên-Đoàn Tuần-Giang, trực thuộc Bộ-Tư-Lệnh Hải-Quân.

Bộ-Chỉ-Huy Liên-Đoàn Tuần-Giang đặt tại Saigon.

Tổ Chức

Khóa Tuần-Giang đầu tiên do Hải-Quân huấn luyện. Sau đó, Trung-Tâm Huấn-Luyện Tuần-Giang được thành lập tại Cát-Lái.

Ba đại đội sửa chữa được đặt tại Saigon, Cần-Thơ và Mỹ-Tho.

Quản Trị

Về hành chánh: Bộ-Chỉ-Huy Liên-Đoàn Tuần-Giang trực thuộc Bộ-Tư-Lệnh Hải-Quân về quản trị nhân viên, thuyên chuyển, bổ nhậm, tiếp liệu, sửa chữa, v.v…

Về hành quân: Đại-Đội Tuần-Giang đặt dưới sự điều động và xử dụng của Tiểu-Khu.

Thành Phần

Liên-Đoàn Tuần-Giang gồm 24 Đại-Đội, kể từ Đại-Đội 11 Tuần-Giang đến Đại-Đội 35 Tuần-Giang.

Mỗi Đại-Đội Tuần-Giang được một Thiếu-Tá hoặc Đại-Úy chỉ huy.

Trang Bị
Đại-Đội Tuần-Giang được trang bị 1 LCM 8 và 8 hoặc 9 LCVP. Mỗi giang đỉnh được trang bị đại liên 50, đại liên 30 và M72.

Nhiệm Vụ
Mỗi Tiểu-Khu được tăng phái một hoặc hai Đại-Đội Tuần-Giang để thực hiện những nhiệm vụ sau đây:
- Chuyên chở Bộ-Binh và phối hợp những đơn vị bạn tham dự các cuộc hành quân do Tiểu-Khu tổ chức.
- Kiểm soát ghe thuyền để khám phá và ngăn chận sự xâm nhập của địch. Tuần tiểu và giữ an ninh cầu cống trên những thủy trình do Tiểu-Khu chỉ định.
- Bảo vệ an ninh ấp, xã, yểm trợ hỏa lực và tiếp viện đồn bót ven sông.
- Hộ tống xà-lan đạn, dầu, thực phẩm, v.v…

Chỉ-Huy-Trưởng cuối cùng: Đại-Tá Kỹ-Thuật Nguyễn Văn Kinh.

LỰC-LƯỢNG ĐẶC-NHIỆM 99

Thành Lập

Ngay sau khi đáo nhiệm chức vụ Tư-Lệnh Hải-Quân lần thứ hai, Phó-Đề-Đốc Chung Tấn Cang ra lệnh thành lập Lực-Lượng Đặc-Nhiệm 99 trong vòng 24 tiếng đồng hồ.

Lực-Lượng này được đặt dưới sự điều động trực tiếp của Tư-Lệnh Hải-Quân chứ không theo hệ thống quân giai. Hậu cứ là Căn-Cứ Hải-Quân Nhà-Bè.

Vì tính cách cấp thời, Bộ-Tham-Mưu Lực-Lượng chỉ gồm có: Chỉ-Huy-Trưởng, một Trung-Úy, một tài xế và một thượng sĩ vô tuyến.

Trang Bị

Lực-Lượng Đặc-Nhiệm 99 gồm 50 chiến đỉnh, là sự kết hợp của các Giang-Đoàn: 42 Ngăn-Chận, 59 Tuần-Thám, một phần của Giang-Đoàn 22 Xung-Phong, một toán trục vớt, một toán tiền-phong-đỉnh, một trung đội Hải-Kích, 3 súng phun lửa.

Phạm Vi Hoạt Động

Lực-Lượng Đặc-Nhiệm 99 được xem như Lực-Lượng tổng trừ bị của Hải-Quân, với mục đích giải tỏa áp lực nặng của địch ở bất cứ nơi nào thuộc phạm vi hoạt động của Hải-Quân.

Chỉ-Huy-Trưởng đầu tiên và cũng là cuối cùng: Hải-Quân Đại-Tá Lê Hữu Dõng.

VÙNG DUYÊN-HẢI

HÀNH-QUÂN LƯU-ĐỘNG-BIỂN
Lực-Lượng Duyên-Phòng
(Lực-Lượng Đặc-Nhiệm 213)

Tổ Chức
Hành-Quân Lưu-Động-Biển trực thuộc Bộ-Tư-Lệnh Hải-Quân. Phụ-Tá Tư-Lệnh Hải-Quân Hành-Quân Lưu-Động-Biển chịu trách nhiệm tất cả hành quân trên biển.

Thành Phần
Vùng Duyên-Hải từ vĩ tuyến 17 đến Cà-Mau được chia làm 5 Vùng. Mỗi Vùng Duyên-Hải có một Lực-Lượng Đặc-Nhiệm, gồm những chiến hạm biệt phái, Lực-Lượng cơ hữu (Duyên-Đoàn) và Hải-Đội Duyên-Phòng.

Trang Bị
Mỗi Hải-Đội Duyên-Phòng được trang bị khoảng 30 PCF và Coast Guard.

Mỗi PCF được trang bị 1 súng cối 81 ly đặt phía sau, bên trên là đại liên 12 ly 7.

Hành Quân
Tất cả Lực-Lượng Đặc-Nhiệm của 5 Vùng Duyên-Hải trực thuộc Lực-Lượng Đặc-Nhiệm 213.

Phụ-Tá Tư-Lệnh Hải-Quân Hành-Quân Lưu-Động-Biển cuối cùng: Phó-Đề-Đốc Nguyễn Hữu Chí. *

---

* Tên thật và chức vụ của nhà thơ Hữu Phương.

HẠM-ĐỘI

Tổ Chức

Bộ-Tư-Lệnh Hạm-Đội gồm có Tư-Lệnh, Tư-Lệnh-Phó và Tham-Mưu-Trưởng; được đặt tại Hải-Quân Công-Xưởng.

Hạm-Đội gồm 3 Hải-Đội.
- Hải-Đội I Tuần-Duyên gồm có:
  - PGM từ HQ 601 đến HQ 619.
  - LSIL từ HQ 327 đến HQ 331.
  - LSSL từ HQ 225 đến HQ 231.
  - Nhiệm vụ: tuần tiễu, kiểm soát vùng cận duyên.
- Hải-Đội II Chuyển-Vận gồm có:
  - LST từ HQ 500 đến HQ 505.
  - LSM từ HQ 400 đến HQ 406.
  - LST loại lớn HQ 800 và HQ 801.
  - LCM từ 530…
  - YOG từ HQ.470 đến HQ 475.
  - Cơ-Xưởng-Hạm HQ 802.
  - Nhiệm vụ: Hành quân đổ bộ, yểm trợ tiếp vận, y-tế, sửa chữa.
- Hải-Đội III Tuần-Dương gồm:
  - PCE HQ 7, PCER HQ 12 và HQ 14.
  - WHEC HQ 2, HQ 3, HQ 5, HQ 6, HQ 15, HQ 16 và HQ 17.
  - DER HQ 1 và HQ 4.
  - Nhiệm vụ: Tuần tiễu, ngăn chặn, nghênh chiến khi tàu địch xâm nhập hải phận Việt-Nam.

Phạm Vi Hoạt Động

Khắp 4 vùng chiến thuật, từ vỹ tuyến 17 đến Cà-Mau, cả biển lẫn sông.

Tư-Lệnh Hạm-Đội cuối cùng: Hải-Quân Đại Tá Phạm Mạnh Khuê.

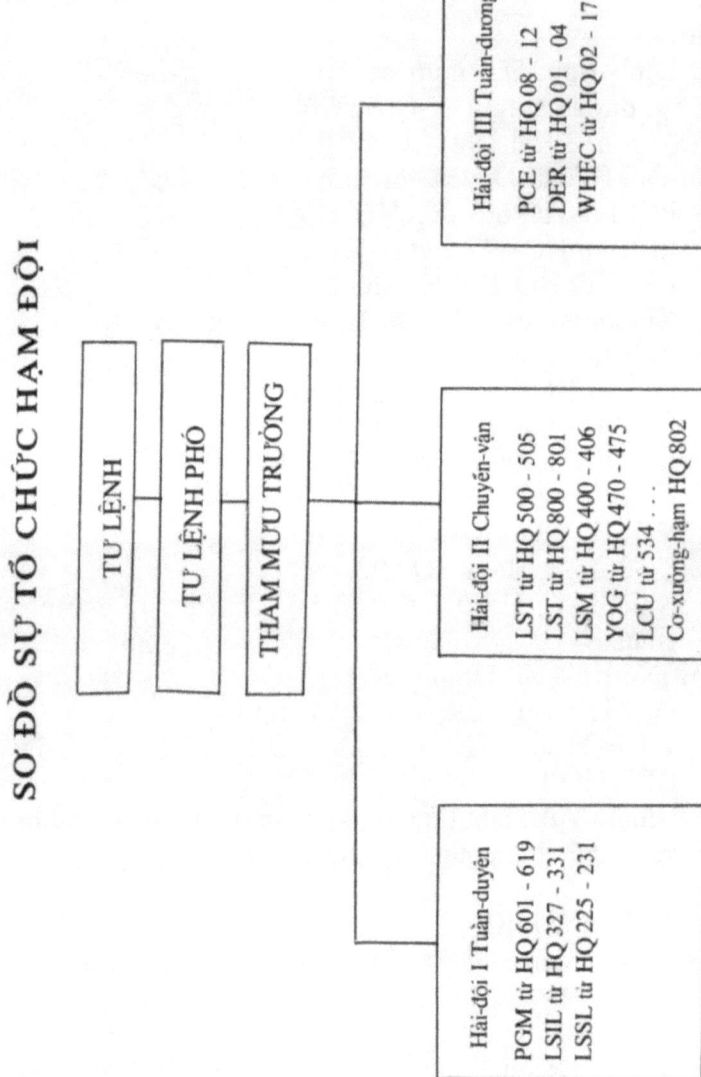

VÙNG I DUYÊN-HẢI

Tổ Chức

Bộ-Tư-Lệnh Vùng I Duyên-Hải gồm có Tư-Lệnh, Tư-Lệnh-Phó và Tham-Mưu-Trưởng.

Bộ-Tư-Lệnh Hải-Quân Vùng I Duyên-Hải kiêm Chỉ-Huy-Trưởng Khu Quân-Sự Tiên-Sa, gồm tất cả đơn vị Hải, Lục, Không-Quân đồn trú tại bán đảo Sơn-Chà.

Bộ-Tư-Lệnh Vùng I Duyên-Hải đặt tại Tiên-Sa Đà-Nẵng.
Thành phần cơ hữu gồm những đơn vị sau đây:
- Hải-Đội I Duyên-Phòng.
- Giang-Đoàn 32 Xung-Phong tại Huế.
- Giang-Đoàn 92 Trục-Lôi tại Thuận-An.
- Giang-Đoàn 60 Tuần-Thám tại Thuận-An.
- Duyên-Đoàn 11 tại Cửa-Việt.
- Duyên-Đoàn 12 tại Thuận-An.
- Duyên-Đoàn 13 tại cửa Tư-Hiền.
- Duyên-Đoàn 14 tại Hội-An.
- Duyên-Đoàn 15 tại Chu-Lai.
- Duyên-Đoàn 16 tại Quảng-Ngãi.
- 4 đài kiểm-báo: 101 tại núi La-Ngữ, Huế; 102 ở Sơn-Chà; 103 ở Cù Lao Ré; 104 ở Sa-Huỳnh.
- Nhiều Căn Cứ và Tiền-Doanh Yểm-Trợ.

Ngoài ra, vùng I Duyên-Hải còn có nhiều chiến hạm biệt phái.

Phạm Vi Hoạt Động

Vùng Duyên-Hải và sông rạch các tỉnh Quang-Trị, Thừa-Thiên, Đà-Nẵng và Quảng-Ngãi.

Tư-Lệnh cuối cùng: Phó-Đề-Đốc Hồ Văn Kỳ Thoại.

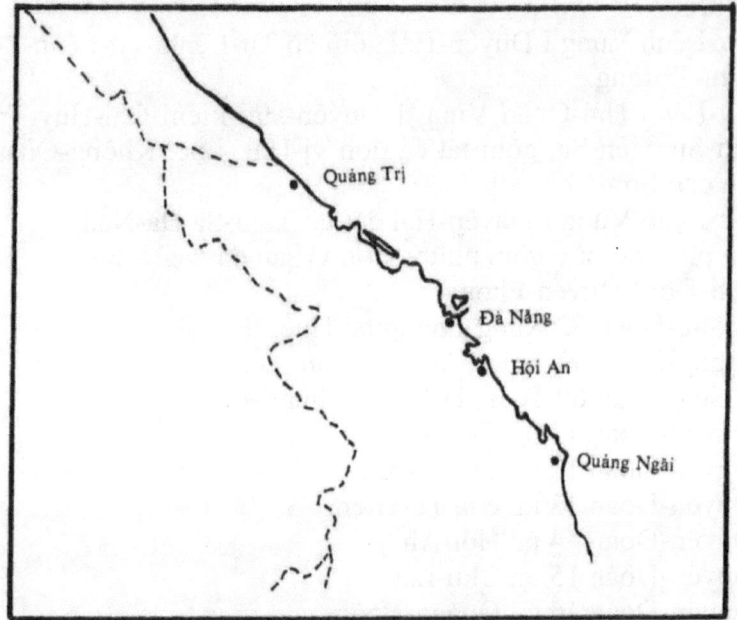

Lãnh thổ vùng I Duyên Hải

VÙNG II DUYÊN-HẢI

Tổ Chức
Bộ-Tư-Lệnh Vùng II Duyên-Hải gồm Tư-Lệnh, Tư-Lệnh-Phó và Tham-Mưu-Trưởng.
Bộ-Tư-Lệnh Hải-Quân Vùng II Duyên-Hải đặt tại Cam Ranh và gồm các đơn vị sau đây:
- Hải-Đội II Duyên-Phòng đóng tại Qui-Nhơn.
- Duyên-Đoàn 21 tại Qui-Nhơn.
- Duyên-Đoàn 22 tại Poulo Gambir.
- Duyên-Đoàn 23 tại Sông-Cầu.
- Duyên-Đoàn 24 tại Tuy-Hòa.
- Duyên-Đoàn 25 tại Hòn-Khói.
- Duyên-Đoàn 26 tại Bình-Ba.
- Duyên-Đoàn 27 tại Phan-Rang.
- Duyên-Đoàn 28 tại Phan-Thiết.
- Các Căn-Cứ Yểm-Trợ.
- Nhiều Đài-Kiểm-Báo.
- Một số chiến hạm biệt phái.

Phạm Vi Hoạt Động
Vùng II Duyên-Hải trách nhiệm vùng duyên hải thuộc các tỉnh Bình-Định, Phú-Yên, Khánh-Hòa, Cam-Ranh, Phan-Rang và Phan-Thiết.

Tư-Lệnh cuối cùng: Phó-Đề-Đốc Hoàng Cơ Minh.

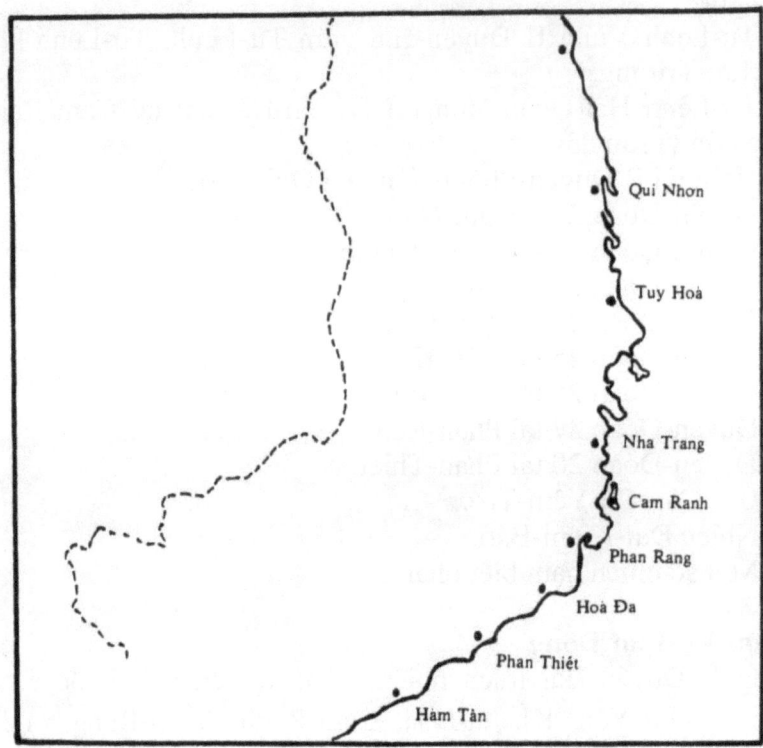

Lãnh thổ vùng II Duyên Hải

VÙNG III DUYÊN-HẢI

Tổ Chức

Bộ-Tư-Lệnh Vùng III Duyên-Hải gồm có Tư-Lệnh, Tư-Lệnh-Phó và Tham-Mưu-Trưởng.

Bộ-Tư-Lệnh Hải-Quân Vùng III Duyên-Hải đóng tại Cát-Lở và gồm những đơn vị sau đây:
- Hải-Đội III Duyên-Phòng, đóng tại Cát-Lở.
- Duyên-Đoàn 33 tại Rạch-Dừa.
- Duyên-Đoàn 34 tại Bến-Tre.
- Duyên-Đoàn 35 tại Trà-Vinh.
- Căn-Cứ Yểm-Trợ Cát-Lở.
- Bệnh xá Vũng-Tàu.
- Các đài kiểm báo: 301 ở Dakoo, Bình-Tuy; 302 ở Núi Lớn; 304 đặt trên một chiến hạm, neo ngoài khơi Ba-Động.
- Nhiều chiến hạm biệt phái.

Phạm Vi Hoạt Động

Miền Duyên-Hải thuộc các tỉnh Phước-Tuy, Gò-Công và Kiến-Hòa.

Tư-Lệnh cuối cùng: Phó-Đề-Đốc Vũ Đình Đào.

Vùng III Duyên Hải

VÙNG IV DUYÊN-HẢI

Tổ Chức

Bộ-Tư-Lệnh Vùng IV Duyên-Hải gồm có Tư-Lệnh, Tư-Lệnh-Phó và Tham-Mưu-Trưởng.

Bộ-Tư-Lệnh Hải-Quân Vùng IV Duyên-Hải được đặt tại Phú-Quốc và gồm những đơn vị sau đây:
- Hải-Đội IV Duyên-Phòng đóng tại An-Thới.
- Duyên-Đoàn 42 tại Hòn Nam-Du.
- Duyên-Đoàn 43 tại Sông Ông-Đốc, Cà-Mau.
- Duyên-Đoàn 44 tại Kiên-An, Rạch-Giá; trách nhiệm vùng U-Minh-Thượng, cửa sông Cái-Lớn và Cái-Bé.
- Duyên-Đoàn 45 tại Bắc-Đảo, Hà-Tiên.
- Căn-Cứ Yểm-Trợ và Tiếp-Vận.
- Nhiều đài kiểm báo.

Phạm Vi Hoạt Động

Từ mũi Cà-Mau đến biên giới Miên Việt, trong vịnh Thái-Lan.

Tư-Lệnh cuối cùng: Hải-Quân Đại-Tá Nguyễn Văn Thiện.

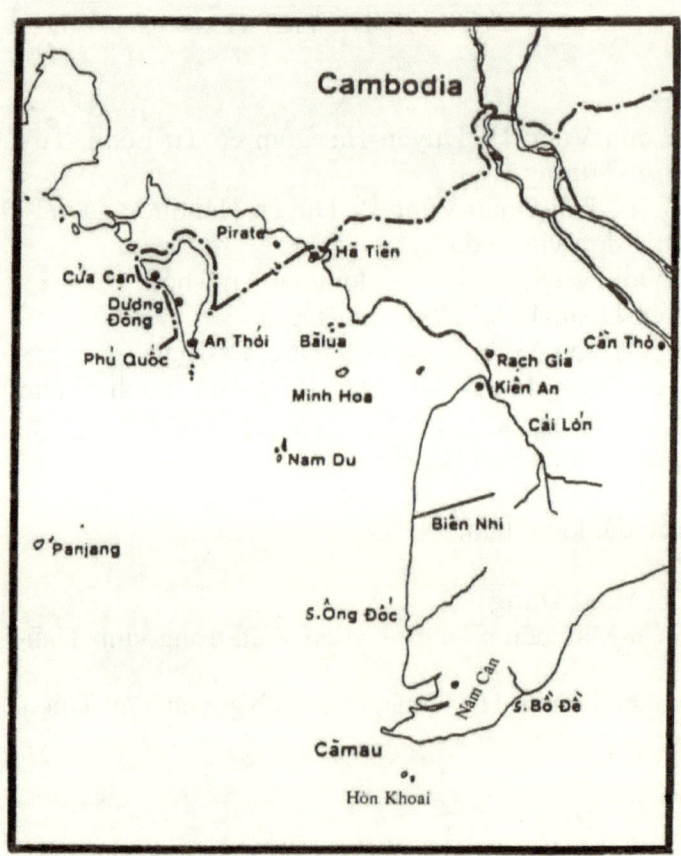

Lãnh thổ vùng IV và vùng V Duyên Hải

VÙNG V DUYÊN-HẢI

Tổ Chức
Bộ-Tư-Lệnh Vùng V Duyên-Hải gồm có Tư-Lệnh, Tư-Lệnh-Phó và Tham-Mưu-Trưởng.
Bộ-Tư-Lệnh Vùng V Duyên-Hải đặt tại Năm-Căn thuộc tỉnh An-Xuyên.
Lực-Lượng cơ hữu Hải-Quân Vùng V Duyên-Hải gồm có:
- Hải-Đội V Duyên-Phòng.
- Giang-Đoàn 43 Ngăn-Chận.
- Giang-Đoàn 53 Tuần-Thám.
- Duyên-Đoàn 36 tại cửa Định-An.
- Duyên-Đoàn 41 tại Poulo Obi.
- Đài kiểm báo 401 đặt trên núi Poulo Obi.
- Căn-Cứ Hải-Quân.
- Tiền-Doanh Yểm-Trợ.
- Nhiều chiến hạm biệt phái.

Vùng Hoạt Động
Vùng V Duyên-Hải trách nhiệm miền Duyên-Hải của các tỉnh Ba-Xuyên, Bạc-Liêu, An-Xuyên (Cà-Mau), một phần duyên hải của tỉnh Kiên-Giang (Rạch-Giá) và các đảo Poulo Obi, Fais Obi, v.v…
Ngoài ra, Giang-Đoàn 43 Ngăn-Chận và Giang-Đoàn 53 Tuần-Thám chịu trách nhiệm sông Năm-Căn – giới hạn từ cửa Bồ-Đề đến cửa Bảy-Hạp – sông Đồng-Cùng và Chi-Khu Năm-Căn.

Tư-Lệnh cuối cùng: Hải-Quân Đại-tá Nguyễn Văn May.

LỰC-LƯỢNG HẢI-THUYỀN

Thành Lập

Khởi thủy, Lực-Lượng Hải-Thuyền là một Lực-Lượng bán quân sự, do sĩ quan Hải-Quân tuyển mộ, huấn luyện và chỉ huy. Thời gian huấn luyện là ba tháng.

Khi mới thành lập, mỗi đơn vị của Lực-Lượng Hải-Thuyền được gọi là Đội Hải-Thuyền và đoàn viên đều xâm trên ngực hai chữ Sát Cộng.

Tổ Chức

Trung-Tâm Huấn-Luyện Hải-Thuyền đặt ở Phú-Quốc; đến tháng 2 năm 1963 được dời về Cam-Ranh.

Thành Phần

Mỗi Đội Hải-Thuyền được một Thiếu-Úy hoặc Trung-Úy chỉ huy và gồm có:
- 3 ghe Chủ-Lực – mỗi ghe Chủ-Lực được trang bị 1 đại liên 50 trước mũi, 1 đại liên 30 sau lái và nhiều súng cá nhân.
- 3 ghe Di-Cư – mỗi ghe Di-Cư được trang bị 2 đại liên 30 và nhiều súng cá nhân.
- 20 ghe Buồm – chỉ được trang bị súng cá nhân.
- Ghe Yabuta được trang bị 2 đại bác 20 ly bên hông.

Y phục của đoàn viên là bà ba đen.

Nhiệm Vụ
Tuần tiễu, kiểm soát và ngăn chặn sự xâm nhập và trà trộn của Việt-Cộng vào những làng ven biển.

Phạm Vi Hoạt Động
Dọc theo miền duyên hải Nam Việt-Nam.
Sau khi được sát nhập vào Hải-Quân, danh xưng Đội Hải-Thuyền được đổi là Duyên-Đoàn và đoàn viên mặc quân phục Hải-Quân.
Cấp số của mỗi Duyên-Đoàn là Thiếu-Tá.

LIÊN-ĐOÀN NGƯỜI NHÁI

Thành Lập

Liên-Đội Người Nhái được thành lập năm 1961, gồm toàn quân nhân tình nguyện.

Ngay sau khi được thành lập, 12 nhân viên tốt nghiệp khóa Biệt-Hải U.D.T. tại Đài-Loan huấn luyện lại cho Người Nhái Hải-Quân.

Tổ Chức

Bộ-Chỉ-Huy Liên-Đoàn Người Nhái trước đặt tại Ty Quân-Cảng, trong Hải-Quân Công-Xưởng; sau dời về Căn-Cứ Hải-Quân Cát-Lái, đặt dưới sự chỉ huy của Lực-Lượng Đặc-Nhiệm Trung-Ương 214.

Trước năm 1968, Liên-Đội Người Nhái chỉ phụ trách những công tác thám sát hành quân, đổ bộ, lặn và vớt tàu.

Từ năm 1968 trở về sau, khả năng Người Nhái Hải-Quân Việt-Nam được tận dụng đúng mức khi Liên-Đoàn Người Nhái bắt đầu biệt phái nhân viên cho các toán Người Nhái Mỹ – SEAL team – khắp 4 vùng chiến thuật và cho cả chiến dịch Phụng-Hoàng.

Năm 1971, một số sĩ quan trẻ, xuất thân từ Trường sĩ quan Bộ-Binh Thủ-Đức tình nguyện gia nhập và được huấn luyện theo những khóa Hải-Kích Người Nhái Việt-Nam.

Năm 1972, quân số Người Nhái từ 80 tăng lên 600. Liên-Đội Người Nhái trở thành Liên-Đoàn Người Nhái và gồm có:

- Hải-Kích (SEAL – Sea, Air, and Land Forces)
- Biệt-Hải (UDT – Underwater Demolition Team)
- Tháo gỡ đạn dược (EOD – Explosive Ordnance Disposal)
- Trục Vớt (vớt tàu)
- Phòng thủ hải cảng.
- Giang-Đoàn yểm trợ Hải-Kích (chuyên chở hành quân).
- Toán yểm trợ tiếp vận.

Nhiệm Vụ
Xâm nhập vùng đất địch, chống đặc công thủy Việt-Cộng, vớt tàu, cứu tù binh, v.v…

Phạm Vi Hoạt Động
Người Nhái có thể hoạt động trong sông lẫn ngoài biển.
Bất cứ lúc nào Liên-Đoàn Người Nhái cũng có từ 15 đến 20 toán thuộc các ngành để biệt phái khắp nơi.
Khóa Người Nhái cuối cùng là Khóa 8.

Chỉ-Huy-Trưởng cuối cùng: Hải-Quân Trung-Tá Trịnh Hòa Hiệp.

BIỆT-HẢI

Thuộc Sở Phòng-Vệ Duyên-Hải

Tổ Chức

Biệt-Hải được chia ra 3 nhóm: Vega, Lucky và Romulus. Cả ba nhóm đều sống trong các trại dọc theo bãi biển từ Mỹ-Khê đến chùa Non-Nước. Trại nọ cách trại kia khoảng một cây số. Trước mặt trại là biển và sau lưng là rừng dương liễu.

Mỗi trại đều có dân sự chiến đấu lo canh gác và vấn đề ẩm thực. Biệt-Hải chỉ lo tập và thi hành công tác cho đến khi giải nhiệm hoặc tự ý xin rút lui.

Tuyển Mộ

Muốn trở thành một Biệt-Hải, học viên phải hội đủ những điều kiện: Thể chất khỏe mạnh, cường tráng; tinh thần can đảm, tự tin, kín đáo; phản ứng bén nhạy để xoay trở khi lâm nạn và có sức chịu đựng phi thường.

Huấn Luyện

- *Khóa I Biệt-Hải*

Tháng 10 năm 1962, khóa Biệt-Hải đầu tiên tại Việt-Nam do Người Nhái Mỹ (U.S. Navy SEALs) và một số Biệt-Hải Việt-Nam tốt nghiệp tại Đài-Loan huấn luyện. Khóa này có một sĩ-quan duy nhất – Hải-Quân Trung-Úy Trịnh Hòa Hiệp, xuất thân khóa 7 Hải-Quân Nha-Trang – và một số hạ sĩ quan Hải-Quân, còn hầu hết là nhân viên Hải-Thuyền.

Khóa này ra trường vào tháng 1 năm 1963 rồi xin chuyển sang Sở Phòng-Vệ Duyên-Hải, chuyên thi hành công tác xâm nhập miền Bắc, từ bắc vỹ tuyến 17.

- *Khóa II Biệt-Hải*

Cũng được tổ chức tương tự như khóa I. Hải-Quân Thiếu-Úy Phan Tấn Hưng – xuất thân khóa 9 Hải-Quân Nha-Trang – là sĩ-quan thứ hai theo thụ huấn.

Khóa I và khóa II Biệt-Hải được huấn luyện tại Đà-Nẵng. Những khóa kế tiếp được huấn luyện tại các địa điểm khác nhau như: Nha-Trang, Cam-Ranh, Vũng-Tàu, v.v...

Biệt-Hải được huấn luyện như một điệp viên chiến tranh thuần túy để thích nghi với mọi môi trường như lặn, đổ bộ và nhảy trực thăng từ một cao độ khá nguy hiểm mà không cần dù. Biệt-Hải biết xử dụng tất cả mọi loại vũ khí – của ta cũng như của địch – và có khả năng xâm nhập/ trốn thoát/sống còn.

Thời gian huấn luyện là 16 tuần lễ, kể cả "Tuần lễ địa ngục". Muốn vượt qua "Tuần lễ địa ngục", học viên phải qua nhiều thử thách như: Chèo ghe 115 dặm, chạy bộ 75 dặm, mang tàu đi 21 dặm, bơi 10 dặm, bơi trong khi tay và chân bị trói để lấy tài liệu dưới đáy nước – bằng miệng. Biệt-Hải phải chịu đựng được những khắc nghiệt của độ nóng, độ lạnh, độ sâu và độ cao.

Vì những điều kiện huấn luyện để trở thành một Biệt-Hải rất khắc khe cho nên Biệt-Hải Hoa-Kỳ có câu: *The only easy day was yesterday!*

Nhiệm Vụ
Mỗi nhóm hoạt động trong một lãnh vực khác nhau.
- Nhóm Vega được huấn luyện để đổ bộ, đột kích, phá cầu bằng chất nổ và bắt người ngoài Bắc về lấy tin tình báo. Nhóm này xử dụng Bazooca và 75 ly không giật.
- Nhóm Romulus chuyên lặn bình hơi và đổ bộ bằng cách nhảy dù xuống biển, mang theo bình hơi và xuồng cao su.
- Nhóm Lucky thi hành công tác phá hoại kinh tế, tuyên truyền, gây xáo trộn tinh thần trong hàng ngũ địch. Nhóm này thường bắt ngư phủ trong hợp tác xã Việt-Cộng đem về làng kiểu mẫu Thế-Giới Tự-Do – được thành lập tại Cù Lao Chàm – nuôi nấng, cho ăn uống sung sướng, học về đời sống tự do; sau đó những người này được thả về Bắc lại để tuyên truyền. Nhiều người trong số này xin ở lại miền Nam, nhưng không được chấp thuận.

Trước khi Biệt-Hải thực hiện một công tác nào thì nhân viên phải được huấn luyện và thực tập dựa theo địa hình, địa vật – do không ảnh U2 cung cấp – của những địa điểm mà công tác sẽ được thi hành.

Trong khi thi hành nhiệm vụ, Biệt-Hải thường bơi từng cặp để tương trợ lẫn nhau. Phương thức này được gọi là *Buddy System*.

Khi Lực-Lượng Hải-Tuần chưa thành lập, Việt-Cộng bố trí nhiều vị trí đóng quân dọc theo duyên hải kể từ phía Bắc vỹ tuyến 17. Về sau, những đơn vị Việt-Cộng này bị Biệt-Hải tấn công và bắn phá liên miên, Việt-Cộng dời quân vào sâu trong nội địa.

Sau khi Việt-Nam hóa chiến tranh, Đại-Đội Hải-Kích được biệt phái cho các Giang-Đoàn, Duyên-Đoàn hay những Căn-Cứ Hải-Quân trên khắp lãnh thổ miền Nam.

Nhiệm vụ

Nhiệm vụ của Hải-Kích cũng tương tự như Biệt-Kích, nghĩa là đột nhập vào những mục tiêu ven biển hoặc sông rạch.

Một toán Hải-Kích được biệt phái thường trực cho Căn-Cứ Hải-Quân Năm-Căn. Đại đội vớt tàu trang bị dụng cụ lặn và trục vớt, lưu động các nơi, nhất là Vùng IV Sông-Ngòi. Đại đội tháo gỡ đạn dược cũng biệt phái nhân viên đến các Bộ-Chỉ-Huy Vùng.

Tầm hoạt động xa nhất của Biệt-Hải là Hải-Phòng.

LỰC-LƯỢNG HẢI-TUẦN

Tổ Chức

Lực-Lượng Hải-Tuần thuộc Sở Phòng-Vệ Duyên-Hải, đóng tại Tiên-Sa, Đà-Nẵng. Bộ-Chỉ-Huy gồm có Chỉ-Huy-Trưởng và Chỉ-Huy-Phó.

Chỉ-Huy-Trưởng Lực-Lượng Hải-Tuần đầu tiên là Hải-Quân Thiếu-Tá Trần Bình Sang.

Tất cả nhân viên thuộc Lực-Lượng Hải-Tuần, cả sĩ quan và lính, đều là những quân nhân tình nguyện và được biệt phái hẳn cho Lực-Lượng Đặc-Biệt (Special Operations Group). Lực-Lượng Đặc-Biệt này gồm nhiều binh chủng khác nhau như Thủy-Quân Lục-Chiến, Không-Quân, Nhảy-Dù, Biệt-Kích, v. v…và Hải-Quân là một thành phần trong cơ cấu này.

Trang Bị

Khinh-Tốc-Đỉnh (PT)

PT dài khoảng 80 feet, vỏ bằng nhựa, máy chạy bằng dầu cặn, được đóng tại Na-Uy (Norway), vận tốc trên 50 hải lý một giờ. Những PT thuộc Sở Phòng-Vệ Duyên-Hải có biệt danh là Nasty và Swift.

Mỗi PT được trang bị:
- 1 súng cối 130 hoặc 81 ly, quay và nhắm được, đặt sau đài chỉ huy.
- 2 đại liên 50 đôi đặt hai bên.
- 1 trọng pháo phòng không 40 ly, hai nòng, bắn tự động.

PT được chế tạo để phóng thủy lôi, nhưng công tác của Lực-Lượng Hải-Tuần không cần đến, cho nên không trang bị.

Mỗi PT có một hạm trưởng – cấp bậc Đại-Úy Hải-Quân – một hạm phó, một cơ khí viên và một số nhân viên. Mỗi lần hành quân thường đi chung 2 hoặc 3 PT để yểm trợ lẫn nhau.

Nhiệm Vụ

Nhiệm vụ của Lực-Lượng Hải-Tuần là dùng PT đưa Biệt-Hải hoặc những người có nhiệm vụ liên hệ, vượt vỹ tuyến 17, xâm nhập Bắc Việt. Công tác thường được thực hiện ban đêm và chỉ với mục đích thu thập tin tức tình báo.

Phạm Vi Hoạt Động

Dọc vỹ tuyến 17 cho đến Hải-Phòng.

Sau khi thi hành công tác từ Bắc về, PT Hải-Quân V.N.C.H. thường bị PT Việt-Cộng chận đánh, khoảng Hòn-Cọp. PT Hải-Quân V.N.C.H. cũng thường bị Mig Bắc-Việt – bay từng cặp – phát giác bằng radar và dùng hỏa tiễn tầm nhiệt tấn công.

Hải-Quân Việt-Cộng được trang bị 12 P4.

Việt-Cộng thường dùng loại tàu Kronstaff, vận tốc khoảng 35 hải lý một giờ và loại P4 vận tốc 65 hải lý một giờ và được trang bị 6 giàn đại liên 50 đôi để tấn công PT Nam Việt Nam. PT Nam Việt-Nam vừa phản công vừa lui về dưới vỹ tuyến 17 để khỏi bị lộ.

Lực-Lượng Hải-Tuần đưa Biệt-Kích xâm nhập Bắc Việt lần đầu tiên vào tháng 2 năm 1964.

Khi mới thành lập, Lực-Lượng Hải-Tuần có khoảng 20 PT. Đến cuối năm 1970, theo tinh thần Hòa Đàm Paris, Cộng Sản Việt Nam yêu cầu Mỹ hủy bỏ những công tác tình báo ngoài Bắc. Mỹ nhượng bộ.

Lực-Lượng Hải-Tuần ngưng hoạt động và giải tán.

CHƯƠNG IV

CUỘC ĐÀM THOẠI BẤT NGỜ

Vào cuối tháng 2 năm 1975, một phái đoàn lưỡng đảng, gồm nhiều nghị sĩ và dân biểu Hoa-Kỳ đến Saigon với mục đích tìm hiểu thực trạng và thành quả của vấn đề Việt-Nam-Hóa chiến tranh, để duyệt xét thỉnh cầu của Tổng-Thống Ford về việc xin chuẩn chi ngân khoảng 300 triệu Mỹ-Kim viện trợ bổ túc cho Việt-Nam Cộng-Hòa.

Trong phái đoàn lưỡng đảng Hoa-Kỳ có nhiều nghị sĩ và dân biểu phản chiến. Nhưng đáng kể nhất là dân biểu phản chiến Bella Abzug, thuộc Dân-Chủ, New York.

Phái đoàn viếng thăm Bộ-Tư-Lệnh Hải-Quân và Hải-Quân Công-Xưởng để tìm hiểu về những nỗ lực tự túc tự cường qua chương trình đóng tàu Ferro Ciment của Hải-Quân Việt-Nam.

Tư-Lệnh Hải-Quân chỉ định Hải-Quân Đại-Tá Đỗ Kiểm – Tham-Mưu-Phó hành quân Bộ-Tư-Lệnh Hải-Quân – hướng dẫn phái đoàn.

Xuất thân khóa 3 Brest, Đại-tá Đỗ Kiểm là một trong những sĩ quan Hải-Quân rất uyển chuyển trên mọi vấn đề và có kiến thức sâu rộng về cả quân dự, văn hóa và chính trị. Đại-Tá Đỗ Kiểm được đặt vào một vị thế thiết yếu cho sự ngoại giao vốn đã khó khăn giữa phái đoàn Hoa-Kỳ và Hải-Quân V.N.C.H.

Dù đã được chỉ thị của cấp trên là phải hết sức mềm mỏng/khéo léo khi tiếp xúc với phái đoàn Hoa-Kỳ, các sĩ quan cao cấp Hải-Quân V.N.C.H. được chỉ định tiếp đón phái đoàn hôm đó cũng không thể không khỏi bất mãn khi thấy thái độ thờ ơ/thiếu lễ độ/kém thân thiện của phái đoàn. Nữ dân biểu Bella Abzug tỏ cử chỉ xem thường thuyết trình viên và cử tọa bằng cách hích mặt nhìn ngắm trần nhà trong khi miệng nhai kẹo cao-su chóp chép!

Trong khi phái đoàn lưỡng đảng đang lơ là nghe Đại-Tá Đoàn Ngọc Bích – Chỉ-Huy-Trưởng Hải-Quân Công-Xưởng – thuyết trình thì Dân Biểu Murtha kéo Đại-Tá Đỗ Kiểm ra ngoài, hỏi nhỏ:

- Nếu phải chuyển binh sĩ từ Đà-Nẵng về đây, Hạm-Đội Hải-Quân Việt-Nam có thể chở tối đa bao nhiêu Sư Đoàn?

Với phản ứng của một sĩ quan hành quân, Đại-Tá Đỗ Kiểm nghĩ đến sự chuyển vận hành quân, cho nên Ông đáp:

- Một Sư Đoàn là tối đa, vì Hạm-Đội chuyển vận của Hải-Quân Việt-Nam không được trang bị để chuyên chở cơ giới và vũ khí nặng.

Dân Biểu Murtha gạt ngang:

- Không! Tôi không muốn nói đến hành quân. Nếu phải rút binh khẩn cấp, bằng tất cả chiến hạm của Hạm-Đội Hải-Quân Việt-Nam, Đại-Tá nghĩ có thể chở tối đa bao nhiêu binh sĩ – chỉ người thôi?

Vẫn chưa hiểu dụng của Dân Biểu Murtha, Đại-Tá Đỗ Kiểm hỏi gặn:

- Kể cả những chiến hạm tuần dương?

- Vâng! Kể cả những chiến hạm tuần dương. Và, nếu cần, bỏ lại cơ giới.

Ít ai nghĩ rằng cuộc đàm thoại ngắn ngủi đó ngầm báo trước những tai biến sắp phủ chụp xuống Quân-Khu I!

CHƯƠNG V

NHỮNG BIẾN CHUYỂN QUÂN SỰ
VÀ
CÁC CUỘC RÚT QUÂN

VÙNG I DUYÊN-HẢI

Kể từ sau khi Ban-Mê-Thuột thất thủ, ngày 11 tháng 3 năm 1975, sự tuần tiểu của Hải-Quân V.N.C.H. được thay đổi như sau: Các trục tuần dương được rút lại tối thiểu. Các trục ngang từ bờ ra đến 150 hải lý được hủy bỏ; chỉ còn trục dọc theo duyên hải vẫn hoạt động bình thường.

Khi Việt-Nam Cộng-Hòa rút khỏi Pleiku – ngày 16 tháng 3 năm 1975 – Hải-Quân được lệnh chuẩn bị tất cả chiến hạm. Hầu hết chiến hạm dồn về miền Trung, ưu tiên là Đà-Nẵng, đặt dưới sự xử dụng của Tư-Lệnh Hải-Quân Vùng I Duyên-Hải: Phó-Đề-Đốc Hồ Văn Kỳ Thoại.

Hải-Quân cũng dồn nhiều nỗ lực để bảo vệ những đơn vị Hải-Quân tại Thuận-An.

Tư-Lệnh Hạm-Đội Hải-Quân lập Bộ-Chỉ-Huy nhẹ ra miền Trung. Bộ-Chỉ-Huy Tiền-Phương Hải-Quân gồm có:

- Tư-Lệnh Hạm-Đội – Hải-Quân Đại-Tá Nguyễn Xuân Sơn.
- Chỉ-Huy-Trưởng Hải-Đội I Duyên-Phòng – Hải-Quân Trung-Tá Võ Văn Huệ.
- Chỉ-Huy-Trưởng Hải-Đội II Chuyển-Vận – Hải-Quân Trung-Tá Lê Thuần Phong.
- Chỉ-Huy-Trưởng Hải-Đội III Tuần-Dương – Hải-Quân Trung-Tá Phạm Ứng Luật. Chức vụ này về sau được Hải-Quân Trung-Tá Lê Thành Uyển thay thế.
- Trưởng phòng hành quân Hạm-Đội – Hải-Quân Thiếu-Tá Ninh Đức Thuận.
- Một số hạ sĩ quan phòng hành quân.
- Một số hạ sĩ quan kỹ thuật.

Khi Bộ-Tư-Lệnh Tiền-Phương Hải-Quân lên đường ra Trung thì Đại-Tá Đỗ Kiểm cũng tháp tùng Tư-Lệnh Hải-Quân bay ra Thuận-An, đến Duyên-Đoàn 12, bàn định kế hoạch di tản Thủy-Quân Lục-Chiến từ cửa Thuận-An, nếu tình thế bắt buộc.

Cho đến lúc đó cũng vẫn chưa có một Tướng lãnh nào đề nghị hoặc nghĩ tới một kế hoạch di tản bất cứ một binh chủng nào khác, trong trường hợp V.N.C.H. không giữ được miền Trung!

Lúc này, vùng Trị Thiên, từ đèo Hải-Vân trở ra Bến-Hải, được thành lập Bộ-Tư-Lệnh đặc biệt, gọi là Bộ-Tư-Lệnh Tiền-Phương Quân-Đoàn I, do Trung-Tướng Lâm Quang Thi làm Tư-Lệnh; hậu cứ đặt tại Mang-Cá, Huế. Bộ-Tư-Lệnh Tiền-Phương vẫn trực thuộc sự chỉ huy của Bộ-Tư-Lệnh Quân-Đoàn I, Quân Khu I, do Trung-Tướng Ngô Quang Trưởng làm Tư-Lệnh.

Bộ-Tư-Lệnh Tiền-Phương gồm có:
- Sư-Đoàn I Bộ-Binh
- Sư-Đoàn I Nhảy-Dù
- Sư-Đoàn Thủy-Quân Lục-Chiến
- Liên-Đoàn Biệt-Động-Quân
- Thiết Giáp
- Pháo Binh
- Tiểu-Khu Quảng-Trị
- Tiểu-Khu Thừa-Thiên
- Không-Quân
- Hải-Quân

Hải-Quân có Bộ-Chỉ-Huy Liên-Đoàn Đặc-Nhiệm đóng tại Thuận-An; do Hải-Quân Trung Tá Võ Trạng Lưu chỉ huy. Về sau, Hải-Quân Thiếu Tá Nguyễn Văn Hy được đề cử thay thế Trung Tá Lưu. Bộ-Chỉ-Huy Liên-Đoàn Đặc-Nhiệm gồm có những đơn vị cơ hữu của Vùng I Duyên-Hải:
- Giang-Đoàn 32 Xung-Phong, đóng tại Huế; do Hải-Quân Thiếu Tá Nguyễn Văn Hy chỉ huy.
- Giang-Đoàn 92 Trục-Lôi, đóng tại Thuận-An; do Hải Quân Thiếu Tá Nguyễn Hữu Sử chỉ huy.
- Giang-Đoàn 60 Tuần-Thám, đóng tại Thuận-An; do Hải Quân Thiếu Tá Trần Văn Căn chỉ huy.
- Duyên-Đoàn 12, đóng tại Thuận-An; dưới sự chỉ huy của Đại Úy Sinh.
- Duyên-Đoàn 13, đóng tại cửa Tư-Hiền; dưới sự chỉ huy của Hải-Quân Thiếu Tá Trương Văn Phương.
- Tiền-Doanh Yểm-Trợ Thuận-An.
- Căn-Cứ Hải-Quân tại Thuận-An.
- Đài kiểm báo 101, đóng tại La-Chữ, cách Huế khoảng 30 cây số.
- Toán đặc trách an ninh, tình báo.

CUỘC RÚT QUÂN TẠI THUẬN-AN

Trở lại Đà-Nẵng sau phiên họp với Tổng-Thống Nguyễn Văn Thiệu – ngày 10 tháng 3 – Tư-Lệnh Vùng I Chiến-Thuật, Trung-Tướng Ngô Quang Trưởng, điều động những đại đơn vị sau đây vào các vị trí chiến lược phòng thủ Đà-Nẵng:
- Lữ-Đoàn 369 Thủy-Quân Lục-Chiến đóng dọc sông Bồ.
- Lữ-Đoàn 258 Thủy-Quân Lục-Chiến thay thế đơn vị Nhảy-Dù tại phía Bắc đèo Hải-Vân.
- Lữ-Đoàn 147 Thủy-Quân Lục-Chiến án ngữ mạn Bắc Đà-Nẵng.

Đồng thời Tướng Ngô Quang Trưởng cũng ra lệnh di chuyển tất cả súng lớn 175 ly và xe tăng M48 từ Thuận-An về Đà-Nẵng.

Thời gian này, một phái đoàn cao cấp Hải-Quân đến thăm các đơn vị Hải-Quân tại Thuận-An. Phái đoàn gồm có:
- Tư-Lệnh Hải-Quân – Đề-Đốc Lâm Ngươn Tánh.
- Tư-Lệnh Hải-Quân Vùng I Duyên-Hải – Phó-Đề-Đốc Hồ Văn Kỳ Thoại.
- Chỉ-Huy-Trưởng Căn Cứ Yểm-Trợ Đà-Nẵng – Hải-Quân Đại-Tá Vương Hữu Thiều.

Phái đoàn chỉ thị trực tiếp cho Hải-Quân Thiếu-Tá Nguyễn Văn Hy: Di chuyển những quân dụng quý giá của Tiền-Doanh Yểm-Trợ Thuận-An về Đà-Nẵng, hằng ngày rà mìn cửa Thuận-An, yểm trợ các LCU quân vận di chuyển đại bác 175 ly từ Huế về Đà-Nẵng. (Đây là loại đại bác có tầm bắn xa nhất, từ 25 đến 27 km).

Công tác đang diễn tiến tốt đẹp, bỗng nhiên Chỉ-Huy-Trưởng Liên-Đoàn Đặc-Nhiệm được lệnh "ngưng"!

Ngày 15 tháng 3, Lữ-Đoàn 369 Thủy-Quân Lục-Chiến rời Quảng-Trị.

Ngày 17 tháng 3, Lữ-Đoàn 258 Thủy-Quân Lục-Chiến rút từ Quảng-Trị về phía Bắc đèo Hải-Vân.

Trong một thời gian ngắn, hai đại đơn vị của một binh chủng tinh nhuệ rời bỏ Quảng-Trị khiến dân chúng hốt hoảng, đùm túm nhau đi theo. Vì vậy, thành phố Quảng-Trị xem như bỏ ngỏ.

Ngày 18 tháng 3, tin đồn Sư-Đoàn Nhảy-Dù sẽ rút khỏi Vùng I càng khiến dân chúng hoang mang, lo lắng hơn.

Thời gian này có nhiều cuộc đụng độ tại Mỹ-Chánh. Nhưng vì Thủy-Quân Lục-Chiến đã di chuyển về Nam thay thế các đơn vị Nhảy-Dù cho nên lực lượng phòng thủ Mỹ-Chánh không cầm cự được, đành bỏ Quảng-Trị, chạy về Huế.

Ngày 19 tháng 3, Tổng-Thống Nguyễn Văn Thiệu buộc Trung Tướng Tư-Lệnh vùng I phải giữ Huế bằng mọi giá. Nhưng, đến tối 19 tháng 3, Trung Tướng Ngô Quang Trưởng lại nhận được công điện số 2238 từ Bộ-Tổng-Tham-Mưu, bắt phải bỏ Huế! Dường như giữ Huế hay bỏ Huế không quan trọng bằng sự an toàn cho Sư-Đoàn I Bộ-Binh; vì Sư-Đoàn I Bộ-Binh sẽ còn được xử dụng để chiến đấu/bảo vệ một nơi khác!

Theo tin tình báo, ba Sư-Đoàn Việt-Cộng đang sẵn sàng tấn công Huế và Đà-Nẵng. Sư-Đoàn thứ tư đang vượt vĩ tuyến. Xe tăng Việt-Cộng đang vượt sông Thạch-Hãn, tiến vào Quảng-Trị.

Đêm 19 tháng 3, khi Việt-Cộng pháo kích vào Bộ-Tư-Lệnh Tiền-Phương Quân-Đoàn I thì tại Thuận-An, những diễn tiến quân sự dồn dập xảy ra như sau:

Hải-Quân Thiếu-Tá Nguyễn Văn Hy nhận chỉ thị từ Phó-Đề-Đốc Hồ Văn Kỳ Thoại:

- Di chuyển gia đình binh sĩ Hải-Quân về Đà-Nẵng.
- Chuẩn bị một giang đỉnh có khả năng di chuyển cả trên sông lẫn trên biển và đặt hệ thống truyền tin, sẵn sàng để Tướng Tư-Lệnh Tiền-Phương Lâm Quang Thi xử dụng.
- Duyên-Đoàn 12 phải nhường phòng hành quân lại cho Bộ-Tư-Lệnh Tiền-Phương thiết trí sơ đồ trận liệt để, nếu cần, Bộ-Tư-Lệnh Tiền-Phương sẽ xuống Thuận-An chỉ huy, trong trường hợp Huế bị pháo kích hoặc tấn công.

Ngày 20 tháng 3, để ngăn chận cuộc di tản chiến thuật của Sư-Đoàn I Bộ-Binh và các lực lượng phòng thủ Huế có thể xảy ra và với ý đồ cô lập Huế, Sư-Đoàn 324 và 325 Việt-Cộng chận đánh Sư-Đoàn I Bộ-Binh phía Nam Huế.

Cũng trong ngày 20 tháng 3, Tư-Lệnh Hải-Quân Vùng I Duyên-Hải chỉ thị Duyên-Đoàn 13 đưa gia đình binh sĩ từ cửa Tư-Hiền lên Thuận-An để Hải-Quân Thiếu-Tá Nguyễn Văn Hy xử dụng LCU đưa họ về Đà-Nẵng, càng sớm càng tốt.

Vào thời điểm này Hải-Quân Thiếu Tá Nguyễn Văn Hy là Chỉ-Huy-Trưởng Liên-Đoàn Đặc-Nhiệm.

Một giờ chiều cùng ngày, Trung-Tướng Lâm Quang Thi và toàn thể Bộ-Tham-Mưu của Ông dời về Thuận-An bằng xe hơi.

Đến nơi, Trung-Tướng Thi gọi Thiếu-Tá Nguyễn Văn Hy vào trình diện và hỏi:

- Giang đỉnh dành riêng cho tôi sẵn sàng chưa?
- Thưa Trung-Tướng, đã sẵn sàng. Đó là soái đỉnh Monitor Command của Giang-Đoàn 32 Xung-Phong.
- Chiến hạm từ Đà-Nẵng đã đến Thuận-An chưa?
- Trình Trung-Tướng, khoảng chiều nay thì đến.
- Về việc di tản dân chúng thì sao?
- Trình Trung-Tướng, gia đình binh sĩ Hải-Quân và một số người thân của họ đã được đưa về Đà-Nẵng an toàn. Còn dân chúng, do đoàn LCU của Quân-Vận từ Qui-Nhơn biệt phái, đặt dưới sự điều động trực tiếp của Bộ-Chỉ-Huy Quân-Vận, tôi chỉ yểm trợ an ninh thôi, cho nên tôi không biết.

Khoảng sau 3 giờ chiều, tại căn cứ Duyên-Đoàn 12, Trung Tướng Lâm Quang Thi chủ tọa buổi họp quan trọng, gồm có quý vị sau đây:

- Đại-Tá Hy, Tham-Mưu-Trưởng Bộ-Tư-Lệnh Tiền- Phương.
- Đại-Tá Trí, Tư-Lệnh-Phó Sư-Đoàn Thủy-Quân Lục-Chiến.
- Đại-Tá Đoàn, Tỉnh Trưởng Thừa-Thiên.
- Đại-Tá phụ tá hành quân của Quân-Đoàn I do Trung Tướng Ngô Quang Trưởng đề cử.
- Hải-Quân Thiếu-Tá Nguyễn Văn Hy.
- Một Trung-Tá Không-Quân.
- Một số trưởng phòng Bộ-Tư-Lệnh Tiền-Phương.

Từ sau khi Phước-Long thất thủ, Chuẩn Tướng Nguyễn Văn Điềm – Tư-Lệnh Sư-Đoàn I Bộ-Binh – e ngại Huế sẽ bị cô lập, cho nên Ông cho dự trữ thực phẩm. Bây giờ Quảng-Trị bỏ ngỏ, Tướng Nguyễn Văn Điềm phải bay về Đà-Nẵng, trình Tướng Ngô Quang Trưởng kế hoạch di chuyển Sư-Đoàn I Bộ-Binh về Đà-Nẵng, bằng cách vượt qua cửa Tư-Hiền và núi Vinh-Phong. Vì vậy Tướng Nguyễn Văn Điềm không thể có mặt trong cuộc họp này.

Buổi họp diễn ra rất ngắn. Không-Quân xác định và chuẩn bị số trực thăng khiển dụng. Hải-Quân trách nhiệm phối trí tàu bè để yểm trợ hoặc di chuyển Sư-Đoàn Thủy-Quân Lục-Chiến cùng Bộ-Chỉ-Huy Tiểu-Khu Thừa-Thiên và theo dõi tình trạng những chiến hạm từ Đà-Nẵng ra.

Trong buổi họp cuối cùng này – cũng như những cuộc họp trước đó – Bộ-Tư-Lệnh Tiền-Phương chỉ đề cập đến kế hoạch di tản Thủy-

Quân Lục-Chiến và Sư-Đoàn I Bộ-Binh về Đà-Nẵng chứ chưa bao giờ đề cập đến phương cách di tản 25 Tiểu-Đoàn Địa-Phương-Quân của Tiểu-Khu Thừa-Thiên, Tiểu-Khu Quảng-Trị, Liên-Đoàn Biệt-Động-Quân, Thiết Giáp hay Pháo Binh!

Khoảng 6 giờ 30 chiều, Việt-Cộng bắn hai hỏa tiễn 130 ly vào bên kia sông, nơi cửa Thuận-An.

Mười lăm phút sau, Trung Tướng Lâm Quang Thi cùng vài sĩ quan tham mưu đi thẳng xuống cầu tàu, cho người tìm Thiếu Tá Nguyễn Văn Hy và ra lệnh Thiếu Tá Hy đưa tất cả ra tàu!

Thiếu-Tá Nguyễn Văn Hy dùng LCM8 đưa Trung Tướng Lâm Quang Thi và đoàn tùy tùng ra Tuần-Dương-Hạm Trần-Bình-Trọng, HQ 5, nơi đặt Bộ-Chỉ-Huy của Hạm-Đội Hải-Quân tại cửa Thuận-An.

Tin Tướng Lâm Quang Thi rời căn cứ Hải-Quân Thuận-An "bay" ra rất nhanh khiến một số sĩ quan trong Bộ-Tham-Mưu của Bộ-Tư-Lệnh Tiền-Phương bị bỏ lại hoảng hốt. Trong số sĩ quan này có Trung Tá Thanh – chánh văn phòng của Tướng Lâm Quang Thi!

Khoảng 9 giờ tối, Đại-Tá Thục, Tư-Lệnh-Phó Sư-Đoàn I Bộ-Binh cùng Bộ-Tham-Mưu của Ông vào căn cứ Hải-Quân xin gặp Tướng Lâm Quang Thi. Sau khi được biết Tướng Lâm Quang Thi đã ra chiến hạm, nhóm người này và Đại-Tá Chỉ-Huy-Trưởng Thiết-Giáp M48 – người có nhiệm vụ bảo vệ căn cứ Hải-Quân Thuận-An – cũng bỏ nhiệm sở, xin phương tiện ra tàu.

Đến 10 giờ tối, Trung Tướng Lâm Quang Thi chỉ thị Hạm-Trưởng HQ 5 – Hải-Quân Trung-Tá Phạm Trọng Q. – ra lệnh cho Thiếu-Tá Nguyễn Văn Hy di chuyển tất cả đơn vị khỏi căn cứ Hải-Quân Thuận-An. Trung-Tá Q. trình bày: *"Thưa Trung Tướng, quyền hạn của tôi chỉ vỏn vẹn trong phạm vi HQ 5 này. Tôi không có thẩm quyền để ra lệnh cho Thiếu-Tá Hy."*

Từ đài chỉ huy của HQ 5, Trung Tướng Lâm Quang Thi ra lệnh trực tiếp, bằng bạch văn, cho Thiếu-Tá Nguyễn Văn Hy: *"Đây Quốc Bảo – mật hiệu truyền tin của Trung Tướng Lâm Quang Thi – chỉ thị cho Thiếu-Tá Hy điều động mọi đơn vị Hải-Quân rời căn cứ Hải-Quân tức khắc và phá hủy tất cả quân dụng."*

Được lệnh, Thiếu-Tá Nguyễn Văn Hy liên lạc với Giang-Đoàn 32 Xung-Phong, bảo họ rời Huế; gọi Thiếu Tá Phương – Chỉ-Huy-Trưởng Duyên-Đoàn 13 – bảo trực chỉ Đà-Nẵng, nhưng không gặp; gọi Thiếu-Tá Căn, Chỉ-Huy-Trưởng Giang-Đoàn 60 Tuần-Thám, bảo đưa đơn vị rời căn cứ. Thiếu-Tá Căn cho Thiếu-Tá Hy hay rằng Thiếu-Tá Phương nhận được chỉ thị đặc biệt cho nên không thể rời căn cứ được. Thiếu Tá Hy cũng gọi Đại Úy Sinh, Chỉ-Huy-Trưởng Duyên-Đoàn 12; và gọi Tiền-Doanh Yểm-Trợ, v. v… bảo trực chỉ Đà-Nẵng.

Thiếu Tá Nguyễn Văn Hy ở trên một LCM của Giang-Đoàn 92 Trục-Lôi. Bộ-Chỉ-Huy chỉ có 2 Trung Sĩ truyền tin và 3 Thiếu Úy.

Lúc này 2 GMC đi tháo đài *radar* vừa về tới, Thiếu Tá Hy chỉ thị cả 2 GMC xuống LCM8 của Tiền-Doanh Yểm-Trợ để về Đà-Nẵng.

Tất cả đơn vị Hải-Quân trực chỉ Đà-Nẵng an toàn, chỉ bỏ lại căn cứ Thuận-An một Monitor bị mắc cạn...

...Trong khi những sự kiện kể trên xảy ra dọc bờ biển Thuận-An thì, ngoài khơi, Hạm-Đội Hải-Quân chỉ định PCE HQ 7, hạm trưởng là Hải-Quân Thiếu-Tá Trần Nam Hưng, tuần tiểu từ cửa Tư-Hiền đến ngang vĩ tuyến 17.

Là chiến hạm được phu nhân của Tướng Dương Văn Minh làm Mẹ đỡ đầu, HQ 7 được trang bị: 1 khẩu 76 ly, 2 giàn "bô-pho" 40 ly đôi, 6 giàn 20 ly đôi. Tất cả được bắn bằng điện.

Ngày cũng như đêm, HQ 7 bắn vào những địa điểm quanh quận Phong-Điền, theo yêu cầu của Thủy-Quân Lục-Chiến đóng tại đó. Sau, HQ 13 và HQ 8 được tăng phái để cùng HQ 7 lập thành đội hình "bán kim cương", mục đích chống phi cơ của Việt-Cộng.

Để bảo vệ cửa Thuận-An, Hạm-Đội Hải-Quân điều động 5 PCE trang bị súng 76 ly 2, giàn hình cánh cung phía Bắc cửa Thuận-An. Mỗi chiến hạm cách nhau 50 cây số. Khoảng cách đó radar có thể kiểm soát tất cả để yểm trợ lẫn nhau trong trường hợp PT Việt-Cộng xuất hiện, tấn công.

Phía sau 5 PCE là một số Destroyers và 2 WHEC HQ 16 và HQ 17.

WHEC có khả năng hoạt động suốt 3 tháng liền, không cần tiếp tế. Mỗi chiếc WHEC được trang bị đại bác 128 ly và đại liên 40 ly.

Một sáng mù sương, Hạm-Đội Hải-Quân đang theo dõi từng biến động chung quanh, bỗng một toán phản lực cơ F5 từ Đà-Nẵng bay ra. Một trong mấy phi cơ đó bắn một hỏa tiễn trúng HQ 14 làm cho 14 nhân viên bị thương! Cả Hạm-Đội náo loạn. Sau khi kiểm chứng, Hải-Quân mới biết Không-Quân bắn nhầm!

Sau cuộc rút quân đẫm máu từ Cao Nguyên, bây giờ tình hình chung quanh Đà-Nẵng trở nên nguy ngập, Tổng Thống Nguyễn Văn Thiệu lo ngại một cuộc đảo chánh có thể xảy ra. Nhưng Tổng Thống Thiệu lại đưa lý do Việt-Cộng sẽ thực hiện một cuộc tấn công quy mô vào Saigon; vì vậy, Tổng Thống Thiệu ra lệnh rút Sư-Đoàn Nhảy-Dù và Sư-Đoàn Thủy-Quân Lục-Chiến từ Vùng I về phòng thủ Thủ-Đô.

Ngày 23 tháng 3, để cô lập Huế, Việt-Cộng đặt nhiều "chốt" trên những trục lộ dẫn vào Huế, rồi pháo kích Huế và pháo kích ngay vào làn sóng người đang "trườn" lên đèo Hải-Vân để rời Huế.

Tình trạng của Sư-Đoàn I Bộ-Binh vô cùng bi đát, vì bị các "chốt" Việt-Cộng chận đánh, nhưng vì kẹt thân nhân và đồng bào cho nên quân của Sư-Đoàn I không thể chống trả được!

Ngày 24 tháng 3, vòng đai phòng thủ Huế bị pháo kích nặng nề. Tướng Ngô Quang Trưởng ra lệnh Sư-Đoàn I Bộ-Binh yểm trợ để Thủy-Quân Lục-Chiến và những lực lượng khác của Quân-Lực V.N.C.H. tiến về Thuận-An, chiến hạm Hải-Quân sẽ vào đón. Ngay sau đó, Tướng Trưởng chỉ thị Phó-Đề-Đốc Hồ Văn Kỳ Thoại điều động lực lượng Hải-Quân để di tản khoảng 50 ngàn quân và dân.

Chiều 24 tháng 3, những đại đơn vị của V.N.C.H. – kể cả Thủy-Quân Lục-Chiến – rút về xã Dương-Đông (giữa đầm Cầu-Hai và biển), kéo theo một số đông đồng bào. Việt-Cộng rượt theo, bắn sập cầu khiến đoàn người không có đường tới mà cũng nghẽn đường lui! Liền đó, Việt-Cộng pháo kích ngay vào làn sóng người, bất kể quân hay dân!

6 giờ chiều 25 tháng 3, Trung Tướng Ngô Quang Trưởng ra lệnh bỏ Huế!

Ngày 26 tháng 3, để bao vây Đà-Nẵng, Việt-Cộng đưa Sư-Đoàn 324 và 325 từ hướng Đông cùng Sư-Đoàn 711 và Sư-Đoàn 304 từ phía Nam ra. Cả bốn đại đơn vị này đều có trọng pháo và xe tăng yểm trợ.

Chiều 26 tháng 3, trong khi Sư-Đoàn 312 Việt-Cộng với nhiều xe chở nông dân cầm cờ Mặt-Trận Giải-Phóng Miền Nam tiến vào cố đô Huế thì Lữ-Đoàn Thủy-Quân Lục-Chiến và vài đơn vị Bộ-Binh về đến Thuận-An.

Hạm-Đội Hải-Quân bắt đầu thực hiện cuộc triệt thoái Sư-Đoàn Thủy-Quân Lục-Chiến và Bộ-Binh. Lúc này mấy đơn vị Thiết-Giáp của Lữ-Đoàn I Thiết-Kỵ và một số đơn vị Biệt-Động-Quân cũng về đến cửa Thuận-An, từ Phá Tam-Giang.

Đặc lệnh truyền tin bị Việt-Cộng bắt được. Tất cả hệ thống truyền tin PC25 của Bộ-Binh đều bị Việt-Cộng xâm nhập, khuấy phá; chỉ có Thủy-Quân Lục-Chiến liên lạc được với Hải-Quân bằng tần số riêng.

Vì hệ thống truyền tin của Bộ-Binh không liên lạc được cho nên cuộc đón quân của Sư-Đoàn I Bộ-Binh rất gay go.

Để tránh lộ mục tiêu, ngại Việt-Cộng pháo kích, hầu hết các cuộc đón quân được thực hiện ban đêm. Cũng với mục đích này, Hải-Quân yêu cầu Thủy-Quân Lục-Chiến phối hợp với Hạm-Đội, đưa Bộ-Binh xuống phía Nam, cách cửa Thuận-An khoảng 5 cây số để tàu vào đón.

Tuy đã nghi binh nhưng Việt-Cộng vẫn biết. Việt-Cộng dùng đại bác 105 ly và 81 ly của V.N.C.H. bắn xối xả ra bờ biển.

Tối 26 tháng 3, HQ 801 và HQ 502 được lệnh ủi bãi, đón Lữ-Đoàn Thủy-Quân Lục-Chiến. Nhưng chiến hạm lớn quá, mực nước không đủ sâu, cả hai chiến hạm đều không vào được. Khoảng cách từ bờ ra tàu quá xa, Thủy-Quân Lục-Chiến không lội ra được. Trong khi lềnh bềnh, HQ 801 bị sóng đánh tạt ngang, gần bê lái tàu cho nên Hạm-Trưởng, Hải-Quân Trung-Tá Nguyễn Phú Bá, cố giữ thăng bằng rồi vội lui ra, lềnh bềnh ngoài xa.

Ba Tiểu-Đoàn Thủy-Quân Lục-Chiến 3, 4 và 5 tách rời quân bạn, âm thầm di chuyển về phía Nam.

Khuya 26 tháng 3, Tiểu-Đoàn 7 Thủy-Quân Lục-Chiến về đến Thuận-An. Cũng thời điểm này, Việt-Cộng nã đại bác vào nơi tập trung Thủy-Quân Lục-Chiến, gây tử thương cho một vị Tiểu-Đoàn-Phó.

Hải-Quân Trung-Tá Trần Đình Hòa và Hải-Quân Thiếu-Tá Nguyễn Văn Hy được lệnh điều động toán LCU – 10 LCU trong toán này được biệt phái từ Saigon – và một số LCM của Giang-Đoàn 32 Xung-Phong, ủi vào bờ, đón Thủy-Quân Lục-Chiến, đưa ra chiến hạm.

Kế hoạch này thực hiện an toàn được đợt đầu. Phần lớn quân nhân trong đợt này là thương binh. Đặc biệt trong chuyến tản thương này có một vị Tiểu-Đoàn-Trưởng bị thương, nhưng, không những Ông nhất quyết không chịu lên tàu mà Ông còn điều động binh sĩ còn vũ khí chống trả, tiêu diệt các "chốt" của Việt-Cộng. Và cũng chính Ông liên lạc trực tiếp với Chỉ-Huy-Trưởng Hải-Đội III Tuần-Dương, yêu cầu Hải-Quân vớt hết lính của Ông thì Ông mới lên tàu!

Đến đợt đón quân thứ hai, Việt-Cộng dùng hỏa tiễn tầm nhiệt AT3 bắn thẳng vào các LCU. Bốn LCU bị trúng đạn, một số nhân viên bị thương. Một LCU do Chuẩn-Úy T. làm thuyền trưởng bị sóng đánh dạt vào bờ.

Chuẩn-Úy T. là một đoàn viên thâm niên, giàu kinh nghiệm. Ông không phải là nhân viên cơ hữu của Bộ-Tư-Lệnh Hải-Quân vùng I. Ông được biệt phái từ Saigon khi tình hình Đà-Nẵng trở nên nghiêm trọng. Chuẩn-Úy T. là người rất nặng tinh thần kỷ luật, không bao giờ từ nan bất cứ công tác nào; đôi khi công tác vượt khỏi khả năng của Ông, nhưng Ông vẫn xoay sở và chu toàn một cách tốt đẹp.

Khi biết tàu bị mắc cạn, Chuẩn-Úy T. báo cáo lên thẩm quyền và xin tàu vào kéo. Nhưng hỏa tiễn tầm nhiệt của Việt-Cộng bắn "rát" quá, chiến hạm không thể vào.

Trong bờ, không ai biết chiếc LCU của Chuẩn-Úy T. đang lâm nguy. Mọi người ùa ra, tràn lên tàu, bao quanh tàu. Thiết giáp M113 cán bừa lên mọi người để lên tàu, tạo nên một đường máu khổng lồ, dài ngoằn! Trong khi thủy-thủ-đoàn cố vận dụng tất cả khả năng và mọi phương cách để đem chiếc LCU ra thì chân vịt xoắn tít vào đám người lố nhố phía sau tàu và thân tàu rướn trên biển người, tạo nên một vùng nước đỏ tươi những máu ngổn ngang xác người! Vì thủy triều đang rút nhanh và vì số người trên tàu vượt khá năng trọng tải, cho nên, sau nhiều lần xoay trở, chiếc LCU nằm im!

Trong khi những LCU khác sợ mắc cạn, không dám vào nữa, chỉ ủi vào những cồn cát phía ngoài, chờ quân bạn bơi ra thì Trung-Tá Trần Đình Hòa điều khiển một LCU, cố cập vào chiếc LCU mắc cạn để cứu thủy thủ đoàn. Nhưng cả 3 lần cố gắng, Trung Tá Hòa cũng vẫn không thể cập sát vào chiếc LCU của Chuẩn-Úy T. được; vì bị sóng đẩy dạt ra và cũng vì AT3 của Việt-Cộng từ bờ bắn ra liên tục!

Một LCU khác vào, với ý định dùng giây cáp để kéo chiếc LCU của Chuẩn-Úy T.; nhưng LCU đó vào chưa đến nơi thì LCU của Chuẩn-Úy T. bị Việt-Cộng bắn ngay đài chỉ huy, cắt đứt niềm hy vọng của mọi người!

Sáng 27 tháng 3, khoảng 6 giờ, biển động dữ dội, không tàu nào có thể vào được nữa. Trên bờ còn M113 lội nước, rất nhiều Thủy-Quân Lục-Chiến, một số quân nhân thuộc những đơn vị khác và đồng bào.

Hải-Quân tận dụng tất cả PCF, chạy dọc theo bãi biển từ đèo Hải-Vân đến cửa Thuận-An, thả rất nhiều phao nổi, với hy vọng quân bạn có thể dùng phao bơi ra tàu.

Khi đoàn LCU lui ra dần, Việt-Cộng lại pháo kích ngay vào chỗ lính tập trung! Bắt được mấy tên Việt-Cộng mặc quân phục Bộ-Binh và Biệt-Động-Quân đang dùng máy truyền tin cho tọa độ để Việt-Cộng pháo kích vào toán quân, Thủy-Quân Lục-Chiến bắn hết. Rồi cứ thấy ai mặc quân phục không phải là quân phục lính Mũ Xanh, Thủy-Quân Lục-Chiến cũng bắn luôn! Do đó, Bộ-Binh và các binh chủng khác hoảng sợ, lấy ghe dân, ào ra biển hoặc là liều, chạy bộ về cửa Tư-Hiền, chỉ còn Thủy-Quân Lục-Chiến ở lại trên bãi!

Số Thủy-Quân Lục-Chiến ở lại lập tuyến phòng thủ. Việt-Cộng tấn công, Thủy-Quân Lục-Chiến chống trả cầm chừng, vì không còn đạn!

* * *

Vì tình hình đột biến quá nhanh, Phó-Đề-Đốc Hồ Văn Kỳ Thoại chỉ thị HQ 13 tách rời đội "bán kim cương", tăng phái về Thuận-An tuần tiểu, giữ an ninh cho HQ 5; vì Tướng Lâm Quang Thi đang xử dụng HQ 5 làm Bộ-Chỉ-Huy lưu động.

Chiều 23 tháng 3, khoảng 4 giờ, HQ 13 chạy ra khơi, cách bờ khoảng 25 cây số.

Gần 5 giờ, Hạm-Trưởng HQ 13 – Hải-Quân Thiếu-Tá Phạm Trọng Th. – hét lên trong máy liên lạc với Hạm-Trưởng HQ 7:

- *Trình thẩm quyền, máy bay ta dội bom tàu tôi.*

Hạm-Trưởng HQ 7 – sĩ quan thâm niên hiện diện – ra lệnh:

- *Nó dội bom bạn thì bạn bắn nó.*

- *Máy bay A37 của ta đó, thẩm quyền.*
- *Có thể địch cướp máy bay A37 của ta. Bạn bắn nó không thôi bạn chết.*

Thấy súng từ chiến hạm bắn lên, A37 không dám xuống thấp thả bom mà ở trên cao dội *rockets* xuống. Một *rocket* lọt vào hầm tạm trú khiến 20 thủy thủ chết và bị thương. HQ 13 được lệnh tức tốc rời vùng hành quân.

Trong khi HQ 13 về Đà-Nẵng sửa chữa tạm rồi về Saigon đại kỳ, HQ 7 vẫn tiếp tục tuần tiểu nhưng phải im lặng vô tuyến và không được nã trọng pháo vào những điểm nghi ngờ có Việt-Cộng nữa.

Tối 27 tháng 3, Tư-Lệnh Hạm-Đội chỉ thị HQ 7 yểm trợ Trung-Tá Trần Đình Hòa và Thiếu-Tá Nguyễn Văn Hy đưa đoàn LCU trở lại phía Nam Thuận-An, tiếp tục đón Thủy-Quân Lục-Chiến; đồng thời Hải-Quân Trung-Tá Lê Thuần Phong – Chỉ-Huy-Trưởng Hải-Đội II Chuyển-Vận – cũng được lệnh xử dụng HQ 801, vài LCM8 và một số Người Nhái, trở lại Thuận-An với mục đích cứu vớt thủy thủ đoàn trên chiếc LCU của Chuẩn-Úy T.

Biển vẫn còn động mạnh. Quá nửa khuya, toán cứu vớt đến Thuận-An, nhưng HQ 801 không thể vào được. Trung-Tá Lê Thuần Phong xử dụng vài LCM8 và Người Nhái tiến vào.

Mờ sáng 28 tháng 3, lúc đến gần LCU mắc cạn, mọi người thấy phần mũi của LCU chìm xuống, phần lái nhô lên. Người Nhái lặn xuống lục soát: Không một bóng người! Trên mặt nước, ngoài sự cuồn nộ của biển cả, không ai thấy được dấu vết của sự sống!

Riêng toán LCU do Trung-Tá Trần Đình Hòa gặp trở ngại, vì lúc ủi bãi một LCU trúng B40, bốc cháy. Một LCU khác vớt được Đại-Tá Trí cùng Bộ-Chỉ-Huy nhẹ; số Thủy-Quân Lục-Chiến còn lại nhất định không đi, trừ phi Hải-Quân vớt tất cả. Những sĩ quan trẻ nhất quyết không bỏ Tiểu-Đoàn hay Đại-Đội của họ. Binh lính cũng cương quyết không bỏ cấp chỉ huy. Tất cả Thủy-Quân Lục-Chiến đồng lòng ở lại, cố thủ, chờ và hy vọng tàu lớn sẽ ủi vào, vớt họ!

Gần sáng, Hải-Quân Trung-Tá Trần Đình Hòa và Hải-Quân Thiếu-Tá Nguyễn Văn Hy được lệnh đưa đoàn LCU về lại Đà-Nẵng.

* *
*

Trong khi những kinh hoàng đang xảy ra tại bãi cát phía ngoài đầm Cầu-Hai thì tại cửa Tư-Hiền, Chỉ-Huy-Trưởng Duyên-Đoàn 13 – Hải-Quân Thiếu-Tá Trương Văn Phương – nhận lệnh trực tiếp từ Phó-Đề-Đốc Hồ Văn Kỳ Thoại: Phải ở lại căn cứ để đưa Sư-Đoàn I Bộ-Binh qua sông. Thiếu-Tá Phương được chỉ thị cho nhân viên cột những chiếc ghe của Duyên-Đoàn 13 từ bên này sông qua bên kia sông; đồng thời kéo *ponton*, đánh chìm ngay tại cửa Tư-Hiền để làm đầu cầu cho Sư-Đoàn I Bộ-Binh băng qua sông, lên đèo Hải-Vân, về Đà-Nẵng bằng đường bộ.

Thì ra đây là kế hoạch rút Sư-Đoàn I Bộ-Binh mà Chuẩn Tướng Nguyễn Văn Điềm đã vào Đà-Nẵng trình lên Tướng Ngô Quang Trưởng trong vài ngày trước. Và đây cũng là lý do đơn vị trưởng Duyên-Đoàn 13 không thể đưa đơn vị rời căn cứ lúc Thiếu-Tá Nguyễn Văn Hy gọi!

Cửa Tư-Hiền tuy hẹp nhưng nước chảy xiết, không thể nối ghe làm cầu được. Hơn nữa, các giàn đại liên 50 của Việt-Cộng từ mé núi bắn xuống xối xả, không một đoàn quân nào không có khí giới tự vệ, không được yểm trợ, không được bảo vệ mà có thể vượt qua đoạn cầu tử thần này cả! Còn chiếc *ponton* được tàu kéo, kéo từ Đà-Nẵng ra, dự trù đánh chìm ngay cửa Tư-Hiền, thì lại không đưa vào được – vì lạch nước quá nhỏ và cạn!

Mặc dù địa thế quá khó khăn, Thiếu-Tá Phương vẫn đôn đốc nhân viên thực hiện kế hoạch đã được giao phó. Nhưng, bất ngờ, một Thiếu-Tá thuộc Trung-Đoàn 54 Bộ-Binh chụp cổ áo Thiếu-Tá Phương – không mang cấp bậc – gằn giọng: *"Đơn vị trưởng của mày đâu? Tìm tới đây, lẹ lên để đưa Trung-Đoàn của tao qua sông"*. Thiếu-Tá Phương *"dạ, dạ"* rồi xuống ghe, ra HQ 7!

Được báo cáo đầy đủ, Trung Tướng Ngô Quang Trưởng chỉ thị Hải-Quân đón Sư-Đoàn I Bộ-Binh; nhưng Sư-Đoàn I Bộ-Binh đang tự túc rút về Đà-Nẵng bằng đường bộ. Dọc đường, binh sĩ bỏ đơn vị đi tìm gia đình, vũ khí vất đầy hai bên quốc lộ.

Sư-Đoàn I Bộ-Binh, một trong những đại đơn vị ưu tú của Quân-Lực V.N.C.H. tan rã từ đây!

Thành phố Huế không còn quân trú đóng. Nhưng số binh sĩ và đồng bào không vào Đà-Nẵng được, đành phải đi ngược ra Thuận-An, chờ tại Phá Tam-Giang.

Ngoài biển, chiến hạm Hải-Quân vẫn giàn từ cửa Thuận-An đến Cấp Chân-Mây, cố vớt Thủy-Quân Lục-Chiến. Nhiều Thủy-Quân Lục-Chiến liều lĩnh, nhào xuống biển, bơi ra tàu.

HQ 7 vẫn tuần tiễu từ cửa Tư-Hiền đến cửa Thuận-An. Trong khi tuần tiễu, HQ 7 thấy một ghe nhỏ nhấp nhô, sắp chìm. Hạm Trưởng HQ 7 đặt ống dòm và thấy rõ trên ghe là một toán Bộ-Binh. Thiếu Tá Hưng điều động chiến hạm đến vớt thì mới biết trong toán quân nhân trên ghe có Chuẩn Tướng Nguyễn Văn Điềm – Tư-Lệnh Sư-Đoàn I Bộ-Binh – cùng Đại-Tá Lợi và một số sĩ quan khác.

Sau khi gọi một WHEC đến đưa Tướng Nguyễn Văn Điềm về Đà-Nẵng, HQ 7 tiếp tục tuần tiễu trong vùng đã được ấn định.

Chiều 25 tháng 3, lúc 5 giờ, trong khi bay điều động cuộc rút quân, trực thăng chở Tướng Nguyễn Văn Điềm và Hải-Quân Đại-Tá Nguyễn Xuân Sơn bị trục trặc kỹ thuật, phải đáp khẩn cấp phía Bắc đèo Hải-Vân.

Lúc đó, Đại-Tá Lê Đình Quế – Tham-Mưu-Trưởng Thủy-Quân Lục-Chiến – đang bay thám sát cuộc triệt thoái Thủy-Quân Lục-Chiến tại bãi cát bên kia đầm Cầu-Hai. Đang thả cơm sấy và thịt hộp tiếp tế quân nhân Thủy-Quân Lục-Chiến dưới đất, Đại-Tá Lê Đình Quế nghe tiếng kêu cứu trên máy truyền tin, vội rời vùng Cầu-Hai, đến cứu Tướng Nguyễn Văn Điềm, Đại-Tá Nguyễn Xuân Sơn và những nhân sự tháp tùng.

Thời gian này HQ 17 đang tuần tiễu và yểm trợ hải pháo cho các đơn vị bạn tại Vùng II Duyên-Hải thì được lệnh ra Vùng I Duyên-Hải.

Ngày 26 tháng 3, HQ 17 đến Vùng I Duyên-Hải, nhận lệnh trực chỉ ra phía Nam vĩ tuyến 17. Sau khi vớt rất nhiều đồng bào và quân bạn, HQ 17 lềnh bềnh từ cửa Thuận-An đến Cấp Cân Mây, cố vớt hết Thủy-Quân Lục-Chiến, đưa về Đà-Nẵng.

Ngày 27 tháng 3, HQ 7 vớt được 10 Thủy-Quân Lục-Chiến trên một ghe chài. Nhóm quân nhân này cho Hạm-Trưởng HQ 7 biết rằng: Số Thủy-Quân Lục-Chiến kẹt lại trên bờ, đa số đã tự tử tập thể vì không còn đạn để chống trả với Việt-Cộng; phần còn lại bị Việt-Cộng bắt khi họ chạy theo đoàn người di tản về phía cửa Tư-Hiền! Sở dĩ 10 quân nhân này không tự tử là vì họ được lệnh phải sống để đem tin tức về cho gia đình và vợ con của những người đã chết!

Sau khi được ủy thác sứ mệnh đó, những quân nhân này vào nhà dân, lấy một ghe máy, uy hiếp chủ ghe, buộc chủ ghe đưa họ về Đà-Nẵng. Vì suốt thời gian qua, những quân nhân này chiến đấu trong tuyệt vọng và đói khát, cho nên, sau khi lên ghe, tất cả đều lã đi vì kiệt sức. Người chủ ghe tàn nhẫn đã lợi dụng cơ hội này, đưa toán quân nhân này ra hướng Bắc – thay vì hướng Nam, về Đà-Nẵng – rồi phá hư máy ghe. Khi tỉnh lại, biết mình bị lừa, nhóm Thủy-Quân Lục-Chiến này lấy một ghe khác và chèo về hướng Nam, gặp HQ 7.

Tối 28 tháng 3, HQ 17 đến Đà-Nẵng, nhận thêm Thủy-Quân Lục-Chiến và đồng bào. Sau đó HQ 17 được chỉ thị yểm trợ HQ 405 đưa Tiểu-Đoàn Nhảy Dù về Vùng II Duyên-Hải.

Tối 30 tháng 3, HQ 17 rời Tiên-Sa trong khi Đà-Nẵng bị pháo kích nặng nề. Đoàn thương thuyền của Mỹ cũng rời Đà-Nẵng.

CUỘC RÚT QUÂN TẠI CHU-LAI

Liên-Đoàn Đặc-Nhiệm Chu-Lai gồm có:
- Duyên-Đoàn 11 đóng tại Chu-Lai.
- Duyên-Đoàn 15 đóng tại Chu-Lai, Cạnh Sư-Đoàn II Bộ-Binh.
- Duyên-Đoàn 16 đóng tại Cổ-Lũy, Quảng-Ngãi.
- 2 Coast Guards.
- 4 PCF được Hải-Đội I Duyên-Phòng tăng phái.

Nhiệm Vụ
Tuần tiễu, bảo vệ, phối hợp hành quân với các đơn vị bạn

Phạm Vi Hoạt Động
Vùng Duyên-Hải thuộc hai tỉnh Quảng-Tín và Quảng-Ngãi, từ phía Nam Hội-An đến ranh giới vùng II Duyên-Hải.
Chỉ-Huy-Trưởng Liên-Đoàn Đặc-Nhiệm Chu-Lai là Hải-Quân Trung-Tá Ch. V.
Ngày 14 tháng 3, Chuẩn Tướng Trần-Văn-Nhựt, Tư-Lệnh Sư-Đoàn II Bộ-Binh, về Đà-Nẵng dự cuộc họp quan trọng do Trung Tướng Ngô Quang Trưởng chủ tọa. Phiên họp này gồm những vị Tư-Lệnh Sư-Đoàn và các Tiểu-Khu-Trưởng. Trung Tướng Tư-Lệnh Quân-Đoàn I chỉ thị các đơn vị trưởng phải cố giữ lấy đơn vị của mình và bảo toàn chủ lực. Khi áp lực địch quá nặng, hãy rút về cố thủ những yếu điểm.
Thời gian này với quyết tâm muốn chiếm những tỉnh chung quanh để cô lập Đà-Nẵng, Việt-Cộng mở nhiều đợt tấn công vào Quảng-Tín và Quảng-Ngãi, hai thị trấn phía Nam Đà-Nẵng.

Ngày 24 tháng 3, Quảng-Tín thất thủ; vì Trung-Đoàn 4 và Trung-Đoàn 5 của Sư-Đoàn II Bộ-Binh bị các đơn vị của Nông-Trường II Bắc-Việt dùng đại bác và xe tăng tấn công rất ác liệt! Trên đường rút về Chu-Lai, một số lớn quân nhân bỏ khí giới, đi tìm thân nhân. Hàng ngũ rối loạn, cho nên khi bị Việt-Cộng chận đánh nữa, quân V.N.C.H. bị thảm bại!

Khi được tin quân V.N.C.H. không giữ được Quảng-Tín, Đại-Tá Tỉnh Trưởng Quảng-Ngãi đưa Bộ-Chỉ-Huy Tiểu-Khu cùng Trung Đoàn 6 Bộ-Binh của Sư-Đoàn II, Liên-Đoàn Biệt-Động-Quân, Thiết-Vận-Xa, Địa-Phương-Quân, v. v… rút về Đà-Nẵng và Chu-Lai. Trên đường lui binh, quân lính cũng vất vũ khí, đi tìm gia đình; vì vậy quân miền Nam không thể chống trả được những đợt tấn công liên tục của Bắc quân. Tổn thất về phía V.N.C.H. rất cao!

Cùng ngày, Quảng-Ngãi bị Việt-Cộng pháo kích liên tục. Áp lực địch dồn vào Duyên-Đoàn 16 rất nặng. Đài kiểm báo 104 bị tấn công.

Chỉ-Huy-Trưởng đài kiểm báo 104 tại Sa-Huỳnh – Hải-Quân Đại-Úy Nguyễn Thanh Vân – bị Bộ-Binh bắt đi theo; vì Bộ-Binh nghĩ rằng thế nào Hải-Quân cũng đưa tàu vào đón Đại-Úy Nguyễn Thanh Vân và Bộ-Binh sẽ được đón luôn.

Khi hay tin Quảng-Tín và Quảng-Ngãi thất thủ, Trung Tướng Ngô Quang Trưởng chỉ thị Chuẩn Tướng Trần Văn Nhựt rút Sư-Đoàn II Bộ-Binh ra đảo Lý-Sơn (Cù Lao Ré) làm trừ bị.

Sáng 25 tháng 3, căn cứ Sư-Đoàn II Bộ-Binh tại Chu-Lai bị dân chúng tràn ngập; vì họ nghe tin tàu Hải-Quân sẽ đón quân của Sư-Đoàn II Bộ-Binh.

* *
*

Cơ-Xưởng-Hạm Vĩnh-Long, HQ 802, đang công tác tại Phú-Quốc, với nhiệm vụ tiếp tế nhiên liệu cho các chiến đỉnh thuộc Hải-Đội 4 Duyên-Phòng; và HQ 802 cũng là Tổng-Hành-Dinh lưu động của Bộ-Chỉ-Huy chiến dịch.

Sáng 23 tháng 3, lúc 6 giờ 30, HQ 802 được lệnh trả Bộ-Chỉ-Huy chiến dịch về An-Thới, khởi hành hỏa tốc đi Đà-Nẵng.

Là LST loại lớn, HQ 802 đã được biến cải thành Cơ-Xưởng-Hạm. Cửa đổ bộ đã được hàn kín. Vì máy móc trang bị và vật liệu sửa chữa tồn kho đã tăng trọng tải HQ 802 lên đến 6 ngàn tấn, cho nên, Cơ-Xưởng-Hạm HQ 802 không còn khả năng ủi bãi để Bộ-Binh lên tàu nhanh chóng được.

Ngày 25 tháng 3, lúc 5 giờ chiều, Tướng Trần Văn Nhựt gọi Chỉ-Huy-Trưởng Liên-Đoàn Đặc-Nhiệm Chu-Lai sang Sư-Đoàn II và cho biết Sư-Đoàn II chuyển quân ra Cù Lao Ré. Ngay sau đó, Trung Tá Ch.

V. chỉ thị Duyên-Đoàn 16 đưa gia đình binh sĩ ra Cù Lao Ré; và chính Trung Tá Ch. V. đưa Duyên Đoàn 11 và Duyên Đoàn 15 ra Đà-Nẵng.

6 giờ 30 chiều, HQ 802 nhập Vùng I Duyên Hải và được lệnh chỉ huy Phân-Bộ-Nam Hải-Quân vào Chu-Lai đón và chuyển vận Sư-Đoàn II Bộ-Binh ra đảo Lý-Sơn, cách bờ khoảng 50 cây số.

Phân-Bộ-Nam Hải-Quân gồm có:
- HQ 802
- HQ 404
- Một MSF
- HQ 505

Trong khi các chiến hạm tiến về Chu-Lai, Hải-Quân Trung-Tá Chỉ-Huy-Trưởng Liên-Đoàn Đặc-Nhiệm Chu-Lai không hề biết gì về kế hoạch di tản này.

Vào thời điểm này HQ 505 đang có mặt tại vịnh Chu-Lai để chuẩn bị đón quân của Trung-Đoàn 4 và Trung-Đoàn 5 thuộc Sư-Đoàn II Bộ-Binh.

Khi HQ 505 đang lềnh bềnh trong vịnh Chu-Lai, Chuẩn Tướng Trần Văn Nhựt đáp trực thăng ngay boong chính của chiến hạm. Sĩ quan trực hướng dẫn Tướng Nhựt lên đài chỉ huy gặp Hạm-Trưởng. Tại đây, Tướng Nhựt và Hạm-Trưởng HQ 505 – Hải-Quân Trung-Tá Nguyễn Văn Nhượng – bàn định kế hoạch đón quân. Cả hai vị đều đồng ý sẽ rút quân vào ban đêm và sẽ cố vận chuyển tối đa quân cụ.

Khoảng 9 giờ tối, HQ 505 ủi bãi phía ngoài bờ biển chứ không vào vịnh Chu-Lai. Nhưng vì bờ biển không đều, có nhiều chỗ quá sâu, lính Bộ-Binh không thể đem quân cụ lên tàu được. Hạm Trưởng cho lệnh chiến hạm lui ra, vào ủi bãi trong vịnh Chu-Lai.

Tại bãi biển Chu-Lai, khi HQ 505 vừa ủi bãi xong, cả một "rừng" người ào xuống nước, vây quanh chiến hạm! Lúc cửa đổ bộ (ramp) hạ xuống, không ai có thể biết được bao nhiêu người bị đè xuống nước! Trong lúc người đạp lên người để tràn vào lòng chiến hạm thì vài tiếng lựu đạn nổ ngay mũi tàu và mấy chiếc thiết giáp lừ lừ tiến đến, cán bừa lên mọi người trên bãi cát và lớp người lúc nhúc quanh cửa đổ bộ, để đưa người của Thiết Giáp lên!

Trước tình cảnh này, ngại nguy hiểm cho chiến hạm và cho mọi người trên tàu, Hạm-Trưởng HQ 505 ra lệnh kéo cửa đổ bộ lên, chuẩn bị lui ra. Khi cửa đổ bộ được kéo lên, nhiều người vẫn cố bám theo, bị kẹt vào giữa cửa và thân tàu, chết! Khi chiến hạm lui ra, tạo nên một sức hút dữ dội, khiến những người bơi quanh tàu bị nước hút, va vào thân tàu, chết! Những người bơi phía sau chiến hạm bị "chân vịt" nghiền nát! Không biết bao nhiêu xác người bập bềnh theo triền sóng!

12 giờ khuya, HQ 505 cập vào cầu tàu Chu-Lai để tiếp tục đón quân và gia đình binh sĩ của Sư-Đoàn II Bộ-Binh. Cảnh hỗn loạn lại tái diễn. Mọi người xô đẩy nhau, rớt xuống biển. Một số quân nhân không lên tàu được, uất, thảy lựu đạn vào lòng tàu, làm bị thương và chết nhiều người!

Từ đây, HQ 505 mang biệt danh "Con Tàu Máu"!

Sáng sớm ngày 26 tháng 3, lúc 5 giờ, HQ 404 và HQ 802 đến Chu-Lai; nhưng HQ 802 không vào được, vì cửa Chu-Lai quá nhỏ, dễ mắc cạn. Sương mù dày đặc, HQ 802 phải bắn trái sáng để HQ 404 tìm lối vào. Chỉ sau vài trái hỏa châu, lúc HQ 404 tìm được một hải đạo tốt để vào cũng là lúc Việt-Cộng nhận ra xự xuất hiện của cả hai chiến hạm. Ngay tức thì, địch từ bờ bắn ra xối xả. Biết bị lộ, HQ 802 ngưng bắn hỏa châu. Khó khăn lắm Hải-Quân Trung-Tá Nguyễn Đại Nhơn mới đưa được HQ 404 vào cửa Chu-Lai.

Một số LCU của Quân-Vận từ Qui-Nhơn biệt phái ra Đà-Nẵng, lúc di chuyển ngang Đức-Phổ, đã bị trưng dụng vào Chu-Lai đón quân của Sư Đoàn II đưa ra đảo Lý-Sơn.

Lúc này, nơi cầu tàu Chu-Lai, ngoài HQ 505 còn có HQ 404, một MSF và mấy xà-lan, tàu dòng của hãng thầu Phi-Luật-Tân, cũng đang đón người lên.

Không có cảnh hãi hùng xẩy ra ở HQ 404, vì Hạm-Trưởng cặp tàu cách cầu tàu khoảng hai thước. Nhờ khoảng cách này, mọi người phải tuần tự lên chiến hạm bằng một cầu thang duy nhất.

Đầy người, HQ 505 lui ra. HQ 404, chiếc MSF và mấy xà-lan, chặt giây, tách bến, bỏ lại một xà-lan không tàu dòng.

Ba chiến hạm và đoàn xà-lan vừa ra đến eo cửa Chu-Lai thì Việt-Cộng nã hằng loạt đại bác xuống cầu tàu Chu-Lai. Một xà-lan bị trúng đạn, nhiều thương vong!

Hai tiểu đoàn thuộc Sư-Đoàn II rút về Chu-Lai trễ, thấy chiếc xà-lan bỏ trống, vội leo lên, chặt giây. Nhưng vì không có tàu dòng và vì thủy triều dâng, chiếc xà-lan xấu số bị nước đẩy dạt về hướng Tam-Kỳ, thuộc tỉnh Quảng-Tín, nơi đã thuộc quyền kiểm soát của Việt-Cộng!

Bộ-Chỉ-Huy Quân-Đoàn I tăng phái tám LCM8 vào Chu-Lai, cũng với mục đích chuyển Sư-Đoàn II ra đảo Lý-Sơn.

Tối 26 tháng 3, lúc 11 giờ, tám LCM8 được mấy PCF của Hải-Đội I Duyên-Phòng hộ tống đến cửa Chu-Lai, bị Việt-Cộng bắn, cháy một chiếc. Không ai dám vào nữa!

Đến Cù Lao Ré, sau khi "đổ" Trung-Đoàn 4 và Trung-Đoàn 5 cùng gia đình binh sĩ, HQ 505 được lệnh trực chỉ Đà-Nẵng, mang theo số thương binh bị thương đêm 25 tháng 3.

Sau khi "đổ" quân xong, Chuẩn Tướng Trần Văn Nhựt ra lệnh Đại-Tá Liêm, Chỉ-Huy-Trưởng Trung-Đoàn 4, Đại-Tá Huân, Chỉ-Huy-Trưởng Trung-Đoàn 5 và Trung-Tá Hồ, Chỉ-Huy-Trưởng Trung-Đoàn 6, kiểm điểm quân số. Kết quả là một nửa quân số – sáu ngàn binh sĩ – vắng mặt!

Riêng HQ 404, sau khi đến Cù Lao Ré, Hạm-Trưởng cho neo, chờ lệnh. Lúc đó, một số quân nhân dùng vũ khí uy hiếp Hạm-Trưởng, buộc Hạm-Trưởng phải đưa họ về Đà-Nẵng, vì họ không muốn xuống Cù Lao Ré. Trước yêu sách của nhóm quân nhân này, thẩm quyền cao cấp tại Đà-Nẵng chỉ thị HQ 404 khởi hành về Đà-Nẵng.

HQ 404 đến cửa Đà-Nẵng lúc trời tối và sương mù dày đặc mà các phao đèn hai bên lại bị bất khiển dụng. Hạm-Trưởng phải cho nhân viên dùng đèn pha của chiến hạm, lần dò tìm lối vào. Cuối cùng HQ 404 "đổ" quân và gia đình binh sĩ xuống bãi Trịnh Minh Thế.

Phân-Bộ-Nam Hải-Quân không còn nữa.

Chiều 27 tháng 3, HQ 802 và chiếc NSF nhận lệnh về Đà-Nẵng, trực thuộc Bộ-Chỉ-Huy hành quân tiền phương Hải-Quân.

Ngày 28 tháng 3, tại Đà-Nẵng, Chuẩn Tướng Trần Văn Nhựt họp với các vị Tư-Lệnh Sư-Đoàn, dưới sự chủ tọa của Tướng Ngô Quang Trưởng. Tướng Trưởng chỉ thị Tướng Nhựt đem quân về Bình-Tuy, chỉnh đốn hàng ngũ, chờ lệnh.

Tối 28 tháng 3, HQ 505 được lệnh đón một số quân/dân của Quân-Đoàn I từ Đà-Nẵng về Cam-Ranh.

Ngày 29 tháng 3, trên đường ra Đà-Nẵng, HQ 501 được lệnh đổi cấp, đến đảo Lý-Sơn đưa quân của Sư-Đoàn II Bộ-Binh cùng tướng Trần Văn Nhựt về Bình-Tuy.

CUỘC RÚT QUÂN TẠI ĐÀ-NẴNG

Vào tháng 3 năm 1975, những đại đơn vị cơ hữu của Quân-Lực V.N.C.H. tại Đà-Nẵng gồm có:
- Sư-Đoàn III Bộ-Binh – Tư Lệnh là Tướng Nguyễn Duy Hinh.
- Sư-Đoàn I Không-Quân – Sư-Đoàn-Trưởng là Chuẩn Tướng Nguyễn Đức Khánh.
- Lực-Lượng Hải-Quân Vùng I Duyên-Hải – Tư Lệnh là Phó-Đề-Đốc Hồ Văn Kỳ Thoại.
- Trung Tâm Huấn-Luyện Bộ-Binh Hòa-Cầm.
- Nhiều đơn vị Địa-Phương-Quân và Cảnh-Sát.

Sau khi Quảng-Trị và Huế bị bỏ ngỏ, Quảng-Tín và Quảng-Ngãi thất thủ, Đà-Nẵng đang bị những gọng kềm sau đây siết chặt:
- Sư-Đoàn 304 Việt-Cộng.
- Sư-Đoàn 324 và Sư-Đoàn 325 cùng với vài thành phần của Sư-Đoàn 34 Việt-Cộng từ Quảng-Trị và Huế kéo quân về Nam.
- Sư-Đoàn 2 và Lữ-Đoàn 52 Việt-Cộng từ Quảng-Tín và Quảng-Ngãi xua quân ra hướng Bắc.

Trong khi Đà-Nẵng đang bị địch cô lập dần dần thì hai đại đơn vị Thủy-Quân Lục-Chiến và Nhảy-Dù đang ở trên các chiến hạm, sẵn sàng rời Đà-Nẵng theo lệnh của Tổng Thống Nguyễn Văn Thiệu.

Không hiểu sự dằn co giữa Tướng Ngô Quang Trưởng và Tổng Thống Nguyễn Văn Thiệu diễn ra như thế nào, nhưng Sư-Đoàn Nhảy-Dù và Thủy-Quân Lục-Chiến đã lên HQ 504, HQ 505 và HQ 500 hai ngày rồi mà ba chiến hạm này vẫn chưa được lệnh tách bến.

Quá khuya 20 tháng 3, một Đại-Tá từ Quân-Đoàn I đích thân xuống chiến hạm, truyền lệnh của Tổng Thống Nguyễn Văn Thiệu cho Hạm-Trưởng HQ 500 – Hải-Quân Trung-Tá Lê Quang Lập – rời bến. Tiếp theo, HQ 504 và HQ 505 cũng được lệnh rời bãi Quân-Vận Đà-Nẵng.

Tin tình báo cho hay, khoảng 35 ngàn quân Việt-Cộng đang có mặt chung quanh Đà-Nẵng. Mặc dù có sự hiện diện của Lữ-Đoàn 258 Thủy-Quân Lục-Chiến tại phía Bắc đèo Hải-Vân, nhưng sự triệt thoái Sư-Đoàn Nhảy-Dù và Thủy-Quân Lục-Chiến trong thời điểm đó khiến mọi giới tại Đà-Nẵng xôn xao, lo ngại!

Riêng về Hải-Quân, mối quan ngại lớn là: Nếu tình thế bắt buộc phải rút khỏi Đà-Nẵng, làm thế nào Hải-Quân có thể đón tất cả quân bạn và gia đình binh sĩ mà vẫn bảo toàn được Lực Lượng Hạm-Đội!

Ngoài một số ít MSF biệt phái cho các vùng và một số chiến hạm đại kỳ tại Hải-Quân Công-Xưởng Saigon, tất cả chiến hạm khác được lệnh trực chỉ Đà-Nẵng.

Vào thời điểm rút quân tại Đà-Nẵng, thành phần chiến hạm tại Vùng I Duyên-Hải gồm có:

- Hải-Đội I Tuần-Duyên – Hầu hết MSF, PGM và một số PCF.
- Hải-Đội II Chuyển-Vận – HQ 802; HQ 801, HQ 502, HQ 503, HQ 504, HQ 505, HQ 402, HQ 403 HQ 404 và một số LCU.
- Hải-Đội III Tuần-Dương – HQ 2, HQ 3, HQ 5, HQ 7, HQ 12, HQ 17.

Ngoài ra còn có Lực Lượng Hải-Quân Vùng I Duyên-Hải với ghe Hải-Thuyền và PCF.

Tại vịnh Đà-Nẵng, khi áp lực địch đè nặng lên mạn Bắc đèo Hải-Vân, các đơn vị trưởng của Bộ-Chỉ-Huy Hạm-Đội được phân phối như sau:

- Tư-Lệnh Hạm-Đội ở trên HQ 5.
- Chỉ-Huy-Trưởng Hải-Đội I Duyên-Phòng có mặt tại Trung-Tâm Chiến-Báo (ICC – Intelligence Control Center) Vùng I Duyên Hải, với nhiệm vụ phối hợp và điều động quân bạn và Hải-Quân.
- Chỉ-Huy-Trưởng Hải-Đội II Chuyển-Vận từ HQ 801 chuyển qua HQ 802 tại sông Hàn.
- Chỉ-Huy-Trưởng Hải-Đội III Tuần-Dương ở trên HQ 5.

Khi điều động HQ 802 từ Cù Lao Ré về Đà-Nẵng, Bộ-Chỉ-Huy Hải-Quân có dụng ý muốn xử dụng chiến hạm này làm Trung-Tâm Hành-Quân lưu động cho Quân-Đoàn I. Nhưng dự định đó đã không thực hiện được vì HQ 802 không có bãi đáp cho trực thăng. Nếu phải tháo gỡ những cần trục thì phương tiện không có, lại rất nguy hiểm vì dân chúng và binh sĩ đầy tàu.

Vì lẽ đó, HQ 801 được chỉ định chuẩn bị làm căn cứ cho Bộ-Chỉ-Huy chiến thuật Quân-Đoàn I rút xuống, trong trường hợp Đà-Nẵng bị tấn công.

Sau hai cuộc rút quân từ Thuận-An và Chu-Lai, hầu hết Lực Lượng Hạm-Đội đều tập trung trong vịnh Đà-Nẵng, nhưng án binh bất động.

Rút kinh nghiệm ở Huế và Thuận-An, khi thấy tàu Hải-Quân neo đầy vịnh và nghe tiếng súng nhỏ nổ lác đác trong thành phố Đà-Nẵng, mọi người ùa đến các cầu tàu và bãi cát.

Lúc này, hầu hết Tướng lãnh của Quân-Đoàn I đều tập trung tại Bộ-Tư-Lệnh Hải-Quân Vùng I Duyên-Hải. Hải-Quân đặt kế hoạch là – nếu phải rút quân – bãi Mỹ-Khê, phía Nam vịnh Tiên-Sa, sẽ là bãi đón quân. Vì vậy, HQ 7 được lệnh tuần tiểu vùng này.

Trong khi tuần tiểu, HQ 7 vớt được một số Thủy-Quân Lục-Chiến.

Ngày 25 tháng 3, Việt-Cộng pháo nhiều hỏa tiễn 122 ly vào thị xã Đà-Nẵng.

Dân chúng từ Quảng-Trị và Huế kéo vào, choáng đường, gây trở ngại rất lớn cho công cuộc phòng thủ Đà-Nẵng. Cướp bóc bắt đầu hoành hành. Tất cả mọi nẻo đường, nhất là con đường độc nhất từ thị xã Đà-Nẵng sang Tiên-Sa, nghẹt cứng người, xe không thể di chuyển được. Vì lý do này, những đại đơn vị của V.N.C.H. không thể bố trí quân để chống trả với mấy Sư-Đoàn Việt-Cộng!

Trưa 25 tháng 3, tin tình báo cho biết Việt-Cộng sẽ tấn công Đà-Nẵng vào tối 25. Bộ Tổng-Tham-Mưu chỉ thị Trung Tướng Tư-Lệnh Vùng I cho di chuyển tất cả phi cơ về những phi trường phía Nam, thuộc sự kiểm soát của V.N.C.H. Cũng thời điểm này, Tổng Lãnh-Sự Mỹ tại Đà-Nẵng – ông Albert A. Francis – ra lệnh tất cả phóng viên ngoại quốc và nhân viên Hoa-Kỳ rời Đà-Nẵng ngay sáng 26 tháng 3.

Sau khi được Chỉ-Huy-Trưởng Hải-Đội III Tuần-Dương cho biết điểm khởi hành sẽ là bãi Mỹ-Khê, Tướng Nguyễn Văn Điềm băng mình trong rừng người, về Sơn-Chà tìm gia đình. Tướng Nguyễn Văn Điềm hứa sẽ trở lại đi với Hải-Quân, nhưng sau đó không thấy Ông trở lại.

Chiều 27 tháng 3, Tổng-Lãnh-Sự Mỹ tại Đà-Nẵng – Albert A. Francis – ra lệnh những người Mỹ cuối cùng phải rời Đà-Nẵng.

Chuyến bay cuối cùng vừa cất cánh, phi trường Đà-Nẵng đóng cửa; vì dân/quân tràn ra phi đạo, không một phi cơ nào có thể đáp hoặc cất cánh được nữa! Thời gian này, cũng tại phi trường Đà-Nẵng, Tổng-Lãnh-Sự Albert A. Francis, bị dân quân Việt-Nam hành hung; nhưng nhờ hai người Anh can thiệp kịp thời, đưa Ông về Bộ-Chỉ-Huy Quân-Đoàn I, gặp Tướng Ngô Quang Trưởng. Vì phải sang Bộ-Chỉ-Huy Thủy-Quân Lục-Chiến bên Non Nước hội, Tướng Trưởng đưa Tổng-Lãnh-Sự Francis và hai người Anh theo, bảo họ chờ ở phòng ngoài.

Trên biển, hầu hết PGM thuộc Hải-Đội I Tuần-Duyên được huy động để bảo vệ an ninh cho vịnh Đà-Nẵng. Những PGM này tạo một vòng đai phía ngoài, cách bờ từ 15 đến 20 dặm, để nghênh chiến trong trường hợp phi cơ hoặc tàu địch tấn công.

HQ 505 ủi bãi Sơn-Chà với nhiệm vụ đón thành phần di chuyển của Sư-Đoàn Thủy-Quân Lục-Chiến. HQ 404, "nằm yên" tại bãi Trịnh Minh Thế chờ lệnh. Những chiến hạm thuộc Hải-Đội III Tuần-Dương và Hải-Đội II Chuyển-Vận neo, chờ lệnh. HQ 230 và vài MSF tuần tiểu trên sông Hàn. Ngoài ra còn có ba thương thuyền của Mỹ, nhiều xà-lan và tàu dòng do Tướng Homer Smith – thuộc cơ quan D.A.O – từ Saigon gửi ra và vô số LCU, LCM, PCF và ghe Hải-Thuyền.

Ngày 28 tháng 3, Trung Tướng Ngô Quang Trưởng liên lạc vô tuyến với Tổng Thống Nguyễn Văn Thiệu, xin chỉ thị rút khỏi Đà-Nẵng để bảo vệ Lực Lượng Quân-Đoàn I. Trong khi Tổng Thống Thiệu chưa có một quyết định dứt khoát thì hệ thống truyền tin trúng đạn pháo kích. Cuộc điện đàm giữa Trung Tướng Tư-Lệnh Vùng I, Ngô Quang Trưởng, và Tổng Thống Nguyễn Văn Thiệu bị đứt đoạn.

Tướng Ngô Quang Trưởng gọi Phó-Đề-Đốc Hồ Văn Kỳ Thoại sang Bộ-Chỉ-Huy Thủy-Quân Lục-Chiến bên Non Nước họp để bàn kế hoạch di tản. Phiên họp gồm có:
- Tướng Ngô Quang Trưởng – Tư Lệnh Vùng I chiến thuật.
- Tướng Nguyễn Duy Hinh – Tư Lệnh Sư-Đoàn III Bộ-Binh.
- Tướng Bùi Thế Lân – Tư-Lệnh Thủy-Quân Lục-Chiến.
- Phó-Đề-Đốc Hồ Văn Kỳ Thoại – Tư-Lệnh Hải-Quân Vùng I Duyên-Hải.

Tướng Trưởng chỉ thị Phó-Đề-Đốc Thoại: Nếu phải rút khỏi Đà-Nẵng, Hải-Quân phải tận dụng mọi phương cách để chuyên chở binh sĩ và gia đình của họ. Tướng Trưởng cũng chỉ thị Tướng Hinh đưa Sư-Đoàn III ra bãi Hội-An để tàu Hải-Quân đón. Tướng Hinh xin 24 giờ nữa mới có thể điều động các đơn vị của Sư-Đoàn III được. Tướng Trưởng không chấp thuận. Phó-Đề-Đốc Thoại đưa ý kiến là Tướng Hinh bay ra bãi Bắc Hội-An điều động binh sĩ, 4 giờ sáng sẽ có tàu vào đón.

Sau khi phiên họp kết thúc, vừa ra khỏi phòng họp, Phó-Đề-Đốc Thoại thấy Tổng-Lãnh-Sự Albert A. Francis và hai người Anh đang chờ phía ngoài. Cả ba người ngoại quốc này đều xin Phó-Đề-Đốc Thoại phương tiện rời khỏi Đà-Nẵng.

Trên trực thăng riêng của Tư-Lệnh Hải-Quân Vùng I Duyên-Hải, ngoài Phó-Đề-Đốc Thoại còn có Tướng Trưởng, Tổng-Lãnh-Sự Francis và hai người Anh.

Tại Tiên-Sa, Tướng Trưởng, Tướng Lân, Tướng Thi, Tướng Hinh, Phó-Đề-Đốc Thoại và Đại-Tá Nguyễn Thế L. Thủy-Quân Lục-Chiến (Đại-Tá L. bị thương, phải nằm trên bàn), họp ngay hầm chống pháo kích trong lòng núi Tiên-Sa. Hầm này do Công-Binh đào từ năm 1972, bên dưới tư dinh của Tư-Lệnh Hải-Quân Vùng I Duyên-Hải. Tổng-Lãnh-Sự Francis và hai người Anh ở một hầm khác.

Nội dung cuộc họp cũng chỉ bàn về kế hoạch rút quân bằng cách nào mà sự tồn thất có thể giảm đến mức tối thiểu. Trung Tướng Trưởng chỉ thị Tướng Lâm-Quang-Thi lên HQ 5 ra phía Bắc Hải-Vân điều động cuộc triệt thoái Thủy-Quân Lục-Chiến. Từ đây, HQ 5 được xem như Soái-Hạm.

Họp xong, Phó-Đề-Đốc Thoại chỉ thị Hải-Quân Đại-Tá Phạm Mạnh Khuê xử dụng Soái-Đỉnh của Tư-Lệnh Hải-Quân Vùng I Duyên-Hải đưa Tổng-Lãnh-Sự Francis và hai người Anh ra Soái-Hạm HQ 5, lập Bộ-Chỉ-Huy nổi. Thi hành công tác xong, Đại-Tá Khuê phải gửi Soái-Đỉnh vào ngay, để sau khi lo xong những việc khẩn cấp, Phó-Đề-Đốc Thoại sẽ dùng để ra HQ 5.

Trung tâm hành quân Hải-Quân Vùng I Duyên-Hải gọi HQ 5 và thông báo cho HQ 5 biết Soái-Đỉnh của Tư-Lệnh Hải-Quân Vùng I Duyên-Hải đang trên đường tìm đến HQ 5.

Trong khi đó, mặc dù người đông nghẹt trên bãi, tất cả chiến hạm vẫn chưa được lệnh ủi bãi.

Trưa 28 tháng 3, tất cả chiến hạm và tàu nhỏ được lệnh tiếp nhận quân bạn và đồng bào.

Khi HQ 402 và HQ 403 đang ủi bãi, thi hành nhiệm vụ chuyển tiếp quân và đồng bào từ bãi Tiên-Sa ra tàu lớn thì nhiều thiết vận xa tiến đến, giây xích sắt nghiến bừa lên vô số người, không cho Thủy-Quân Lục-Chiến và Bộ-Binh lên tàu!

Sau khi nghe Hải-Quân bắt loa kêu gọi và hứa sẽ đón hết, xe thiết giáp mới dừng lại, tạo thành một dọc dài trên bờ biển!

HQ 403 vừa ủi bãi, cửa đổ bộ chưa kịp hạ xuống, không biết bao nhiêu người từ bờ đã ùa ra, vây quanh thân tàu, leo vào lòng tàu. Hạm trưởng cho thả thang giây và giây thừng loại lớn hai bên tả và hữu hạm cũng như sau lái để đồng bào bám vào, leo lên tàu.

Cửa đổ bộ từ từ hạ xuống. Hải-Quân Trung-Úy Nguyễn Hữu Từ và một Trung-Úy nữa, cũng tên Từ, được phái xuống cửa đổ bộ để kéo hoặc giúp đỡ quân bạn lên tàu. Không ngờ, tại cửa đổ bộ, cả hai Trung-Úy đều bị người ta kéo ngược xuống nước, không thể nào lên tàu lại được! Trên bờ, thiết giáp và GMC lại cán bừa lên mọi người để tiến đến chiến hạm!

Hạm trưởng HQ 403 bắt loa kêu gọi đồng bào đừng bơi gần tàu và nhất là đừng đến gần sau lái, nguy hiểm. Hạm trưởng hứa sẽ trở vào đón thêm nhiều chuyến nữa. Nhưng, người người vẫn cứ từ bờ ào ra, chờn vờn quanh thân tàu, súng đạn vất đầy bãi cát.

Không xa HQ 403 lắm là HQ 402. Tình trạng chiến hạm này cũng không khá gì so với HQ 403. Nhìn một tàu đầy nghẹt người, nghe nhiều tiếng súng lớn phát ra và nhiều cột nước bắn lên từ phía HQ 402, Hạm-Trưởng HQ 403 lo ngại, muốn cho chiến hạm lui ra. Nhưng thấy đầu người lúc nhúc quanh tàu, Hạm-Trưởng không nỡ.

HQ 402 đang từ từ lui ra và nhiều tiếng súng bắn theo!

Thấy HQ 402 lui ra, và sau nhiều phút do dự, Hạm-Trưởng HQ 403 ra lệnh: *"Tay lái hết bên phải. Tả lùi. Hữu tiến."* Chân vịt khuấy lên. Nước cuồn cuộn đỏ nhưng con tàu vẫn không nhúc nhích!

Hạm-Trưởng HQ 403 gọi Tư-Lệnh Hạm-Đội, xin cho tàu lớn vào kéo.

Đợi khoảng nửa giờ không thấy ai vào kéo mà chỉ thấy thêm người trèo vào tàu, Hạm-Trưởng ra lệnh nhiệm sở tác chiến và tất cả quân nhân đơn vị bạn phải xuống lòng tàu.

Một lúc lâu, nhờ sự bình tĩnh của chính mình và cũng nhờ vào khả năng của sĩ quan cơ khí giàu kinh nghiệm, HQ 403 đã lùi được và quay thật nhanh. Vòng quay này thân tàu đã lướt trên nhiều thân người. Khi chiến hạm lui ra, một số người bị sức hút của nước kéo theo, đập vào thành tàu, chết!

Sau khi chuyển người sang tàu lớn, HQ 403, lại được lệnh trở vào bãi biển Tiên-Sa đón thêm quân bạn và đồng bào. Vì ngại chiến hạm bị mắc cạn và sợ phải thấy những sự việc thương tâm như chuyến vừa rồi, Hạm-Trưởng HQ 403 đề nghị cấp chỉ huy xét lại lệnh này.

Chiều 28 tháng 3, tất cả hệ thống truyền tin của mọi binh chủng thuộc Quân-Lực V.N.C.H. bị Việt-Cộng xâm nhập, khuấy phá, khiến sự liên lạc trở nên vô cùng khó khăn.

Bộ-Tư-Lệnh Hải-Quân Saigon liên tục gọi 27 chiến hạm trong vịnh Đà-Nẵng, bảo tìm phương vị của Phó-Đề-Đốc Hồ Văn Kỳ Thoại.

Soái-đỉnh chở Tổng-Lãnh-Sự Francis cặp một Coast Guard và Coast Guard đưa Tổng-Lãnh-Sự Francis lên HQ 5. Lúc này, không thấy Phó-Đề-Đốc Thoại trên Coast Guard cùng với Tổng-Lãnh-Sự Francis, mọi người trên HQ 5 hoảng lên; vì nghĩ rằng Phó-Đề-Đốc Thoại có thể đã mất tích hoặc chết rồi!

Khi Tổng-Lãnh-Sự Francis vừa lên tàu, luồn phẫn nộ bộc phát dữ dội trong số quân/dân di tản; vì họ hận Mỹ bỏ rơi miền Nam Việt-Nam!

Hạm-Trưởng HQ 5 đưa Tổng-Lãnh-Sự Francis lên phòng riêng và cho nhân viên bảo vệ Ông.

Trong khi Tổng-Lãnh-Sự Francis được an toàn trên HQ 5 thì tại Bộ Tư-Lệnh Hải-Quân Vùng I Duyên-Hải, Phó-Đề-Đốc Thoại ra lệnh Tư-Lệnh-Phó, Hải-Quân Đại-Tá Nguyễn Công Hội, kiểm soát tất cả các phòng rồi đưa Bộ-Tham-Mưu đi ra bãi Bắc. Phó-Đề-Đốc Thoại ở lại.

Hải-Quân Trung-Úy Đoàn Như Ngọc, tùy viên của Phó-Đề-Đốc Thoại, tỏ ý muốn xin theo Đại-Tá Hội. Nhưng, khi Phó-Đề-Đốc Thoại thuận thì Trung-Úy Ngọc lại đổi ý, xin ở lại. Biết Trung-Úy Ngọc mới cưới vợ, Phó-Đề-Đốc Thoại bảo Trung-Úy Ngọc hãy đi trước khi quá trễ. Quyết định này của Phó-Đề-Đốc Thoại đã gây trở ngại rất nhiều cho chính Ông, khiến Ông bị kẹt lại trên đảo; vì Trung-Úy Ngọc mang theo tất cả mật mã truyền tin!

Soái đỉnh của Tư-Lệnh Vùng I Duyên-Hải trở lại Tiên-Sa với mục đích đón Ông. Nhưng đủ loại súng từ bờ bắn ra chiến hạm và chiến đỉnh cho nên không tàu nào dám vào!

Nhờ biết được tần số liên lạc, Việt-Cộng gọi đích danh danh hiệu nhiều đơn vị trưởng để chiêu dụ. Đặc công Việt-Cộng giả kẻ tu hành, gây náo loạn trên vài chiến hạm. Trên bờ, Việt-Cộng mặc quân phục Thủy-Quân Lục-Chiến, lấy súng giết người, cướp của, hãm hiếp, cố tạo tiếng xấu cho binh chủng này, đồng thời gây kinh hoàng cho đồng bào.

Khoảng 8 giờ tối 28 tháng 3, Tướng Ngô Quang Trưởng gọi Tổng Thống Nguyễn Văn Thiệu, nhưng không gặp. Mười giờ, Tổng Thống Thiệu gọi lại. Tướng Trưởng xin Tổng Thống Thiệu cho di tản bằng đường biển.

Cuộc điện đàm vừa đến ngang đây, hỏa tiễn 122 ly của Việt-Cộng từ hướng Nam-Ô nã thẳng vào Bộ-Tư-Lệnh Hải-Quân Vùng I Duyên-Hải, làm hư hại nặng trực thăng của Tướng Ngô Quang Trưởng và trực thăng của Tướng Bùi Thế Lân – Tư-Lệnh Thủy-Quân Lục-Chiến.

Tướng Trưởng xử dụng một trực thăng khác, bảo bay về Quân-Đoàn. Đến nơi, không thấy ai cả, Tướng Trưởng ra lệnh bay sang Bộ-Tư-Lệnh Thủy-Quân Lục-Chiến tại Non Nước. Tướng Trưởng ở lại đây với Thủy-Quân Lục-Chiến. Lúc này Bộ-Tham-Mưu và lực lượng Sư-Đoàn Thủy-Quân Lục-Chiến còn nguyên vẹn, dưới sự chỉ huy của Tư-Lệnh-Phó Thủy-Quân Lục-Chiến – Đại-Tá Nguyễn Thành Trí.

12 giờ đêm 28 tháng 3, Trung Tướng Lâm Quang Thi và Hải-Quân Đại Tá Nguyễn Xuân Sơn dùng trực thăng của Tướng Thi bay ra và đáp trên một LST. Sau đó phi công mới biết là hai cánh quạt trên

trực thăng của Tướng Thi bị bắn lủng hai chỗ. Từ LST, Tướng Thi và Đại-Tá Sơn được một PCF đưa đến Soái-Hạm Trần-Bình-Trọng HQ 5.

Phó-Đề-Đốc Thoại, Tướng Lân và Đại-Tá Nguyễn Thế L. kẹt lại. Sau khi thiêu hủy tất cả hồ sơ mật, Phó-Đề-Đốc Thoại, Tướng Lân cùng nhiều sĩ quan các cấp đưa Đại-Tá L. và cận vệ của Phó-Đề-Đốc Thoại – người này bị thương vì Việt-Cộng pháo kích – đi bộ ngược lên núi Sơn-Chà, đến một bãi cát nhỏ phía Bắc Sơn-Chà. Tại đây, Phó-Đề-Đốc Thoại liên lạc truyền tin kêu cứu, không một đơn vị nào đáp lại!

4 giờ sáng 28 tháng 3, Hải-Quân Thiếu-Tá Nguyễn Văn Hy, Thiếu-Tá Căn và Đại-Úy Sinh tìm cách đưa đoàn ghe của Duyên-Đoàn 12, chở đầy người, ra biển, tập trung tại vùng China Beach. Khi đoàn ghe vừa ra khỏi cửa Đà-Nẵng, hướng về điểm hẹn thì Việt-Cộng lại pháo kích vào Bộ-Tư-Lệnh Hải-Quân Vùng I Duyên-Hải. Một Trung-Úy Việt-Cộng bị bắt tại chỗ trong khi anh ta đang liên lạc vô tuyến, cho tọa độ.

Thiếu-Tá Hy mở máy liên lạc, các tần số Hải-Quân đều yên lặng. Khi mở sang tần số đặc biệt, Thiếu-Tá Hy nghe tiếng Phó-Đề-Đốc Thoại kêu cứu! Thiếu-Tá Hy trả lời. Tư-Lệnh Hải-Quân Vùng I Duyên-Hải cho Thiếu-Tá Hy biết địa điểm của Ông rồi chớp đèn, hướng dẫn để Thiếu-Tá Hy cho ghe vào sát các mỏm đá.

Thiếu-Tá Hy lần lượt kéo Phó-Đề-Đốc Thoại, Tướng Lân, mấy bác sĩ Quân-Y và hai sĩ quan hoa tiêu trực thăng lên ghe. Vì ghe nhỏ, không chở được nhiều, Thiếu-Tá Hy cho ghe lui ra, đưa quý vị trên ghe lên một Coast Guard rồi trở vào nhiều lần nữa để đón những sĩ quan cao cấp Hải-Quân khác.

Lần trở vào thứ tư Thiếu-Tá Hy cứu được Hải-Quân Thiếu-Tá Trần-Bích-Thùy, Hải-Quân Thiếu-Tá Vũ Bá Trạch và một Trung Úy Hải-Quân.

Cũng thời điểm này, HQ 403 được lệnh vào vịnh nhỏ bên trái cửa biển – gần Observatory Light Point – để đón một Đại-Tá cùng binh sĩ và gia đình. Vịnh rất hẹp, sóng lớn. Tuy chiến hạm bị sóng nhồi, suýt đập vào vách đá nhiều lần, nhưng HQ 403 vẫn cố vào sát những mỏm đá, chiếu đèn pha và bắt loa gọi. Không ai trả lời.

Sáng sớm 29 tháng 3, sau khi báo cáo lên Tư-Lệnh Hạm-Đội về việc không tìm được vị Đại-Tá và binh sĩ vào tối hôm trước, HQ 403 được lệnh lẩn quẩn trong sông Hàn, đón ghe chở quân nhân và đồng bào ra. Công tác này không thể thực hiện được, vì sóng lớn quá. Nếu ghe cập gần chiến hạm thì bị sóng đánh ập vô thành tàu rồi văng ra xa. Nhân viên HQ 403 tìm mọi phương cách nhưng vẫn không cứu vớt được ai – kể cả vợ của Hải-Quân Trung-Úy T. – một sĩ quan của HQ 403!

HQ 403 lại được lệnh ủi bãi trong vịnh Liên-Chiểu để đón những đơn vị Biệt-Động-Quân. HQ 403 chờ mãi vẫn không thấy đơn vị bạn xuất hiện.

Trong vịnh Đà-Nẵng và bãi Tiên-Sa, chiến hạm Hải-Quân vẫn thực hiện công tác đón nhận binh sĩ và đồng bào một cách rất khó khăn và nguy hiểm. Trong lòng các chiến hạm, máy truyền tin của Bộ-Binh vất đầy. Nhiều nhân viên của chiến hạm bắt được tần số của Việt-Cộng, hai bên "đấu khẩu".

Tại mũi Tiên-Sa, HQ 802 vào gần sát bờ để đón Chỉ-Huy-Trưởng Hải-Đội I Duyên-Phòng. Xong, HQ 802 đến gần mũi Isabel (bờ Bắc vịnh Đà-Nẵng), len vào thật sát các mỏm đá để đón Lữ-Đoàn 258 và Bộ-Chỉ-Huy Thủy-Quân Lục-Chiến. Cuộc đón quân này tương đối ít tổn thất vì tinh thần kỷ luật của Thủy-Quân Lục-Chiến rất cao.

Vì hệ thống truyền tin bị khuấy phá, Hạm-Trưởng HQ 802 – Hải-Quân Trung-Tá Vũ Quốc Công – buộc phải nhập vào hệ thống truyền tin của Bộ-Chỉ-Huy Hạm-Đội Tiền-Phương. Trung-Tá Công được lệnh đưa Thủy-Quân Lục-Chiến về vùng tập trung chiến hạm tại Cù Lao Chàm.

Trong khi đó, một trực thăng lượn qua lượn lại quanh HQ 404. Ngại bị trực thăng bắn, Hạm-Trưởng ra lệnh kéo cờ nhiệm sở tác chiến. Sau vài vòng bay lượn, thấy chiến hạm báo động, nhóm người trên trực thăng ra dấu chào hỏi và liệng xuống một chiếc giày trận rồi bay vào bờ. Rời trực thăng, nhóm người ấy bơi ra HQ 404.

Sau khi vớt nhóm người từ bờ bơi ra, mọi người trên chiến hạm mới biết nhóm người đó là:
- Chuẩn Tướng Nguyễn Đức Khánh – Sư-Đoàn-Trưởng Sư-Đoàn I Không-Quân.
- Đại-Tá Phước – Không-Đoàn-Trưởng Không-Đoàn 63.
- Đại-Tá Vượng – Không-Đoàn-Trưởng Không-Đoàn Khu-Trục.
- Nhiều sĩ quan khác.

Chiều 29 tháng 3, HQ 404, được lệnh rời bãi Trịnh-Minh-Thế, đến cập cầu Căn-Cứ Yểm-Trợ tiếp vận Đà-Nẵng bên Tiên-Sa. Một số quân nhân và đồng bào đã leo được vào chiến hạm. Sau đó, HQ 404 lại được lệnh lui ra, neo tại sông Hàn, chờ lệnh.

Khuya 29 tháng 3, khoảng 12 giờ 30, Hạm-Trưởng HQ 404 – Hải-Quân Trung-Tá Nguyễn Đại Nhơn – nhận được mật lệnh từ Bộ-Tư-Lệnh Hải-Quân: *"Chỉ thị HQ 404 đúng 04 giờ 30 sáng 30 tháng 03 năm 1975, vào cách bờ 05 hải lý để đón Trung Tướng Ngô Quang Trưởng, Tư-Lệnh Quân-Đoàn I!"*

30 tháng 3, đúng 4 giờ sáng, Trung-Tá Nhơn báo cáo đã đến điểm hẹn. Bộ-Tư-Lệnh Hải-Quân chỉ thị HQ 404 thả trôi lềnh bềnh, chờ lệnh trực tiếp từ Tổng-Tham-Mưu.

Đến 8 giờ sáng, không thấy lệnh mới, Trung-Tá Nhơn liên lạc Bộ-Tư-Lệnh Hải-Quân xin chỉ thị. Được trả lời: *"Cứ lềnh bềnh ở đó, chờ lệnh."*

10 giờ sáng, Hạm-Trưởng HQ 404 sốt ruột, dùng máy truyền tin PRC25 liên lạc bằng bạch văn với Tư-Lệnh Hạm-Đội. Hải-Quân Đại-Tá Nguyễn Xuân Sơn trả lời: *"Tôi không có thẩm quyền gì về chiến hạm của anh cả. Anh hãy chờ lệnh từ Tổng-Tham-Mưu. Tuy nhiên, cho anh hay là Trung Tướng Trưởng đang ở trên bờ, ngay trước mặt anh đó."*

Mặc dù không có lệnh nào cho phép ngưng thả trôi lềnh bềnh, Hạm-Trưởng HQ 404 cũng vẫn cho chiến hạm vào gần bờ, với mục đích tìm vớt Tướng Ngô Quang Trưởng.

Khoảng 2 giờ trưa cùng ngày, từ Bộ-Chỉ-Huy Thủy-Quân Lục-Chiến ở căn cứ Non Nước, nhân viên canh phòng thấy HQ 404 vào, liền trình lên thượng cấp.

Biết chiến hạm vào đón, Thủy-Quân Lục-Chiến tận dụng phao, *poncho* và tất cả vật nổi để làm bè. Trung Tướng Ngô Quang Trưởng cùng bơi ra chiến hạm HQ 404 với những người lính đã từng sống/chết với Ông qua nhiều chặng đường binh nghiệp hay go!

Trên HQ 404, cũng như tại căn cứ Thủy-Quân Lục-Chiến ở Non Nước, Bộ-Tham-Mưu Thủy-Quân Lục-Chiến thảo công điện theo chỉ thị của Tướng Trưởng để gửi về Saigon.

5 giờ chiều, Bộ-Tư-Lệnh Hải-Quân chỉ thị HQ 5 đón Tướng Trưởng từ HQ 404 sang Soái-Hạm, vì HQ 5 đầy đủ tiện nghi.

Tuy cuộc rút quân thê thảm trong vịnh Đà-Nẵng chưa chấm dứt, nhưng HQ 404 và HQ 5 vẫn chuẩn bị nghi lễ đúng truyền thống Hải-Quân để đưa và đón Tư-Lệnh Quân-Đoàn I – Trung Tướng Ngô Quang Trưởng.

Hạm Phó HQ 5, Hải-Quân Thiếu-Tá Hồ Văn Kỳ Tường, mang sang HQ 404 mật điện của Tổng Thống Nguyễn Văn Thiệu. Thiếu-Tá Tường được Hạm-Phó HQ 404 hướng dẫn gặp Tướng Trưởng. Trong bộ quân phục Hải-Quân màu xám tím, không mang cấp bậc, áo bỏ ngoài, Tướng Trưởng rời giường ngủ của đoàn viên, cầm mật điện, xé ra đọc. Đọc xong, Tướng Trưởng ra lệnh cho Thiếu-Tá Tường: *"Báo cáo với Saigon là tôi xin được ở đây với anh em Thủy-Quân Lục-Chiến chứ không đi đâu cả."*

Yêu cầu của Trung Tướng Ngô Quang Trưởng được Tổng Thống Thiệu chấp thuận.

Những chiến hạm chở đầy người được lệnh rời vùng, di chuyển chậm để có thể đón thêm người từ ghe ra biển. Những thương thuyền của Mỹ, tàu nhỏ và xà-lan cũng rời Đà-Nẵng.

HQ 17, sau khi nhận thêm một số Thủy-Quân Lục-Chiến và đồng bào, được chỉ thị yểm trợ HQ 404, đưa Tướng Ngô Quang Trưởng và Sư-Đoàn Thủy-Quân Lục-Chiến về Vùng II.

Trên hải trình xuôi Nam, khi qua mũi Sơn-Chà, HQ 802 tình cờ bắt được liên lạc truyền tin với một thành phần của Bộ-Chỉ-Huy hành quân Quân-Đoàn I trên tần số giải tỏa. Nhóm này yêu cầu Hải-Quân cứu giới chức thẩm quyền.

Ngại Việt-Cộng xâm nhập, khai thác hệ thống truyền tin, Hạm-Trưởng HQ 802 trình lên Bộ-Chỉ-Huy Hạm-Đội tiền phương. Giới chức này không giải quyết được và cho phép Hạm Trưởng HQ 802 tùy nghi.

Lời kêu cứu của nhóm Quân-Đoàn I lại vang lên. Bây giờ lại thêm tiếng kêu cứu của nhóm khác: *"Hải-Quân ơi! Cứu Không-Quân với!"* Nhóm thứ hai cho biết họ đang kẹt tại phía Nam bán đảo Sơn-Chà. Họ phóng hỏa châu để HQ 802 dễ nhận ra vị trí của họ.

HQ 802 đổi hướng, quay lại đón nhóm Không-Quân. Khi tiến vào bán đảo Sơn-Chà, Hạm-Trưởng cho phóng đèn pha lên trời để nhóm Không-Quân nhận biết sự hiện diện của HQ 802. Vừa khi đó, trên sườn đồi sát mặt biển, đèn trực thăng bỗng lóe lên và tiếng kêu cứu của Bộ-Chỉ-Huy hành quân Quân-Đoàn I cũng vang lên.

Hải-Quân Trung-Tá Vũ Quốc Công – Hạm-Trưởng HQ 802 – ra lệnh nhiệm sở tác chiến, đồng thời cho hạ xuồng đổ bộ vào cứu cả hai nhóm. Nhóm Bộ-Chỉ-Huy hành quân Quân-Đoàn I có Tướng Nguyễn Duy Hinh, Tư-Lệnh Sư-Đoàn III Bộ-Binh. Quân của Sư-Đoàn III Bộ-Binh về đến Nam-Ô thì tan rã, chỉ còn khoảng một Lữ-Đoàn!

Công tác cứu người hoàn tất, HQ 802 trực chỉ về Nam. Trên hải trình, HQ 802 gặp lại đoàn tàu của Hải-Đội I Duyên-Phòng và một trong những tiểu đỉnh đó chở Phó-Đề-Đốc Hồ Văn Kỳ Thoại. HQ 802 đón Phó-Đề-Đốc Thoại và đoàn tùy tùng của Ông sang.

Tối 30 tháng 3, sau khi rời Đà-Nẵng, HQ 403 nhận quang hiệu từ phía sau, cho biết, họ là tàu dòng *Seapac,* đang kéo hai xà-lan với khoảng mười ngàn người, cầu cứu nước uống. Hạm Trưởng HQ 403 do dự suốt mấy tiếng đồng hồ. Sau cùng, biết chắc chắn không thể nào đủ nước uống cho từng ấy người, và lo ngại cho sự an toàn của HQ 403 khi chiến hạm cặp vào xà-lan, Hạm-Trưởng HQ 403 đành quyết định đi luôn.

Trên một trong hai xà-lan đó có Hải-Quân Thiếu-Tá Võ Văn Q., bạn cùng khóa với Hạm-Trưởng HQ 403. Sau này Thiếu-Tá Q. cho biết: Đồng bào và quân nhân trên hai xà-lan ấy nhờ liếm sương trên xà-lan vào mỗi sáng sớm cho nên khỏi chết khát!

Còn hai xà-lan khác đứt giây dòng trong đêm, trôi dạt phương nào, chiếc tàu dòng kiếm không ra. Về sau trực thăng Mỹ tìm thấy, nhưng mọi người trên hai xà-lan ấy đã chết!

Ngày 31 tháng 3, lệnh trưởng phòng 3 hành quân di chuyển – từ Soái-Hạm HQ 5 – chỉ thị Hải-Quân Trung-Tá Lê Thuần Phong, Chỉ-Huy-Trưởng Hải-Đội II Chuyển-Vận, sang HQ 230, ngược trở lại để yểm trợ Duyên-Đoàn 14 vừa từ Hội-An ra. Công tác này được thực hiện tốt đẹp.

Khi đoàn tàu đến gần Qui-Nhơn, vừa qua khỏi Cù Lao Chàm, Chỉ-Huy-Trưởng Hải-Đội III Tuần-Dương – Hải-Quân Trung-Tá Lê Thành Uyển – được báo cáo là sót một chiếc phà đầy người tại đài kiểm báo 101.

HQ 17, HQ 8 và HQ 12, được lệnh sót người qua những chiến hạm khác rồi quay lại Đà-Nẵng. Hai trong ba chiến hạm đó được chỉ thị quan sát và yểm trợ để chiếc thứ ba vào đón chiếc phà.

Ngoài ba chiến hạm vừa trở lại, vịnh Đà-Nẵng vắng tênh!

VÙNG II DUYÊN-HẢI

Sau khi quân V.N.C.H. rút khỏi Đà-Nẵng và tình hình Qui-Nhơn trở nên nguy ngập, Tư-Lệnh Hải-Quân – Phó-Đô-Đốc Chung Tấn Cang – chỉ thị Tham-Mưu-Trưởng kiêm Tư-Lệnh-Phó Hải-Quân, Phó-Đề-Đốc Diệp Quang Thủy, ra Cam-Ranh giải quyết những ứ đọng tại đó để Phó-Đề-Đốc Hoàng Cơ Minh, Tư-Lệnh Hải-Quân Vùng II Duyên-Hải, lên HQ 3 ra Qui-Nhơn, trực tiếp điều binh tại chiến trường.

CUỘC RÚT QUÂN TẠI QUI-NHƠN

Trong thời gian tình hình Đà-Nẵng sôi động, HQ 400 – đã được tháo gỡ tất cả trang bị của một bệnh viện hạm – nhận lệnh chuyên chở đạn pháo binh từ Cam-Ranh ra tiếp tế Sư-Đoàn 22 phòng thủ Qui-Nhơn.

Ngày 20 tháng 3, HQ 400 ủi bãi Qui-Nhơn.

Tối 20 tháng 3, lúc 11 giờ, trong khi chờ phương tiện "bốc" số đạn pháo binh, HQ 400 bị 3 người nhái Việt-Cộng lặn đến, đặt mìn. Nhân viên canh phòng chiến hạm phát giác kịp thời, thảy lựu đạn, bắt sống được một tên – chỉ mới 16 tuổi – hai người kia lặn thoát.

Vào thời điểm này, Lực-Lượng Hải-Quân trong vịnh Qui-Nhơn có khoảng mười chiến hạm, gồm PC, PCE và WHEC với súng lớn, có tầm bắn xa, cùng với một số PGM.

Tình hình Qui-Nhơn sôi động hơn, vì tin tình báo cho hay 3 Sư-Đoàn Bắc-Việt, sau khi chiếm Đà-Nẵng, đang trên đường tiến vào Qui-Nhơn. Trên đường tiến quân, Bắc quân đã chiếm một quận nhỏ phía Bắc Qui-Nhơn.

Sau khi "đổ" quân bạn và đồng bào xuống Cam-Ranh, HQ 505 được lệnh từ Vùng II Duyên-Hải: Trở ra Sông-Cầu để yểm trợ Duyên-Đoàn 23 rút về Nha-Trang.

HQ 3 đưa Phó-Đề-Đốc Hoàng Cơ Minh – Tư-Lệnh Hải-Quân Vùng II Duyên-Hải – từ Cam-Ranh đến Qui-Nhơn. HQ 3 trở thành Soái-Hạm.

Tại Qui-Nhơn, Tướng Nguyễn Duy Hinh và Phó-Đề-Đốc Hồ Văn Kỳ Thoại từ HQ 802 sang HQ 3. Hầu hết đơn vị trưởng Hải-Quân đều ở trên HQ 3. Riêng Chỉ-Huy-Trưởng Hải-Đội III Tuần-Dương ở trên HQ 8.

Tư-Lệnh Hải-Quân – Phó-Đô-Đốc Chung Tấn Cang – chỉ thị cựu Tư-Lệnh Hải-Quân Vùng I Duyên-Hải, Phó-Đề-Đốc Hồ Văn Kỳ Thoại, vào chức vụ Tư-Lệnh các Lực-Lượng Hải-Quân yểm trợ chiến trường Qui-Nhơn.

Ngày 31 tháng 3, Tổng Thống Nguyễn Văn Thiệu đích thân ra lệnh Chỉ-Huy-Trưởng Hải-Đội III Tuần-Dương bắn kho xăng Shell và kho xăng Quân-Nhu trên núi, thuộc thành phố Qui-Nhơn. Đồng thời Tổng Thống Thiệu cũng chỉ thị Hải-Quân "bốc" Sư-Đoàn 22, thuộc quyền chỉ huy của Thiếu Tướng Phan Đình Niệm, tại vịnh phía ngoài hải cảng Qui-Nhơn.

Vịnh này rất cạn. Một hải đạo sâu nhất vịnh được ghi trên bản đồ chỉ có độ sâu từ một thước rưỡi đến một thước tám! Điểm gần nhất chiến hạm có thể vào được cách bờ đến khoảng năm trăm thước – một khoảng cách không thể nào một người bình thường có thể bơi ra được!

Trong khi HQ 7 được lệnh vào sát Ghềnh-Ráng, bắn chung quanh Tòa Tỉnh – vì được báo cáo nơi đây đang bị Việt-Cộng tấn công – thì Hải-Quân Trung-Tá Lê Thuần Phong, Chỉ-Huy-Trưởng Hải-Đội II Chuyển-Vận, được chỉ định sang HQ 403 thực hiện cuộc đón quân của Sư-Đoàn 22 Bộ-Binh.

Từ HQ 403, Trung-Tá Phong lấy ống dòm quan sát. Biển êm. Trên bờ quân lính ngồi ngay ngắn, rất có kỹ luật. HQ 403 từ từ tiến vào. Cả chiến hạm đều ngạc nhiên, tự hỏi: Tại sao thấy chiến hạm vào mà khối quân nhân trên bờ vẫn ngồi yên? Phải chăng đơn vị này đã bị Việt-Cộng chế ngự?

Tuy sợ mắc cạn và thấy tình thế bất lợi trên bờ, HQ 403 cũng vẫn chuẩn bị ủi bãi sau khi ban hành nhiệm sở tác chiến.

Trời tối dần. Biển lặng cho đến nỗi có thể nghe được tiếng mũi tàu chạm vào cát. Bỗng, ầm! Ầm! Ầm…Tiếng đạn B40 vang rền và nước bắn tung tóe trước mũi chiến hạm. Vì chỉ là một LSM, không được trang bị súng lớn, HQ 403 báo cáo ngay về HQ 3 rồi lui ra khỏi tầm đạn, chờ lệnh.

Trong khi HQ 403 chưa thể vào vịnh được thì Phó-Đề-Đốc Hoàng Cơ Minh ra lệnh HQ 400 ủi bãi Trường Sư-Phạm Qui-Nhơn để đón vài đơn vị khác của Sư-Đoàn 22 Bộ-Binh.

Từ trong bờ, Việt-Cộng bắn ra chiến hạm dữ dội khiến HQ 400 không thể nào ủi bãi được. Cuối cùng, những đơn vị của Sư-Đoàn 22 phải bơi ra tàu. Trong số những quân nhân bơi ra tàu có Thiếu Tướng Phan Đình Niệm, Tư-Lệnh Sư-Đoàn 22 Bộ-Binh.

Trong khi đó, từ thành phố Qui-Nhơn, Trung-Đoàn-Trưởng Trung-Đoàn 42 Bộ-Binh, Đại-Tá Nguyễn Hữu Thông, liên lạc trực tiếp với Chỉ-Huy-Trưởng Hải-Đội III Tuần-Dương – Hải-Quân Trung-Tá Lê Thành Uyển – và cho biết rằng trong thành phố Qui-Nhơn không có một tên Việt-Cộng nào cả. Trung-Tá Uyển hỏi về những tiếng súng thì Đại-Tá Thông trả lời, đó là của Nhân-Dân Tự-Vệ bắn vu vơ, để ông ấy cho dẹp. Vì muốn biết tình hình trên bờ, Trung-Tá Uyển yêu cầu Đại-Tá Thông ra tàu sớm để hỏi thăm. Đại-Tá Thông bảo Trung-Tá Uyển cho tàu đón lính của Ông trước đi.

Tối 31 tháng 3, sau khi được báo cáo là Thiếu Tướng Phan Đình Niệm đang ở trên HQ 400 và tinh thần của Ông hơi bất an, Tướng Phạm Văn Phú, Tư-Lệnh Quân-Đoàn II, chỉ định Phó-Đề-Đốc Hoàng Cơ Minh – Tư-Lệnh Hải-Quân Vùng II Duyên-Hải – thay thế Tướng Phan Đình Niệm ở chức vụ Tư-Lệnh chiến trường Bình-Định. Tướng Phan Đình Niệm rời vùng trách nhiệm, theo HQ 400 về Vũng-Tàu.

Sáng 1 tháng 4, Phó-Đề-Đốc Hồ Văn Kỳ Thoại ra lệnh các chiến hạm bắn hải pháo vào phi trường Qui-Nhơn.

Lúc này, tại vịnh phía ngoài hải cảng Qui-Nhơn, không biết bao nhiêu quân nhân bơi lố nhố trên mặt biển. Vì độ sâu của biển không cho phép chiến hạm ủi bãi, cho nên, nhiều PCF được phái tới, vào sát bờ, cứu gần trọn vẹn một Trung-Đoàn; còn một Trung-Đoàn khác ở lại, không bơi ra tàu.

Lý do một Trung-Đoàn không bơi ra tàu là vì: Trong cuộc chạy loạn từ vùng hỏa tuyến vào, cựu Trung-Đoàn-Trưởng của một Trung-Đoàn thuộc Sư-Đoàn 22 Bộ-Binh gặp lại đơn vị cũ của Ông. Đơn vị này cho Ông biết, họ không hiểu tại sao họ phải bỏ chạy trong khi họ đang thắng lớn tại đèo Phủ-Cũ, An-Khê. Vị Trung-Đoàn-Trưởng "nhận lại" đơn vị của Ông, rồi tất cả quay vào rừng!

Cuộc đón quân tại cầu tàu Qui-Nhơn được thực hiện tương đối không mấy khó khăn. Trung-Tá Uyển lại liên lạc với Đại-Tá Nguyễn-Hữu-Thông, hỏi tại sao chưa thấy Ông trên tàu? Đại-Tá Thông đáp: *"Tôi không thể ra với anh được. Lính của tôi ra hết rồi. Cảm ơn anh. Tôi đi về!"* Không ai biết vị anh hùng ấy đi về đâu!

Tất cả Duyên-Đoàn thuộc Vùng II Duyên-Hải ở mạn Bắc Qui-Nhơn được lệnh rút về phía Nam.

Tại Sông-Cầu, trong khi yểm trợ Duyên-Đoàn 23, HQ 505 bị hai xe tăng Việt-Cộng bắn trực xạ. Là một LST với trọng tải chuyên chở một ngàn tấn, bài-thủy-lượng bốn ngàn tấn và chỉ được trang bị ba khẩu 40 ly đơn để phòng không chứ không có "moọc-chê", Hạm-

Trưởng cho chiến hạm quay mũi, chạy ra. Vừa lúc đó, Duyên-Đoàn 23 cũng ra khỏi cửa sông. Từ đây, HQ 505 hộ tống Duyên-Đoàn 23 và đoàn ghe cùng PCF của Vùng I Duyên-Hải về Nha-Trang.

Thời gian này, nhiều MSF và PC tuần tiễu vùng Sông-Cầu báo cáo về Trung-Tâm Hành-Quân Hải-Quân Saigon là xe tăng Việt-Cộng di chuyển khơi khơi trên quốc lộ và ban đêm từng đoàn Molotova chạy, rọi đèn sáng rực mà những chiến hạm này không thể ngăn chận; vì MSF và PC chỉ được trang bị súng 76 ly mà thôi!

Sau khi Trung-Tâm Hành-Quân Hải-Quân xin Không-Quân yểm trợ mà bị từ chối, Phó-Đô-Đốc Chung Tấn Cang chỉ thị những chiến hạm với trọng pháo có tầm bắn xa, bắn sập tất cả cầu trên quốc lộ I từ Qui-Nhơn đến Đèo Cả.

Hải-Quân Đại-Tá Đỗ Kiểm, Tham-Mưu-Phó hành quân, trình lên Trung Tướng Đồng Văn Khuyên, Tham-Mưu-Trưởng Liên-Quân: Hải-Quân có thể điều động 3 Duyên-Đoàn; mỗi Duyên-Đoàn có khoảng 150 đoàn viên, cộng với vài chiếc WHEC có đại bác và 4, 5 MSF. Lực lượng này cùng với tất cả đơn vị Bộ-Binh, Nghĩa-Quân, Biệt-Động-Quân, v. v...sẽ đặt tuyến vòng đai phòng thủ Qui-Nhơn. Nếu Bộ-Tổng-Tham-Mưu can thiệp để Không-Quân yểm trợ cho lực lượng này trong vòng một tuần lễ thì Hải-Quân sẽ tăng phái nhiều WHEC vận chuyển súng lớn đến. Và như thế, những đơn vị phía Nam Qui-Nhơn đủ thì giờ tổ chức, phối hợp, bố trí, chận ngang quốc lộ I.

Trung Tướng Đồng Văn Khuyên đồng ý giải pháp do Hải-Quân đề nghị và giao Hải-Quân trách nhiệm điều động và chỉ huy.

Phó-Đô-Đốc Chung Tấn Cang đề nghị Bộ-Tổng-Tham-Mưu: Nếu muốn giao nhiệm vụ đó cho Phó-Đề-Đốc Hoàng Cơ Minh thì nên đặt Phó-Đề-Đốc Hoàng Cơ Minh vào chức vụ Tổng-Trấn Qui-Nhơn để Phó-Đề-Đốc Hoàng Cơ Minh có toàn quyền xử dụng lực lượng Bộ-Binh và những đơn vị hiện diện trong vùng.

Tối 1 tháng 4 lúc 11 giờ, Trung Tướng Đồng Văn Khuyên gọi Trung-Tâm Hành-Quân Hải-Quân và cho biết: Tổng Thống Nguyễn Văn Thiệu đã ký nghị định chỉ định Phó-Đề-Đốc Hoàng Cơ Minh làm Tổng-Trấn Qui-Nhơn trong nhiệm vụ phối trí các lực lượng, đổ quân vào tái chiếm Qui-Nhơn.

Khuya 2 tháng 4 lúc 2 giờ, Đại-Tá Đỗ Kiểm liên lạc và thông báo với Phó-Đề-Đốc Hoàng Cơ Minh về quyết định của Tổng Thống Nguyễn Văn Thiệu.

Sáng 2 tháng 4, sau khi Lực-Lượng Hải-Quân tại Qui-Nhơn dồn hết vào gần bờ, Tư-Lệnh Hải-Quân Vùng II Duyên-Hải – kiêm Tổng-Trấn Qui-Nhơn, kiêm Tư-Lệnh chiến trường Bình-Định – Phó-Đề-Đốc

Hoàng Cơ Minh, cùng vài đơn vị nhỏ của Bộ-Binh và một số sĩ quan Hải-Quân đổ bộ lên Qui-Nhơn thăm dò tình hình.

Tình hình thành phố Qui-Nhơn yên lặng, ngột ngạt, nhưng tuyệt nhiên không có bóng dáng tên Việt-Cộng nào cả. Tại phi trường Phù-Cát, mấy mươi chiếc phi cơ còn nằm đó, nguyên vẹn. Phó-Đề-Đốc Hoàng Cơ Minh đích thân liên lạc vô tuyến với các đơn vị của Sư-Đoàn 22 chưa di tản; nhưng những đơn vị này đang tán loạn, không thể liên lạc được! Tiểu-Khu-Trưởng và các Chi-Khu-Trưởng đều vắng mặt. Vì lẽ đó, sự phối trí giữa Địa-Phương-Quân, Bộ-Binh và Biệt-Động-Quân tăng phái không thực hiện được.

Chiều 2 tháng 4, toán quân đổ bộ trở lại chiến hạm. Kế hoạch lập chiến tuyến ở Qui-Nhơn bị bức tử khi vừa mới tượng hình; vì những đơn vị trưởng trách nhiệm đã đào ngũ trước khi kẻ thù xuất hiện!

Kể từ sau khi rút quân khỏi Đà-Nẵng, một hiện tượng tương tự cứ xảy ra nơi những tỉnh dọc theo miền duyên hải: Nếu thấy chiến hạm – bất kể của Hải-Quân Việt-Nam hay Hải-Quân Hoa-Kỳ – lãng vãng ngoài khơi và cố vấn Mỹ chào tạm biệt Tiểu-Khu-Trưởng để ra đi thì, liền sau đó, Tiểu-Khu-Trưởng cũng đi theo, tạo nên tình trạng "rắn không đầu"! Binh sĩ tự động rời đơn vị về lo cho gia đình!

Trên hải trình trở về Bộ-Chỉ-Huy Hải-Quân Vùng II Duyên-Hải, Phó-Đề-Đốc Hoàng Cơ Minh chỉ thị HQ 7 bắn yểm trợ vùng Phú-Yên. Cũng chính Phó-Đề-Đốc Hoàng Cơ Minh trực tiếp điều động tất cả Lực-Lượng Hải-Quân trong vùng và liên lạc với những đơn vị bạn trên bờ để thực hiện các cuộc đón quân dọc theo miền duyên hải.

CUỘC RÚT QUÂN TẠI NHA-TRANG

Khi HQ 504 đưa Lữ-Đoàn 3 Nhảy Dù – dưới sự chỉ huy của Đại-Tá Lê Văn Phát – từ Đà-Nẵng về Nha-Trang, "đổ" tại bãi trước Trung-Tâm Huấn-Luyện Hải-Quân Nha-Trang thì đồng bào tại Nha-Trang mừng rỡ vô cùng; vì họ nghĩ rằng đổ quân Dù về đây có nghĩa là V.N.C.H. sẽ cố thủ Nha-Trang.

Đoàn lính Mũ Đỏ vừa rời chiến hạm, không hiểu từ đâu, đồng bào ùa đến, reo hò vang dội. Nhiều người nhào đến ôm mấy anh lính Nhảy Dù rồi vừa khóc vừa cười, phát âm những lời vô nghĩa nhưng âm hưởng nôn nao, xúc động lạ thường. Có những bà cụ hom hem biếu anh Nhảy-Dù củ khoai, lóng mía. Có những ông cụ trầm tĩnh, đốt điếu thuốc, bập bập vài cái rồi gắn điếu thuốc vào môi anh lính Dù. Những em bé đi chân trần, chạy lăng xăng, rót ly trà nóng từ cái ấm đất trao cho anh lính Dù, rồi đôi mắt chớp chớp nhìn anh, đầy ngưỡng phục. Mỗi lúc đồng bào kéo đến càng đông. Họ vui mừng vì sự hiện diện của đoàn quân mà – mỗi bước tiến của đoàn quân ấy là trăm bước lùi của địch.

Thế nhưng, ngày hôm sau, Bộ-Tổng-Tham-Mưu điều động Lữ-Đoàn Dù này lên M'Drak, Khánh-Dương; vì lúc này mặt trận Khánh-Dương đang "nổ" dữ dội!

Mặc dù với số lượng khoảng mười ba ngàn quân, dân di tản từ miền Trung vào và từ Cao-Nguyên xuống, đang sống chui rúc tại đèo Rù-Rì, tình hình Nha-Trang chưa đến nỗi rối loạn. Nhưng khi Tướng Phạm Văn Phú, Tư-Lệnh Quân-Đoàn II, rời Nha-Trang và tin Hải-Quân Trung-Tá Hà Ngọc Lương – thủ khoa khóa 9 sĩ quan Hải-Quân Nha-Trang – giết vợ và năm con rồi tự sát vì vợ không chịu di tản thì đồng bào trở nên xôn xao, hoảng hốt. Tiếp theo là nhà tù bị phá. Cảnh cướp bóc diễn ra. Đồng bào kéo nhau ra bãi biển hoặc xuống Cầu-Đá tìm phương tiện ra đi.

Ngày 1 tháng 4, Tổng-Lãnh-Sự Mỹ tại Nha-Trang ra lệnh cho tất cả công dân Hoa-Kỳ rời Nha-Trang ngay tức khắc. Tình trạng Nha-Trang cũng giống hệt như tình trạng tại Đà-Nẵng mấy ngày trước.

Khi HQ 401 vừa cập vào Cầu-Đá, mọi người xô đẩy nhau, rớt xuống biển. Một số người tràn vào được chiến hạm, làm nghiêng tàu. Hạm-Trưởng phải ra lệnh cho chiến hạm lui ra. Vì lý do đó, khi những LST và một số PCF thuộc Hải-Đội III Tuần-Dương từ Đà-Nẵng vào, không được phép đổ quân/dân xuống Nha-Trang – như kế hoạch đã dự trù – đành hải hành thẳng vào Cam-Ranh. HQ 505 và HQ 403 xin vào Nha-Trang đón quân và đồng bào di tản, nhưng Tư-Lệnh Hạm-Đội không thuận.

Thấy không được Hải-Quân đón, một số lính nổi loạn, bắn bừa ra chiến hạm và bắn luôn cả trực thăng. Trực thăng chở nhiếp ảnh gia David Kennerly bay vòng vòng cho Ông chụp ảnh cũng bị bắn!

Thời gian này, HQ 406 đang thực hiện công tác chuyển quân và tiếp tế tại Vùng IV Duyên-Hải, được điều động về Nha-Trang đón Liên-Đoàn sinh viên sĩ quan Hải-Quân vào Saigon.

Ngày 2 tháng 4, HQ 406 đến Nha-Trang. Hải-Quân Thiếu-Tá Nguyễn Ngọc Cảnh, Liên-Đoàn-Trưởng Liên-Đoàn sinh viên sĩ quan Hải-Quân, điều động tất cả sinh viên – khoảng 400 sinh viên – chạy bộ từ Trung-Tâm Huấn-Luyện Hải-Quân xuống Cầu-Đá. Nơi đây, phải vất vả lắm, HQ 406 mới hoàn tất được công tác đã được giao phó.

Sáng 3 tháng 4, khoảng 6 giờ, Chỉ-Huy-Trưởng Trung-Tâm Huấn-Luyện Nha-Trang – Phó-Đề-Đốc Nguyễn Thanh Châu – rời Nha-Trang bằng trực thăng.

Tại Nha-Trang, Hải-Quân có thể vớt được nhiều đồng bào và quân bạn hơn; vì phương tiện Hải-Quân đầy đủ và vì Việt-Cộng chưa xâm nhập thành phố. Nhưng cảnh hỗn loạn khiến Hải-Quân sợ chìm tàu, cho nên, Lực Lượng Hải-Quân Vùng II Duyên-Hải cùng với các lực lượng về từ Đà-Nẵng kéo vào Cam-Ranh.

BỎ NGỎ CAM-RANH

Trong khi Phó-Đề-Đốc Hoàng Cơ Minh thực hiện kế hoạch đổ bộ Qui-Nhơn thì, tại Cam-Ranh, một số Tướng lãnh từ Đà-Nẵng rút vào, xử dụng tư dinh của Phó-Đề-Đốc Minh làm nơi tạm trú.

Trong tình cảnh hỗn loạn và không có sự hiện diện của Tư-Lệnh Hải-Quân Vùng II Duyên-Hải tại Bộ-Chỉ-Huy, nhiều quân nhân ngang nhiên vào kho khiêng đi những dụng cụ điện tử mà Mỹ còn để lại.

Về đến Cam-Ranh, chính Phó-Đề-Đốc Hoàng Cơ Minh ra lệnh cho đám quân nhân vô kỷ luật này đem tất cả dụng cụ điện tử để lại chỗ cũ; nếu không, Ông sẽ bắn ngay tại chỗ. Sau đó, Tư-Lệnh Vùng II Duyên-Hải dùng trực thăng thị sát diễn tiến những cuộc "đổ" và "bốc" quân.

Tại vịnh Cam-Ranh, Thiếu Tướng Phạm Văn Phú, cựu Tư-Lệnh Quân-Đoàn II, dùng một chiến đỉnh ra HQ 404 thăm Trung Tướng Ngô Quang Trưởng, cựu Tư-Lệnh Vùng I Chiến-Thuật.

Sau đó, HQ 404 được lệnh ủi bãi Tân-Cảng để tất cả Thủy-Quân Lục-Chiến xuống Cam-Ranh; chỉ đưa một mình Trung Tướng Ngô Quang Trưởng về Saigon.

Trong khi Thủy-Quân Lục-Chiến rời HQ 404, Trung Tướng Ngô Quang Trưởng lặng lẽ rời chiến hạm, đi theo những người lính đã cùng chia xẻ những giờ phút cuối cùng trong đời binh nghiệp của Ông! Hạm-Trưởng HQ 404 trình: *"Thưa Trung-Tướng, lệnh từ Saigon yêu cầu tôi đưa Trung Tướng về Saigon. Xin Trung Tướng ở lại tàu cho."* Trung Tướng Trưởng đáp: *"Xin phép Saigon cho Thủy-Quân Lục-Chiến về Saigon dưỡng quân và chỉnh đốn hàng ngũ. Nếu bắt họ xuống Cam-Ranh thì tôi sẽ xuống luôn."*

Yêu cầu của Trung Tướng Ngô Quang Trưởng được Bộ-Tổng-Tham-Mưu chấp thuận.

Riêng HQ 802, sau khi "đổ" tất cả binh sĩ của Sư-Đoàn II Bộ-Binh, Thủy-Quân Lục-Chiến và đồng bào xuống Cam-Ranh, được lệnh trở ra Qui-Nhơn. Nhưng vừa ra khỏi vịnh Cam-Ranh, Hạm-Trưởng HQ 802 nhận được phản lệnh: Hủy bỏ công tác Qui-Nhơn. Về Cam-Ranh trình diện Vùng II Duyên-Hải.

Trở lại Cam-Ranh, HQ 802 được lệnh chuyển vận toàn bộ thành phần còn lại của Sư-Đoàn Thủy-Quân Lục-Chiến về Vũng-Tàu.

Từ Qui-Nhơn vào Cam-Ranh, HQ 403 kéo theo nhiều LCU Quân-Vận, LCVP, LCM và vớt thêm rất nhiều người trên những ghe chạy ven biển. Chuẩn Tướng Phạm Duy Tất – cựu Tư-Lệnh mặt trận Kontum – nhập hạm lúc nào/tại hải phận nào, không ai hay. Khi vào đến vịnh Cam-Ranh, biết có sự hiện diện của Tướng Phạm Duy Tất trên chiến hạm, Hạm-Trưởng HQ 403 cặp bên hông HQ 3, mời Tướng Phạm Duy Tất sang HQ 3.

Ngày 1 tháng 4, tại Bộ-Chỉ-Huy Vùng II Duyên-Hải, Phó-Đề-Đốc Diệp Quang Thủy hội ý với Trung Tướng Lê Nguyên Khang – phụ tá hành quân Tổng-Tham-Mưu Quân-Lực V.N.C.H. – và Thiếu Tướng Bùi Thế Lân, Tư-Lệnh Thủy-Quân Lục-Chiến. Phó-Đề-Đốc Thủy cho rằng với lực lượng cơ hữu và những đơn vị khác từ Đà-Nẵng và Qui-Nhơn rút vào, V.N.C.H. chỉ cần phá sập các cầu trên quốc lộ I thì có thể giữ được Cam-Ranh, chờ Saigon tăng phái để lập phòng tuyến Cam-Ranh. Tướng Khang và Tướng Lân đồng ý. Phó-Đề-Đốc Thủy liên lạc với Phó-Đô-Đốc Chung Tấn Cang, xin hai đại đội Người Nhái để thực hiện công tác phá cầu.

Sau khi nhận được yêu cầu của Phó-Đề-Đốc Thủy, vì tình hình tại Bộ-Tổng-Tham-Mưu rối loạn, Phó Đô-Đốc Cang phải liên lạc trực tiếp với Thủ-Tướng Trần Thiện Khiêm.

Chiều 1 tháng 4, Tư-Lệnh Hải-Quân – Phó-Đô-Đốc Chung Tấn Cang – thông báo cho Phó-Đề-Đốc Diệp Quang Thủy: Phải rút khỏi Cam-Ranh theo lệnh trên!

Vào thời điểm này, trong lúc lên Bộ-Chỉ-Huy Vùng II Duyên-Hải nhận chỉ thị, Hải-Quân Trung-Tá Dương Hồng Võ – Chỉ-Huy-Phó Trung-Tâm Huấn-Luyện Hải-Quân Cam-Ranh – gặp Trung Tướng Lâm Quang Thi. Tướng Thi hỏi:

– *Anh còn bao nhiêu lính? Mình tử thủ.*

– *Thưa, tôi còn một ngàn sáu trăm lính; nhưng vũ khí chỉ là vũ khí để huấn luyện chứ không có súng lớn.*

– *Có đơn vị tiếp vận gần đây, anh ghé lấy.*

– *Dạ, đơn vị đó đi hết rồi.*

– *Nếu nó chạy thì nó chạy mình không chứ nó mang súng ống theo làm gì. Anh cứ tới phá kho. Mình tử thủ.*

Trung-Tá Võ không biết phải đáp như thế nào, chỉ cười, rồi vào phòng hành quân nhận lệnh. Khi Trung-Tá Võ trở ra, trực thăng chở các vị Tướng đang lấy đà, nâng thân tàu lên!

Tối 1 tháng 4, HQ 403 được lệnh đón tân binh, quân nhân và gia đình tại cầu tàu Trung-Tâm Huấn-Luyện Hải-Quân Cam-Ranh.

Cầu tàu không đèn, nước lại ròng và gió từ trong bờ thổi ra rất mạnh. Ba lần HQ 403 cập vào, cả ba lần đều bị dạt ra. Hạm-Trưởng HQ 403 phải đổi lối cặp lùi. Hạm-Trưởng HQ 403 thường áp dụng lối cặp này mỗi khi về bến, hoặc mỗi khi phải trực cầu Tư-Lệnh mà bị nước xuôi dòng. Những lần đó Hạm-Trưởng HQ 403 thành công. Nhưng lần này, vì không đèn, vị sĩ quan đứng sau lái không cho dấu hiệu kịp thời, cho nên HQ 403 đụng vào cầu và bị thủng một lỗ lớn!

Trong khi Hạm-Trưởng và nhân viên HQ 403 tận dụng mọi khả năng để đưa chiến hạm vào cứu nhóm người trên cầu tàu thì, trong nhóm người ấy, một số quân nhân nổi loạn, cướp của, giết người, gây kinh khiếp một vùng. Một Trung-Đội Lôi-Hổ giúp Hải-Quân tước vũ khí đám loạn quân, tái tạo an ninh rồi mới đưa được mọi người lên HQ 403.

HQ 403, được lệnh xuôi Nam trong khi nhiều thương thuyền ngoại quốc và xà-lan đầy người vẫn còn neo trong vịnh.

Tình cảnh vịnh Cam-Ranh trong thời điểm này không khác chi Đà-Nẵng. Lính nổi loạn, bắn bừa ra chiến hạm. Người từ ghe hay tàu nhỏ hoặc xà-lan leo lên tàu lớn, hụt tay, rớt xuống biển. Trẻ em bị ném từ dưới ghe nhỏ hoặc xà-lan lên tàu lớn. Người trên tàu lớn chụp hụt, em bé rơi vào giữa hai thành tàu. Tiếng thét hãi hùng. Tiếng "bụp" khô khan. Vệt máu đỏ trên thành tàu. Một cơ thể tí ti chập chờn trên mặt nước đã loang màu hồng!

Bên Ba-Ngòi, từng suối người cuồn cuộn tuôn về Nam.

Ngày 2 tháng 4, Phó-Đề-Đốc Diệp Quang Thủy rời Cam-Ranh bằng HQ 7. Chính chiến hạm HQ 7 này, đầu thập niên 60, Phó-Đề-Đốc Diệp Quang Thủy đã từng là Hạm-Trưởng.

Phó-Đề-Đốc Hoàng Cơ Minh, sau khi ra lệnh thiêu hủy kho dụng cụ điện tử do Mỹ để lại, lên HQ 3, vào phòng tuyến Phan-Rang.

2 giờ chiều cùng ngày, quân của Sư-Đoàn 10 Việt-Cộng tiến vào Cam-Ranh, không gặp bất cứ một sự kháng cự nào cả!

TRÊN BIỂN PHAN-RANG

Sau khi HQ 501 chuyển Sư-Đoàn II Bộ-Binh đến Bình-Tuy, Chuẩn Tướng Trần Văn Nhựt được lệnh đưa Trung-Đoàn 6 vô Phan-Thiết, Trung-Đoàn 5 và Trung-Đoàn 4 ra Phan-Rang.

Tại tuyến Phan-Rang, Chuẩn Tướng Trần Văn Nhựt trực thuộc sự điều động của Trung Tướng Nguyễn Vĩnh Nghi. Lúc bấy giờ, Tướng Nguyễn Vĩnh Nghi là phụ tá Tướng Nguyễn Văn Toàn, chỉ huy mặt trận tiền phương Phan-Rang.

Tại vịnh Phan-Rang, Lực-Lượng Hải-Quân gồm có:
- Duyên-Đoàn 27
- HQ 2, HQ 3, HQ 403, HQ 228
- Vài LCU
- Nhiều PGM

Chiều 3 tháng 4, gần Duyên-Đoàn 27, Phó-Đề-Đốc Hoàng Cơ Minh từ HQ 3 chuyển sang HQ 2.

Là một Destroyer, HQ 2 được trang bị: Một khẩu 76 ly 2, hai giàn 40 ly đôi, mười giàn 20 ly đôi.

Sau khi tham dự các cuộc rút quân từ miền Trung, HQ 2 được lệnh án ngữ vùng biển Phan-Rang.

Ngày 4 tháng 4, HQ 403 neo trong vịnh Phan-Rang. Khoảng xế trưa, một ghe nhỏ chở 5, 6 quân nhân xin nhập hạm. Một quân nhân chỉ một người ngồi trong ghe và nói với Hạm-Trưởng: *"Đó là Đại-Tá Tiểu-Khu-Trưởng Tiểu-Khu Nhinh-Thuận (Phan-Rang). Xin Hạm-Trưởng cho lên tàu."* Hạm-Trưởng đáp: *"Tôi được lệnh không đón ai hết."* Sau một lúc chần chừ, chiếc ghe chạy dọc theo bờ biển, về hướng Nam.

HQ 403 nhổ neo, chạy tới chạy lui vùng biển Phan-Rang. Tối đến, từ máy truyền tin PRC25 của chiến hạm vang lên những lời bực dọc: *"Việt-Cộng chưa tới mà thằng cha Tỉnh Trưởng chạy đâu mất tiêu!"* và nhiều câu tương tự.

Ngày 5 tháng 4, mấy phi cơ A37 của Không-Quân V.N.C.H. ra dội bom dọc triền núi Cam-Ranh. Phi cơ do Trung-Úy phi công Lý-Tống lái bị trúng đạn phòng không của Việt-Cộng, rớt tại cầu Trà-Long!

Thời điểm này, HQ 7, sau khi đưa Phó-Đề-Đốc Diệp Quang Thủy về Saigon, được chỉ thị ra vịnh Cà-Ná. Ban ngày, HQ 7 tuần tiễu từ đền Rạch-Tráng (Nha-Trang) đến Tuy-Hòa, mặc dù đã thuộc về Việt-Cộng. Ban đêm, HQ 7 về lại vịnh Phan-Rang, bắn vào những vị trí theo lệnh của Tư-Lệnh hành quân Lưu-Động-Biển – Phó-Đề-Đốc Nguyễn Hữu Chí.

Vài hôm sau, HQ 7 được lệnh vào sát bờ Cam-Ranh để bắn chận xe tăng Việt-Cộng; vì xe tăng Việt-Cộng chạy ngờ ngờ trên quốc lộ I.

Ngày 12 tháng 4, HQ 403 về Saigon. HQ 406 đưa hai đại đội Cảnh-Sát Dã-Chiến từ Cát-Lở ra tăng cường cho mặt trận Phan-Rang.

Ngày 13 tháng 4, HQ 505 được lệnh sang Thành-Tuy-Hạ nhận 800 tấn đạn 105 ly và 155 ly, chuyển ra tiếp tế Phan-Rang.

HQ 17, sau thời gian tiểu kỳ, được lệnh ra Vùng II Duyên-Hải. HQ 503 cũng được lệnh ra Phan-Thiết, Phan-Rang và nhận lệnh chỉ huy của Hạm-Trưởng thâm niên tại vùng biển này – lúc bấy giờ là Hạm-Trưởng HQ 17.

Ngày 15 tháng 4, Phó-Đề-Đốc Hoàng Cơ Minh cùng Hạm-Trưởng HQ 2, Hải-Quân Trung-Tá Đinh Mạnh Hùng – người trùng cả tên lẫn họ với Phó-Đề-Đốc Đinh Mạnh Hùng, phụ tá Tư-Lệnh Hải-Quân hành quân Lưu-Động-Sông – đáp trực thăng vào phi trường Phan-Rang hội.

Phiên họp gồm có:
- Trung Tướng Nguyễn Vĩnh Nghi.
- Chuẩn Tướng Trần Văn Nhựt.
- Chuẩn Tướng Phạm Ngọc Sang – Sư-Đoàn-Trưởng Sư-Đoàn VI Không-Quân.
- Phó-Đề-Đốc Hoàng Cơ Minh.
- Vài sĩ quan cấp tá.

Buổi họp chưa bàn thảo được gì thì ngoài bãi đậu, nhiều phi công trực thăng lấy trực thăng bay đi, tạo nên cảnh hốt hoảng, rối loạn; vì họ nghe đồn Việt-Cộng đang vây phi trường Phan-Rang.

Các Tướng lãnh không liên lạc được với Quân-Đoàn III và cũng không điều động được ai cả, đành phân tán. Phó-Đề-Đốc Hoàng Cơ

Minh được một trực thăng đưa ra HQ 3. Tướng Trần Văn Nhựt cũng được một trực thăng "vớt". Và, rút kinh nghiệm từ những cuộc di tản ngoài miền Trung, Tướng Nhựt ra lệnh phi công đưa Ông ra biển. Thấy HQ 3, Tướng Nhựt từ trực thăng nhảy xuống biển và được nhân viên HQ 3 vớt lên. Từ đài chỉ huy HQ 3, Chuẩn Tướng Trần Văn Nhựt – cựu Tư-Lệnh Sư-Đoàn II Bộ-Binh – báo cáo trung ương: Phan-Rang thất thủ!

Trung Tướng Nguyễn Vĩnh Nghi và Chuẩn Tướng Phạm Ngọc Sang không tìm được phương tiện rời phi trường.

Trong khi những sự việc nêu trên xảy ra, Hạm-Trưởng HQ 2 đi bộ – chứ không phải chạy bộ – từ phi trường Phan-Rang đến Duyên-Đoàn 27, đáp Yabuta ra HQ 2.

Ngày 16 tháng 4, HQ 406 đến hải phận Phan-Rang. Khi HQ 406 tiến vào bãi biển Phan-Rang thì được lệnh Phó-Đề-Đốc Hoàng Cơ Minh không cho ủi bãi. Hạm-Trưởng báo cáo về Bộ-Tư-Lệnh Hải-Quân rồi lệnh bềnh cách bờ khoảng hai hải lý, chờ lệnh.

Tối 16 tháng 4, tình hình Phan-Rang sôi động. HQ 3 đổi vị trí. HQ 406 được lệnh lui ra xa.

Sáng 17 tháng 4, HQ 505 đến vịnh Phan-Rang.

Mặt trận Phan-Rang bùng nổ.

Sáng 18 tháng 4, HQ 505 và HQ 406 nhận lệnh phải lềnh bềnh cách bờ khoảng 2 hải lý, chờ lệnh.

Hai chiếc T54 nằm ngay bãi biển, nòng súng chĩa thẳng ra hai chiến hạm. HQ 406 được lệnh đem Cảnh-Sát Dã-Chiến về lại Cát Lỡ.

Từ bờ biển Phan-Rang, một "rừng" ghe ào ạt bơi ra. Điều đặc biệt là trên ghe không có đồng bào, chỉ có lính và lính. HQ 505 được lệnh không vớt ai cả.

Sau đó, HQ 505 được lệnh rời vịnh Phan-Rang. HQ 3 đưa Phó-Đề-Đốc Hoàng Cơ Minh về Saigon. HQ 2 và những chiến hạm khác vẫn lềnh bềnh ngoài khơi. HQ 503 được lệnh tiếp nhận khoảng 200 quân và dân thuộc quận Tuy-Phong, phía Nam Phan-Rang. Nhóm quân, dân này rút ra biển bằng ghe.

BÊN BỜ PHAN-THIẾT

Trên đường lui binh về Nam, chiến hạm Hải-Quân, hoặc đã đầy người, hoặc đang chuyên chở vũ khí nặng, không thể giúp các đơn vị bạn tại Phan-Thiết nhiều, như đã giúp những đơn vị khác từ các tỉnh miền Trung.

Tại vịnh Cà-Ná, thuộc tỉnh Ninh-Thuận, HQ 503 đang tuần tiểu thì thấy một trực thăng bay quanh chiến hạm. Một mệnh lệnh vang lên từ máy truyền tin: *"Mặt trời muốn nói chuyện"*. Hạm-Trưởng HQ 503 tức tốc chụp ống liên hợp. Trung Tướng Nguyễn Vĩnh Nghi từ trực thăng đích thân ra lệnh cho Hạm-Trưởng HQ 503: *"Anh vào bờ vớt mấy thằng con của tôi."* Chỉ một câu đó thôi, rồi trực thăng biến dạng vào bờ.

Sau khi lấy ống dòm, nhìn vào bờ và thấy mấy toán Nhảy-Dù đang dùng kính phản chiếu cấp cứu rọi ra chiến hạm, Hạm-Trưởng HQ 503 liên lạc với Hạm-Trưởng HQ 17, xin chỉ thị. Hạm-Trưởng HQ 17 chấp thuận.

Vùng Cà-Ná núi đá ra tận biển, cho nên việc đưa một LST vào sát bờ không thể thực hiện được. Hạm-Trưởng cho hạ hai LCVP xuống ủi bãi; nhưng hai LCVP cũng không vào được. Hạm-Trưởng mạo hiểm, đưa HQ 503 vào sát bờ hơn nữa. Nhưng khoảng cách từ chiến hạm đến bờ cũng khoảng hai, ba trăm thước, không thể nào mấy toán Nhảy Dù có thể bơi ra được!

Thấy một số ghe tam bản đánh cá gần đó, Hạm-Trưởng HQ 503 cho gọi họ đến, thương lượng. Các ngư phủ này đồng ý đưa mấy toán Nhảy Dù ra chiến hạm để đổi lấy hai "phuy" dầu cặn.

Để làm tin, Hạm-Trưởng cất tất cả thẻ kiểm tra của nhóm ngư phủ và mỗi ghe phải để lại một người trên chiến hạm.

Vì ghe tam bản không có khả năng đi xa, Hạm-Trưởng phải giữ chiến hạm càng gần bờ càng tốt. Trong vị thế như vậy, chỉ một sơ hở hay một cơn sóng bất thần hoặc một luồng gió mạnh cũng có thể đẩy chiến hạm lên bờ; mà mắc cạn trong lúc này là chết hết!

Để phòng ngừa mọi bất trắc, Hạm-Trưởng chia nhân viên thành hai nhóm. Nhóm chỉ huy chiến hạm do Hạm-Trưởng đảm trách; nhóm chỉ huy các ghe vào đón quân Dù do Hạm-Phó phụ trách.

Chiều 16 tháng 4, khoảng 5 giờ, công tác hoàn tất. HQ 503 vớt được 20 anh lính Nhảy Dù.

Sau khi vận chuyển, quay mũi ra khơi, Hạm-Trưởng HQ 503 giao chiến hạm cho sĩ quan đương phiên. Vào phòng chưa được bao lâu, Hạm-Trưởng nghe tiếng gõ cửa gấp rút: *"Hạm-Trưởng! Hạm-Trưởng! Việt-Cộng pháo ra tàu."* Hạm-Trưởng chụp ngay ống liên hợp, ra lệnh cho đài chỉ huy: *"Nhiệm sở tác chiến! Tăng tốc độ tối đa. Lái zigzag ra khơi. Gọi tàu bạn tới cứu!"*

Ra lệnh xong, Hạm-Trưởng chạy ngay lên đài chỉ huy. Hạm-Trưởng vừa lên ngang phòng ăn, một trái đạn rớt ngay phòng vô tuyến. Sĩ quan vô tuyến bị thương. Hạm-Trưởng ra lệnh cho hạ sĩ quan vô tuyến: *"Gọi tàu bạn tới cứu!"* rồi Hạm-Trưởng tiếp tục chạy lên đài chỉ huy.

Vì nghĩ rằng khi chiến hạm bị trúng trọng pháo, điện sẽ bị hỏng, hệ thống điện thoại sẽ bị gián đoạn, Hạm-Trưởng chạy vòng ra phía trước, bên ngoài đài-chỉ-huy, cầm ống hơi – không cần dòng điện – để chỉ huy, chứ Ông không vào đài chỉ huy, ngồi lên ghế Hạm-Trưởng, với đầy đủ hệ thống chỉ huy toàn chiến hạm.

Hạm-Trưởng vừa cầm ống hơi, bất ngờ một quả đại bác rớt ngay đài chỉ huy. Một sĩ quan và năm nhân viên trong đài chỉ huy tử thương! Hạm-Trưởng bị sức ép, ngã xuống. Chỉ vài tích tắc, Hạm-Trưởng HQ 503 bừng tỉnh và cảm thấy vật gì nhầy nhụa trong lòng bàn tay trái và máu từ trên đầu tuôn xối xả! Hạm-Trưởng tưởng rằng Ông đã chết và vật nhầy nhụa trong bàn tay là não của Ông! Nhưng không hiểu một mãnh lực nào trợ giúp, Hạm-Trưởng HQ 503 gượng đứng dậy, tiếp tục ra lệnh cho phòng lái (ngay dưới đài chỉ huy): *"Tiếp tục lái ra khơi. Kêu tàu bạn tới cứu. Báo cáo Hạm-Trưởng có lẽ đã chết!"*

Nghe HQ 503 kêu cứu, HQ 17 phản pháo dữ dội.

Ra khỏi tầm đạn của Việt-Cộng, kiểm điểm lại, HQ 503 bị trúng 20 trái đại bác. Chiến hạm bị hư hại nặng, chỉ còn một máy. Hai mươi nhân viên chết và bị thương. Hạm-Trưởng thoát chết!

Trong khi những sự việc nêu trên xảy ra cho những người thừa hành lệnh của Trung Tướng Nguyễn Vĩnh Nghi thì, chính Trung Tướng Nghi – sau khi bay trở lại mặt trận Phan-Rang để tham dự cuộc họp hành quân tại phi trường – đã bị Việt-Cộng bắt tại một hầm chống pháo kích, cùng với Chuẩn Tướng Không-Quân Phạm Đình Sang và một nhân viên tình báo Hoa-Kỳ, Lew James!

Tối 16 tháng 4, khoảng 9 giờ, Phó-Đề-Đốc Hoàng Cơ Minh chỉ thị HQ 503 trực chỉ Vũng-Tàu. Vì chiến hạm chỉ còn một máy, chạy chậm và cũng vì thiếu dụng cụ y-khoa cấp cứu, một số nhân viên bị thương nặng phải chết!

Thời điểm này HQ 7 đang tuần tiểu vùng Mũi Né, được điều động vào vịnh Cà-Ná, bắn hải pháo vào những điểm tình nghi có Việt-Cộng. Sau đó, HQ 7 lại được điều động khẩn cấp từ Cà-Ná về bắn hải pháo yểm trợ phi trường Phan-Thiết. HQ 403 từ Saigon được lệnh trở ra Phan-Thiết, lệnh bềnh ngoài khơi, chờ. HQ 11 được chỉ định thay thế HQ 7 tại vịnh Cà-Ná.

HQ 11 vừa đến Cà-Ná liền bị Việt-Cộng bắn 105 ly trực xạ. Đạn rơi quanh chiến hạm. Một trái trúng chiến hạm nhưng lại không nổ, gây tử thương cho một thượng sĩ trọng pháo. Sau đó HQ 11 được lệnh về Saigon sửa chữa, rồi tuần tiểu ở vịnh cù lao Thu, trong vịnh Phan-Thiết.

Đêm 17 tháng 4, lửa đạn mịt trời trong thành phố Phan-Thiết.

Chiều 18 tháng 4, HQ 505 nghe tiếng kêu cứu của Đại-Tá Tỉnh-Trưởng Phan-Thiết trong máy truyền tin PRC25, nhưng đành chịu!

Thời gian này, Hộ-Tống-Hạm Ngọc-Hồi HQ 12 đang yểm trợ giàn khoan dầu ngoài khơi Vũng-Tàu, được điều động về vùng biển Phan-Thiết. Tại Phan-Thiết, HQ 12 cùng với HQ 7 bắn hải pháo yểm trợ vùng Hàm-Tân.

Sau khi Hàm-Tân thất thủ, lính ùa ra biển và được HQ 403 vớt.

Đêm 19 tháng 4, trong khi đoàn xe tăng Việt-Cộng trên quốc lộ I nã trọng pháo ra HQ 17 và chiến hạm này đang đáp lại bằng hải pháo trực xạ thì HQ 17 được lệnh ra đảo Trường-Sa thay thế HQ 16.

Quần đảo Trường-Sa là một vị trí chiến lược, gồm rải rác nhiều đảo xa nhau. Trong những đảo đó, Trung-Hoa Quốc-Gia chiếm một, V.N.C.H. chiếm ba đảo nhỏ và đang tranh chiếm thêm nhiều đảo nữa, nhưng không được. Ngoài ra, Phi-Luật-Tân và Mã-Lai cũng công bố chủ quyền của họ trên vài đảo.

Hải-Quân Trung-Cộng hiện diện trong vùng Trường-Sa gồm một mẫu hạm và vài chiến đỉnh. Hải-Quân V.N.C.H. chỉ có HQ 14 và HQ 16.

Hải-Quân V.N.C.H. và Hải-Quân Trung-Cộng theo dõi nhau bằng *radar*, mắt thường chỉ thấy lờ mờ. Đôi bên gườm nhau nhưng có vẻ né tránh một cuộc hải chiến. Hễ Hải-Quân Việt-Nam tiến vào thì Hải-Quân Trung-Cộng dạt ra; nếu Hải-Quân Việt-Nam lui ra thì Hải-Quân

Trung-Cộng tiến vào. Tình trạng căng thẳng liên miên như vậy khiến Hạm-Trưởng Việt-Nam phải thức suốt đêm đấu trí với Hạm-Trưởng Trung-Cộng.

HQ 17 đến thay thế HQ 16, tình trạng vẫn không thay đổi!

Sáng 26 tháng 4, Trung-Cộng cắm cờ trên một hòn đảo không người của ba hòn đảo thuộc chủ quyền của V.N.C.H. Nhưng vì tình hình nội địa rối ren, HQ 17 chưa nhận được chỉ thị gì cả.

Ngày 28 tháng 4, qua đài phát thanh, Thủ Tướng Vũ Văn Mẫu yêu cầu người Mỹ rời khỏi Việt-Nam trong vòng 24 giờ. Hạm-Trưởng HQ 17 tiên đoán được phần nào những biến chuyển tại thủ đô. Sau nhiều giờ suy nghĩ, Hạm-Trưởng HQ 17 xin và được Hạm-Đội Hải-Quân Saigon chấp thuận cho rút quân.

HQ 17 đón Địa-Phương-Quân của Tiểu-Khu Phước-Tuy và Tiểu-Khu Bình-Tuy trên đảo Thị-Tứ và đảo Nam-Yết. Vì đảo Nam-Yết ở phía Nam và đảo Thị-Tứ ở mạn Bắc, cách nhau khoảng bảy hoặc tám giờ hải hành, cho nên đến 6 giờ chiều 29 tháng 4, HQ 17 mới khởi hành về Vũng-Tàu.

VÙNG III DUYÊN-HẢI

Tình hình Vùng III Duyên-Hải sôi động kể từ khi tuyến Phan-Rang vỡ! Sau khi Phan-Thiết thất thủ và Hàm-Tân mất thì Vũng-Tàu bị đe dọa nặng nề!

Theo tin tình báo, khoảng 18 Sư-Đoàn Bắc quân đang có mặt trên toàn lãnh thổ Nam Việt-Nam; và năm Sư-Đoàn nữa đang trên đường vào Nam!

Trong khi đó, tất cả đại đơn vị V.N.C.H. di tản từ Vùng I và Vùng II vào chỉ có Lực-Lượng Thủy-Quân Lục-Chiến là còn nguyên vẹn! Chính phủ có ý định gom tất cả quân nhân của những đơn vị rã hàng để thành lập những đơn vị tân lập. Nếu dự định ấy được thực hiện tốt đẹp thì lực lượng đôi bên vẫn chênh lệch: Một quân nhân V.N.C.H. phải chống lại bốn tên Việt-Cộng!

Lúc này thành phố Vũng-Tàu đông nghẹt đồng bào và quân nhân di tản. Để tránh gây tình trạng náo động hơn trong địa phận của mình, Tư-Lệnh Quân-Đoàn III – Trung Tướng Nguyễn Văn Toàn – và Thị-Trưởng Vũng-Tàu không cho phép Hạm-Đội Hải-Quân "đổ" số lượng khổng lồ quân/dân tỵ nạn từ Vùng I và Vùng II Chiến Thuật vào Vũng-Tàu. Do đó, Hạm-Đội Hải-Quân được lệnh đưa số người di tản ra Phú-Quốc.

Hầu hết LST đều chuyển quân và đồng bào ra Phú-Quốc. Những chiến hạm khác được điều động về Saigon; một số vào sửa chữa tại Hải-Quân Công-Xưởng; số còn lại lẩn quẩn trong hải phận Vũng-Tàu. Chỉ có hai chiến hạm sau đây nhận trọng trách khác:

- HQ 406, sau khi trả Cảnh-Sát Dã-Chiến lại Cát Lỡ, được lệnh đi Năm-Căn đón Địa-Phương-Quân và Hải-Quân rồi ra An-Thới "bốc" thêm quân từ những đơn vị rã hàng từ Vùng I và Vùng II, đem về tăng cường cho mặt trận Vùng III.

  Lúc chuyển quân từ Năm-Căn ra biển, HQ 406 bị Việt-Cộng bắn ba hỏa tiễn. Hai trái trúng phòng lái, một trái trúng mũi chiến hạm. Năm nhân viên bị thương.

- HQ 400 nhận chỉ thị chuyên chở binh sĩ/gia đình/dân chúng từ Bình-Tuy về Cát Lỡ.

Ngày 1 tháng 4, đài kiểm báo 301 được dời về Vũng-Tàu.

Ngày 3 tháng 4, HQ 404 đưa Tướng Ngô Quang Trưởng và Thủy-Quân Lục-Chiến từ Cam-Ranh về đến hải phận Vũng-Tàu.

Tình trạng sức khỏe của Tướng Trưởng sa sút trầm trọng. Trên HQ 404 có hai bác sĩ cũng di tản từ miền Trung vào. Hạm-Trưởng HQ 404 – Hải-Quân Trung-Tá Nguyễn Đại Nhơn – nhờ hai bác sĩ chẩn bệnh cho Tướng Trưởng. Cả hai bác sĩ đều bảo Tướng Trưởng bị kiệt sức, cần chuyền "nước biển" để giúp sức khỏe của Tướng Trưởng hồi phục.

Hạm-Trưởng HQ 404 mời tất cả sĩ quan cao cấp di tản từ miền Trung vào, lập biên bản, đồng ký tên chấp thuận để hai bác sĩ chuyền "nước biển" cho Tướng Trưởng.

Khi HQ 404 đến Nhà-Bè, mọi người thấy nhiều tàu nhỏ chở đầy quân nhân Nhảy-Dù đi theo hộ tống HQ 404.

HQ 404 cặp cầu trước Bộ-Tư-Lệnh Hải-Quân, bến Bạch-Đằng. Trên cầu tàu, ngoài Đô-Đốc Chung Tấn Cang trong quân phục Tiểu-Lễ, Trung Tướng Lê Nguyên Khang, Thiếu Tướng Nguyễn Văn Chức và một số sĩ quan cao cấp Hải-Quân và Nhảy-Dù, còn có Bà Ngô Quang Trưởng.

Ngày 17 tháng 4, sau khi hoàn tất cuộc chuyển quân và dân về Cát lỡ, HQ 400 sang Thành Tuy-Hạ lãnh đạn để tiếp tế cho những chiếc WHEC và PCE biệt phái Vùng III Duyên-Hải.

Ngày 21 tháng 4, vừa mới đại kỳ xong, HQ 6 được biệt phái ra Vũng-Tàu và đặt dưới sự điều động của Phó-Đề-Đốc Vũ Đình Đào – Tư-Lệnh Hải-Quân Vùng III Duyên-Hải.

Ngày 22 tháng 4, trong khi tấn công Long-Hải, Việt-Cộng dùng đại bác 105 ly bắn ra HQ 6, nhưng đạn chỉ rơi quanh chiến hạm.

Ngày 23 tháng 4, lúc Việt-Cộng tiến vào Long-Hải cũng là lúc cù lao Thu bị uy hiếp nặng nề. Phụ Tá Tư-Lệnh Hải-Quân Hành-Quân Lưu-Động-Biển – Phó-Đề-Đốc Nguyễn Hữu Chí – chỉ thị HQ 6 và HQ 11 ra tiếp cứu cù lao Thu.

Trên hải trình tiến ra cù lao Thu, nhân viên của HQ 6 và HQ 11 thấy một phi cơ Hoa-Kỳ xuất hiện, chiếu quang hiệu – chứ không liên lạc vô tuyến – ra lệnh cho cả hai chiến hạm phải quay lui, nếu không, khu trục ấy sẽ tấn công! HQ 6 trình về Bộ-Tư-Lệnh Hải-Quân xin chỉ thị. Bộ-Tư-Lệnh Hải-Quân ra lệnh HQ 6 và HQ 11 trở lại Vũng-Tàu.

Ngày 24 tháng 4, Mỹ kéo vào vùng biển Vũng-Tàu nhiều xà-lan với bao cát chất đầy hai bên. Hơn mười thương thuyền Hoa-Kỳ, tối, vào neo cách bãi Trước khoảng hai mươi dặm về phía Cần-Giờ; sáng, nhổ neo đi. Phía Việt-Nam thì, một đoàn ghe của người Thiên Chúa Giáo, tối, từ Bến-Đá, thắp đèn đi ra biển; sáng lại trở về.

Ngày 25 tháng 4, Sư-Đoàn 3 Sao Vàng tấn công Bà-Rịa.

Ngày 26 tháng 4, sau khi trả lại 800 tấn đạn cho Thành Tuy-Hạ, HQ 505 ra Vũng-Tàu với nhiệm vụ di chuyển nhân viên và gia đình Đài Mẹ Việt-Nam ra Phú-Quốc.

Trong thời gian này, Tướng Việt-Cộng Văn Tiến Dũng được chỉ thị phải chiếm Saigon trước cuối tháng để mừng sinh nhật Hồ Chí Minh, ngày 19 tháng 5. Do đó, Văn Tiến Dũng cho mở những cuộc tấn công quy mô từ phía Bắc Saigon với các đơn vị sau đây:

- Vài thành phần của Sư-Đoàn 341 cùng với công trường 6 và công trường 7 Việt-Cộng "cầm chân" Trung-Đoàn 43 V.N.C.H. tại Xuân-Lộc.
- Tiểu đội 75 Pháo-Binh Việt-Cộng nã hỏa tiễn 130 ly vào phi trường Biên-Hòa.
- Hai Sư-Đoàn 304 và 325 Việt-Cộng tràn về Long-Thành, với ý đồ cắt đứt tỉnh lộ 15 – con đường huyết mạch Saigon Vũng-Tàu.

Ngày 27 tháng 4, trong khi tại Saigon đã có gần 8.000 người Việt được Mỹ "bốc" khỏi Saigon thì ngoài khơi...

...Mặc dù đã cạn nhiên liệu và đạn dược, HQ 7 vẫn bị điều động vào bắn yểm trợ quận Đất-Đỏ trong khi các Tiểu-Đoàn Nhảy-Dù đang giao tranh ác liệt với địch tại đây. Nhiên liệu và đạn tiếp tế cho HQ 7 được LCU chuyển vận từ bờ ra.

HQ 400 được lệnh cập xà-lan phía ngoài Cát Lỡ, nhận hơn 600 người.

Ngày 28 tháng 4, Lữ-Đoàn I Nhảy-Dù từ Phước-Tuy rút về Vũng-Tàu và lập phòng tuyến tại căn cứ Cát-Lỡ.

Qua hệ thống truyền tin, Trung Tướng Nguyễn Văn Toàn, Tư-Lệnh Quân-Đoàn III, chỉ thị Tướng Nguyễn Duy Hinh – Tư-Lệnh Sư-Đoàn III – từ Đà-Nẵng vào, đưa quân của Sư-Đoàn III và Thiết Giáp từ Vũng-Tàu mở tỉnh lộ 15 về Biên-Hòa. Và Trung Tướng Nguyễn Văn Toàn sẽ đích thân đem quân đi ngược lại. Hai bên sẽ gặp nhau tại cầu Cỏ-May. Khi cuộc điện đàm vừa dứt, Việt-Cộng pháo kích vào Bộ-Tư-Lệnh Hải-Quân Vùng III Duyên-Hải. Một trái đại bác rớt trúng đài "vi-ba" khiến mọi liên lạc viễn liên bị gián đoạn.

Sau khi Việt-Cộng ngưng pháo kích, trực thăng đưa Thiếu Tướng Bùi Thế Lân, Trung Tướng Nguyễn Văn Toàn, Chuẩn Tướng Trần Văn Nhựt và Phó-Đề-Đốc Vũ Đình Đào từ HQ 5 đáp xuống Bộ-Tư-Lệnh Hải-Quân Vùng III Duyên-Hải. Tại đây, Phó-Đề-Đốc Đào chỉ thị Hải-Quân Thiếu-Tá Võ Duy Hội, Tham-Mưu-Phó yểm trợ tiếp vận Vùng III Duyên-Hải, đưa một toán Người Nhái lên giật sập cầu Cỏ May. Nhưng khi toán Người Nhái và Thiếu-Tá Hội đến nơi thì Thủy-Quân Lục-Chiến đã giật sập cầu Cỏ May rồi.

Cầu Cỏ May sập, Việt-Cộng cướp ghe dân ở Phước-Tỉnh, vượt qua cầu Cỏ May, cầu Cái Khế, tiến vào Vũng-Tàu.

Phó-Đề-Đốc Vũ Đình Đào ra lệnh Thiếu-Tá Võ Duy Hội đem nhân viên đi dời đài kiểm báo 301 ở Dakoo về Vũng-Tàu. Phó-Đề-Đốc Đào cũng chỉ thị Hải-Quân Trung-Tá Nguyễn Văn Dinh – Chỉ-Huy-Trưởng Hải-Đội III Duyên-Phòng – đem một WPB vào bãi Dâu đón nhân viên đài kiểm báo.

Khi WPB do Trung-Tá Dinh chỉ huy đến bãi Dâu, Việt-Cộng pháo ngay vào chiến đỉnh. Một sĩ quan chết, một sĩ quan bị thương. Sau khi báo cáo lên Phó-Đề-Đốc Đào, Trung-Tá Dinh đưa vị sĩ quan bị thương ra HQ 802 với hy vọng được cứu chữa; nhưng nhân viên HQ 802 không cho nhập hạm!

Cùng lúc đó, hai nhân viên của Căn-Cứ Hải-Quân Cát-Lở bị thương vì pháo kích cũng được Chỉ-Huy-Trưởng Căn-Cứ Hải-Quân Cát-Lở – Trung-Tá Cơ-Khí Nguyễn Minh Thơ – đưa ra HQ 802. Nhân viên HQ 802 chĩa súng, không cho lên chiến hạm. Đến khi nhân viên chiến hạm nhận ra sự hiện diện của Hải-Quân Đại-Tá Vương Hữu Thiều trong toán tải thương thì nhân viên cho mọi người nhập hạm.

Chiều 28 tháng 4, HQ 505 đang neo tại Vũng-Tàu để nhận dụng cụ Đài Mẹ Việt-Nam, bỗng Phó-Đề-Đốc Đào ra lệnh ngưng, để nhận gia đình binh sĩ.

Mờ sáng 29 tháng 4, Việt-Cộng tấn công đơn vị Nhảy-Dù phòng thủ cầu Cỏ May. Đơn vị Nhảy-Dù này không chống cự được, vì thiếu đạn!

Khoảng 8 giờ sáng cùng ngày, có một cuộc họp hành quân tại Vùng III Duyên-Hải.

Ngay sau khi họp xong, Hải-Quân Đại-Tá Vũ Trọng Đệ – Tư-Lệnh-Phó Hải-Quân Vùng III Duyên-Hải – ban hành lệnh di tản.

Hải-Quân Thiếu-Tá Ngô-Sanh – Chỉ-Huy-Phó Hải-Đội III Duyên-Phòng – đích thân đến từng hố chiến đấu và trạm gác để thông báo về lệnh di tản.

Sau đó, khoảng 11 giờ, Thiếu-Tá Ngô-Sanh xuống PCF cuối cùng để rời nhiệm sở. Khi liên lạc được với chiếc WPB có chở vợ con của Ông, Thiếu-Tá Sanh sang WPB.

Chiếc WPB vừa ra khỏi Căn-Cứ Cát-Lở khoảng vài trăm thước liền bị nhiều loại súng nhỏ, từ phía Trung-Tâm Huấn-Luyện Cán-Bộ Xây-Dựng Nông-Thôn, bắn xối xả. Đạn trúng đài chỉ huy. Trung-Úy Tuân, Trung-Úy Phước, Trung-Úy On bị thương; Thủy-Thủ Quý thiệt mạn!

Phó-Đề-Đốc Đào cùng một nhóm thân tín rời nhiệm sở lên HQ 802.

Tại Bộ Tư-Lệnh Vùng III Duyên-Hải, Đại-Tá Vũ Trọng Đệ ra lệnh HQ 16, HQ 7 và HQ 12 tác xạ trục lộ Bà-Rịa, Cát-Lở, Vũng-Tàu để yểm trợ Thủy-Quân Lục-Chiến; vì Thủy-Quân Lục-Chiến đang bị Việt-Cộng đánh dạt ra bãi Trước.

Từ xã Long-Sơn, Việt-Cộng dùng đại bác bắn vào Vũng-Tàu. HQ 7 phản pháo. Nhưng khi đặt ống dòm quan sát, Hạm-Trưởng HQ 7 – Hải-Quân Thiếu-Tá Trần Nam Hưng – mới phát giác ra là những trái đạn do HQ 7 bắn lên đều không nổ! Thì ra số đạn mới do LCU tiếp tế là đạn lép! Thiếu-Tá Hưng ra lệnh bắn ba viên đạn mới (đạn lép) thì chèn một viên đạn cũ.

Cả ba chiến hạm HQ 16, HQ 7 và HQ 12 đều bị trọng pháo Việt-Cộng bắn ra dữ dội. Nhờ hải pháo có tầm bắn xa, ba chiến hạm đều ở ngoài tầm đạn của địch, làm *point* rất chính xác, bắn trả. Tuy vậy, đạn đại bác Việt-Cộng vẫn rơi quanh ba chiến hạm, tạo nên những khối nước phun khổng lồ.

Tình trạng kỹ thuật của HQ 12 không được tốt, chỉ còn chạy được một máy. Khi bị Việt-Cộng bắn rát quá, HQ 12 chạy ra khơi.

Khoảng 12 giờ 30 cùng ngày, chiếc WPB chở Hải-Quân Thiếu-Tá Ngô-Sanh cùng gia đình binh sĩ và những người bị thương đến bãi Trước. Thiếu-Tá Sanh gọi cấp cứu trên máy truyền tin nhưng không đơn vị nào đáp lại.

Sau khi làm lễ thủy táng đúng nghi lễ Hải-Quân cho Thủy-Thủ Quý, Thiếu-Tá Ngô-Sanh gọi một PCF, chỉ thị PCF này đưa ba sĩ quan bị thương vào bờ để tìm phương tiện cứu chữa.

Xế trưa 29 tháng 4, xe tăng Việt-Cộng xuất hiện tại bãi biển Vũng-Tàu và hạ nòng bắn ra HQ 505. HQ 505 vội nhổ neo, lui ra. Sau đó, nhiều trực thăng của Không-Quân V.N.C.H. bay ra và hai chiếc đáp xuống HQ 505.

3 giờ chiều, HQ 400 đang neo tại bãi Trước, bị Việt-Cộng pháo kích xối xả. Chiến hạm nhỏ neo khẩn cấp, tránh tầm đạn.

5 giờ chiều, từ Long-Khánh, các lực lượng Nhảy-Dù, Biệt-Động-Quân, Bộ-Binh, Địa-Phương-Quân, v. v… rút về Vũng-Tàu. Tại đây, không còn một lực lượng nào "tiếp hơi", những lực lượng tinh nhuệ đó "tan hàng"!

6 giờ chiều, lệnh từ Vùng III Duyên-Hải: Tất cả chiến hạm "tự do vận chuyển"!

Tối 29 tháng 4, một người Mỹ mặc thường phục, nói tiếng Việt rất lưu loát, tìm đến chiến hạm Hải-Quân Việt-Nam xin di tản. Khi gặp Chỉ-Huy-Trưởng Hải-Đội III Tuần-Dương – Hải-Quân Trung-Tá Lê Thành Uyển – người Mỹ này cho hay rằng ông ta có tần số liên lạc với Đệ-Thất Hạm-Đội Hoa-Kỳ. Nhiệm vụ của người Mỹ này là đón học sinh Trường Thiếu-Sinh-Quân tại Vũng-Tàu; nhưng Ông không thi hành được vì học viên tản mác hết, tìm không ra.

HQ 16 cùng HQ 7 và HQ 12 vẫn tiếp tục phản pháo cho đến khi bất ngờ nhận ra rằng Cơ-Xưởng-Hạm Vĩnh-Long HQ 802 không còn neo tại bãi Trước nữa. Cả ba vị Hạm-Trưởng cố liên lạc với giới chức thẩm quyền Vùng III Duyên-Hải, nhưng không gặp được ai cả.

Hạm-Trưởng HQ 12 – Hải-Quân Trung-Tá Lê Xuân Thu – yêu cầu HQ 7 yểm trợ về Saigon. Hạm-Trưởng HQ 16 cũng muốn về Saigon. Nhưng ngay lúc đó, Hạm-Trưởng HQ 505 liên lạc với cả ba vị Hạm-Trưởng và cho biết Tư-Lệnh Hải-Quân Vùng III Duyên-Hải đã cho lệnh "tự do vận chuyển"! Cả ba vị Hạm-Trưởng đều bỏ ý định trở về Saigon.

Biết được lệnh "tự do vận chuyển" và ý định không trở về Saigon của Hạm-Trưởng HQ 7, Trung-Úy T. và một số nhân viên phá tàu và dùng vũ khí uy hiếp Hạm-Trưởng, buộc Hạm-Trưởng phải đưa HQ 7 về Saigon.

Tuy vợ con còn kẹt lại Sài-Gòn, nhưng Hạm-Trưởng HQ 7 biết không thể nào sống được với Việt-Cộng, Ông khéo léo dàn xếp nội bộ. Hạm-Trưởng lấy hết tiền trong quỹ dự trữ tặng cho những người muốn trở về, rồi cho chiến hạm chạy sát vào cửa Đại, thả *Wizard* và bè xuống cho họ vào bờ. Một số Thủy-Quân Lục-Chiến được HQ 7 vớt quanh Vũng-Tàu cũng muốn về. Hạm-Trưởng HQ 7 cho thả bè, cung cấp nước ngọt và lương thực cho nhóm này về luôn.

Trong khi những sự việc kể trên xảy ra trên HQ 7 thì trên HQ 16, Hạm-Trưởng cũng bị một nhóm thủy thủ uy hiếp bằng vũ lực; vì Hạm-Trưởng muốn đưa chiến hạm đến đảo Tamassu đón vợ con của Ông, nhưng nhóm nhân viên này lại chỉ muốn đi thẳng ra Côn-Sơn.

Lúc này, HQ 17 từ Trường-Sa đang trên đường trở về. Khi còn cách bờ khoảng ba mươi hải lý, Hạm-Trưởng liên lạc với Bộ-Tư-Lệnh Hải-Quân Vùng III Duyên-Hải, hỏi địa điểm "đổ" quân; nhưng không được giải đáp thỏa đáng. Hạm-Trưởng HQ 17 yêu cầu được nói chuyện trực tiếp với Tư-Lệnh Hải-Quân Vùng III Duyên-Hải. Phó-Đề-Đốc Vũ Đình Đào, từ HQ 802, "lên" máy và đáp: *"Tùy anh."*

Đến gần bờ, thấy ghe thuyền ồ ạt ra khơi, HQ 17 vẫn ngược dòng, cố trở về Saigon. Nhưng, từ mỏm đá phía Nam Vũng-Tàu, Việt-Cộng dùng đại bác 150 ly bắn xối xả ra chiến hạm. HQ 17 thừa sức phản pháo, nhưng vì thấy ghe thuyền đen nghịt trên mặt sông, Hạm-Trưởng HQ 17 ngại, nếu hai bên "đối đáp" bằng đại bác, dân sẽ chết oan. Và, nếu chiến hạm chìm, cửa sông sẽ bị nghẽn. Vì hai lý do đó, Hạm-Trưởng HQ 17 cho chiến hạm quay mũi ra khơi.

Vừa đưa chiến hạm khỏi tầm đạn của Việt-Cộng, Hạm-Trưởng HQ 17 lại phải đương đầu với sự rối loạn nội bộ! Vợ con và gia đình của nhân viên chiến hạm đều bị kẹt, cho nên, một số nhân viên muốn đón ghe về Saigon, một số muốn ra khơi – dù chưa ai biết để làm gì và sẽ đi đâu! Số Địa-Phương-Quân mà HQ 17 "bốc" từ Trường-Sa về, đã xa gia đình chín/mười tháng, nay, trong cơn nguy biến, tất cả đòi về. Hạm-Trưởng phải khéo léo dàn xếp, kiếm ghe cho những ai muốn về thì về.

Thời điểm này, HQ 400 chở đầy đạn và đầy người. Hạm-Trưởng xin chỉ thị từ Hải-Quân Trung-Tá Lê Thành Uyển, Chỉ-Huy-Trưởng Hải-Đội III Tuần-Dương, để vất đạn xuống biển. Trung-Tá Uyển không quyết định được. Cuối cùng, Trung-Tá Uyển thông báo với các Hạm-Trưởng là Ông từ chối trách nhiệm!

VÙNG IV DUYÊN-HẢI

Đặc-Khu Phú-Quốc, ngoài lực lượng Hải-Quân Vùng IV Duyên-Hải, còn có hai Tiểu-Đoàn Địa-Phương-Quân và một Đại-Đội Trinh-Sát.

Lực lượng Việt-Cộng trên một Tiểu-Đoàn, Bộ-Chỉ-Huy đặt tại Bắc Đảo. Khoảng hai Trung-Đội Việt-Cộng hoạt động phía Nam Dương-Đông. Áp lực địch nặng nhất là vùng Bắc Đảo, Cửa Cạn. Việt-Cộng thường pháo kích vào phi trường Dương-Đông và cố ý cô lập đồn Cửa Cạn.

Lực lượng hai bên không chênh lệch. Nhưng áp lực địch rất nặng; vì Lực-Lượng Địa-Phương-Quân của V.N.C.H. chỉ ở thế thủ hoặc đi kích, hành quân lẻ tẻ, thiếu những cuộc hành quân quy mô.

Từ ngày nhậm chức Tư-Lệnh Hải-Quân Vùng IV Duyên-Hải kiêm Đặc-Khu-Trưởng Đặc-Khu Phú-Quốc, Hải-Quân Đại-Tá Nguyễn Văn Thiện giải tán các đồn, cho quân hành quân lục soát phía ngoài, mở rộng vòng đai phòng thủ. Đại-Tá Thiện xử dụng những đơn vị Địa-Phương-Quân để hành quân trên bộ, giữ an ninh phi trường và làng xã.

Khi cuộc rút quân từ miền Trung bắt đầu, Thiếu-Tướng Nguyễn Khoa Nam – Tư-Lệnh Quân-Đoàn IV – chỉ định Đại-Tá Thiện đặc trách lo về vấn đề đồng bào tị nạn.

Về quân sự, Đại-Tá Thiện trực tiếp chỉ huy và báo cáo về Bộ-Tư-Lệnh Quân-Đoàn. Về hành chánh, Quốc-Vụ-Khanh Phan Quang Đán bổ nhiệm một nhân viên hành chánh cao cấp ra Phú-Quốc, giúp Đại-Tá Thiện điều hành. Đại-Tá Thiện phúc trình tình trạng dân/quân tị nạn và nhận lệnh từ bác sĩ Phan Quang Đán và Đề-Đốc Lâm Ngươn Tánh – phụ tá Quốc-Vụ-Khanh đặc trách đón tiếp đồng bào di cư.

Phía Nam đảo Phú-Quốc, vùng Đất Đỏ, V.N.C.H. đã xây một trại tù để giam giữ tù chính trị. Sau hiệp định Ba-Lê, số tù Cộng-Sản được chuyển đi, trại tù bỏ trống. Đại-Tá Thiện xử dụng những dãy nhà này với hệ thống nước ngọt từ một giếng sâu, do hãng thầu RMK (Raymond – Morrisson – Knudsen) của Mỹ đào từ lâu, với dụng cụ y-tế và giường ngủ sẵn có, để tiếp người tị nạn.

Vấn đề tiếp tế để lo cho khối người tị nạn một phần do Hải-Quân đài thọ; phần lớn do chính phủ trung ương và cơ quan USAID Hoa-Kỳ đảm nhận.

Mỗi ngày có khoảng ba mươi chuyến bay của Air America, C123 hoặc C130 đáp xuống phi trường Dương-Đông với đầy đủ dụng cụ và thực phẩm.

Với khoảng 60.000 người tị nạn trên một diện tích nhỏ hẹp, an ninh là vấn đề phức tạp và thiết yếu. Tuy vậy, tình trạng các trại rất tốt đẹp nhờ hệ thống kiểm soát chặt chẽ và nhiều biện pháp mạnh được áp dụng. Để giải tỏa bớt tình trạng ứ đọng, Đại-Tá Thiện cấp giấy phép rời Phú-Quốc cho bất cứ ai có thân nhân trong đất liền.

Hải-Quân biệt phái một số sĩ quan do Hải-Quân Đại-Tá Trần Văn T. – Chỉ-Huy-Trưởng Trung-Tâm Huấn-Luyện Hải-Quân Saigon – điều động ra Phú-Quốc giúp điều hành và giải quyết những khó khăn tại các trại tỵ nạn.

Trong những chiến hạm chuyển quân và dân ra Phú-Quốc, có một chuyện rất thương tâm xảy ra trên HQ 500.

Từ Qui-Nhơn, HQ 500 đón quân và dân về Cam-Ranh. Tại Cam-Ranh HQ 500 được lệnh nhận thêm lính và dân rồi đưa ra Phú-Quốc.

Trong số dân và quân HQ 500 đưa ra Phú-Quốc có Thiếu-Úy Lê Quang Lệ Lan – trưởng nữ của Cựu Tư-Lệnh Hải-Quân Lê Quang Mỹ – và một em bé được sinh ra trên chiến hạm.

Em bé này được Thiếu-Úy Lệ Lan đón vào đời và được Hạm-Trưởng LST Cam-Ranh – Hải-Quân Trung-Tá Lê Quang Lập – đặt tên là Nguyễn-Thị-Cam-Ranh.

Vào đến Phú-Quốc, HQ 500 cặp cầu dầu. Từ cầu này muốn vào bờ phải dùng xuồng hay tàu nhỏ.

Thời gian này, đồng bào trên chiến hạm quá đông và thiếu thốn mọi thứ. Thiếu-Úy Lệ Lan tình nguyện vào gặp Tư-Lệnh Hải-Quân Vùng IV Duyên-Hải để xin tiếp tế.

Suốt thời gian nhận và chuyển thực phẩm, vật dụng, thuốc men từ Bộ Tư-Lệnh Hải-Quân Vùng IV Duyên-Hải ra chiến hạm, Thiếu-Úy Lệ Lan đã tận tụy với đồng bào, nhiều khi quên ăn, quên uống.

Lần cuối cùng, sau khi chất đầy thực phẩm, hai mươi mốt nhân viên chiến hạm và Thiếu-Úy Lệ Lan từ bờ trở lại HQ 500 bằng LCVP.

Khi kéo LCVP lên, giây đứt, hai mươi mốt nhân viên bị hất xuống biển; riêng Thiếu-Úy Lệ Lan bị kẹt, chết giữa những thùng thực phẩm!

Sau đó HQ 500 về Saigon sửa chữa. Công tác sửa chữa chưa hoàn tất, HQ 500 lại được lệnh đưa khoảng vài trăm tội phạm ra Côn-Sơn.

Trên những chuyến xà-lan từ miền Trung vào Phú-Quốc, nhiều tên bất lương lấy quân phục của vài binh chủng thiện chiến V.N.C.H. mặc vào rồi cướp của, giết người, xô người xuống biển, v. v... Khi những chuyến xa-lan này đến Phú-Quốc, đơn vị an ninh ở các trại tị nạn được báo cáo.

Sau khi điều tra cặn kẽ, nếu hội đủ bằng chứng, tội phạm được giải giao cho Quân-Cảnh Tư-Pháp điều tra thêm. Tin này loan ra nhanh. Một số lớn đồng bọn đi những chuyến xà-lan sau đón ghe đánh cá vào Rạch-Giá khi xà-lan còn neo ngoài khơi Phú-Quốc.

Trong số những tên thảo khấu bị bắt, có mấy tên được đồng bào nhận diện. Một Đức Cha, khi thuật lại những hành động dã man của hai tên bất lương đối với gia đình của một Đại-Tá Bộ-Binh đã không nén được phẫn nộ, hỏi Đại-Tá Thiện: *"Theo sấm truyền cũ, những hành động như vậy giữa con người đối với con người, phải bị tội lăng trì. Đại-Tá biết không?"* Là một con chiên ngoan đạo, Đại-Tá Thiện lặng thinh, suy nghĩ.

Trong thời gian đa số đồng bào bất bình về thái độ trì hoãn xử tội mấy tên cướp thì, ngày 19 tháng 4, Hải-Quân Đại-Tá Nguyễn Văn Thiện nhận được công điện từ Bộ-Tổng-Tham-Mưu: Đại Tướng Cao Văn Viên, Tổng-Tham-Mưu-Trưởng Quân-Lực V.N.C.H., bổ nhiệm Đại-Tá Thiện vào chức vụ Tổng-Trấn Phú-Quốc.

Với quyền hạn của một Tổng-Trấn trong thời chiến, Đại-Tá Thiện có quyền kêu án tử hình tội phạm, không cần chờ lệnh tòa án. Nhưng Đại-Tá Thiện lại liên lạc Bộ-Tư-Lệnh Hải-Quân xin ý kiến. Bộ-Tư-Lệnh Hải-Quân không hạn chế quyền hạn của Đại-Tá Thiện.

Vì áp lực của đồng bào và của Đức Cha, Đại-Tá Thiện cử ủy ban điều tra lại vụ hai tên côn đồ và mấy tên thảo khấu trên những chuyến xà-lan khác nhau. Sau khi ủy ban an ninh phúc trình bản điều tra cuối cùng, Đại-Tá Thiện ra lệnh Địa-Phương-Quân thành lập một bán tiểu đội hành quyết, xử tử những tội phạm đó.

Thời gian này, tình hình quân sự trong Vùng tương đối yên tĩnh. Chỉ có đồn Cửa Cạn bị Việt-Cộng vây khốn suốt mấy hôm, với mục đích khuấy phá chứ không dám chiếm; vì sợ hải pháo và phi cơ oanh tạc.

Trọng trách giải tỏa đồn Cửa Cạn được giao cho Đặc-Khu-Phó (Quận-Trưởng quận An-Thới). Đại-Tá Thiện tăng phái HQ 230 bắn hải pháo yểm trợ, đồng thời biệt phái PCF chạy gần bờ để kiểm soát và yểm trợ bằng đại liên/trung liên và súng cối 81 ly. Nhiều LCM của Căn Cứ Yểm-Trợ An-Thới cũng được tăng cường để, nếu cần, sẽ đổ bộ Địa-Phương-Quân lên.

Không hiểu vì lý do gì, Đặc-Khu-Phó không thực hiện được công tác đã được hoạch định và giao phó. Đại-Tá Thiện thay đổi kế hoạch bằng cách không xử dụng chiến đỉnh mà trưng dụng mười ghe đánh cá loại lớn, tập trung ngoài khơi. Khi được lệnh của Đại-Tá Thiện, quân sẽ được chuyển xuống mười ghe đó, đưa lên các ghềnh đá phía Bắc Đảo, cách đồn Cửa Cạn khoảng hai, ba cây số, đánh thốc xuống.

Nhờ yếu tố bất ngờ, chỉ không tới một Đại-Đội Địa-Phương-Quân, với sự yểm trở hữu hiệu của hải pháo, đã đẩy lui trên một Tiểu-Đoàn địch về những hang hóc phía Đông Bắc. Địch để lại trên một trăm xác và thương binh.

Ngoài chiến thắng tại đồn Cửa Cạn, tưởng cũng nên đề cập đến cuộc đụng độ giữa Duyên-Đoàn 44 và Khmer Đỏ, trên hòn đảo phía Bắc, trong quần đảo Poulo Dama.

Vào khoảng cuối tháng Tư, Duyên-Đoàn 44 được lệnh chiếm hai đảo Kiến-Vàng và Keo-Ngựa, trong hải phận Việt-Nam. Chỉ-Huy-Trưởng Duyên-Đoàn 44 chỉ huy một đơn vị Hải-Kích thi hành công tác này. Toán quân được chia làm hai cánh.

Cánh A thực hiện kế hoạch và chiếm đảo Keo-Ngựa một cách dễ dàng.

Cánh B đổ bộ nhầm một đảo khác, không thuộc hải phận Việt-Nam. Cánh quân B này "đụng" với lực lượng Khmer Đỏ trấn thủ đảo. Trong cuộc chạm súng, Hải-Quân Thiếu-Úy T. bị kẹt trên đảo.

Nghe báo cáo, cánh A, một mặt xin chiến hạm yểm trợ, một mặt kéo toàn lực lượng đến đảo Kiến-Vàng, tìm cách cứu vị sĩ quan.

Lực Lượng Hải-Kích đến đảo Kiến-Vàng khoảng 5 giờ sáng. Nhưng Khmer Đỏ dùng trọng pháo 150 ly pháo kích nặng nề xuống bãi, khiến quân V.N.C.H. đến sáng vẫn không đổ bộ được.

HQ 330 đang tuần tiểu quanh vùng, được chỉ thị đến đảo Kiến-Vàng trợ chiến; nhưng HQ 330 không được phản pháo, vì hải phận đó không thuộc chủ quyền của V.N.C.H.

Trưa, Khmer đỏ ngưng pháo kích. Thiếu-Úy T. từ bờ bơi ra chiến hạm.

Tối 27 tháng 4, Đại-Tá Nguyễn Văn Thiện gọi tất cả chiến hạm biệt phái cho Vùng IV Duyên-Hải về An-Thới.

Sáng 28 tháng 4, chiến hạm USS Dubuque thuộc Đệ Thất Hạm-Đội Hoa-Kỳ đột ngột xuất hiện và neo gần An-Thới. Ít ai biết được rằng chính Erich Von Marbod có mặt trên USS Dubuque. Erich Von

Marbod xử dụng USS Dubuque như một trạm viễn liên để hướng dẫn Không-Quân V.N.C.H. bay sang Thái-Lan!

Đêm 28 tháng 4, Căn-Cứ Hải-Quân Vùng IV Duyên-Hải hỗn loạn vì tin Đại-Tá Thiện lấy PCF ra chiến hạm Mỹ. Tất cả chiến hạm V.N.C.H. rời bến sau khi thông báo cho phòng hành quân.

Sáng 29 tháng 4, Đại-Tá Thiện cho tất cả chiến hạm biết rằng Ông đã đi tuần trong đêm qua.

10 giờ sáng cùng ngày, Đại-Tá Thiện liên lạc với Phó-Đề-Đốc Diệp Quang Thủy, Tham-Mưu-Trưởng Hải-Quân, để hỏi tình hình chiến sự. Phó-Đề-Đốc Thủy bảo Đại-Tá Thiện túc trực trên máy vô tuyến, có biến chuyển nào Ông sẽ cho hay.

11 giờ sáng, Đại-Tá Thiện mất liên lạc với Bộ-Tư-Lệnh Hải-Quân Saigon!

Ngày 30 tháng 4, lúc 10 giờ sáng, sau khi nghe lệnh đầu hàng của Tổng Thống Dương Văn Minh, Đại-Tá Thiện họp tất cả sĩ quan và Hạm-Trưởng tại phòng ăn sĩ quan và cho biết ý định của Ông là sẽ ra đi. Điểm hẹn là Poulo-Panjang.

Sau cuộc họp ngắn ngủi đó, tất cả chiến hạm tách bến; chiến đỉnh cũng vội vàng ra đi. Đại-Tá Thiện và gia đình không còn phương tiện nào để rời Bộ-Chỉ-Huy Hải-Quân Vùng IV Duyên-Hải. Đại-Tá Thiện liên lạc vô tuyến với người bạn cùng khóa – Chỉ-Huy-Trưởng Căn-Cứ Tiếp-Vận An-Thới – nhờ giúp đỡ.

Chiếc LCM8 đưa gia đình Chỉ-Huy-Trưởng Căn-Cứ Tiếp-Vận An-Thới ghé đón Đại-Tá Thiện và gia đình Ông tại cầu tàu, trước Bộ-Tư-Lệnh Hải-Quân Vùng IV Duyên-Hải.

Sau đó, vì đã hứa đi chung với các đơn vị Hải-Quân tại Phú-Quốc, Đại-Tá Thiện sang một ghe *Yabuta* để đến chiến hạm. Lúc này đoàn tàu gồm có:

- HQ 230 – Hạm-Trưởng, Hải-Quân Thiếu-Tá Nguyễn Nguyên.
- HQ 330 – Hạm-Trưởng, Hải-Quân Thiếu-Tá Nguyễn Văn Anh.
- HQ 331 – Hạm-Trưởng, Hải-Quân Thiếu-Tá Lê Tấn Triệu.
- HQ 602 – Hạm-Trưởng, Hải-Quân Thiếu-Tá Ngô Minh Dương.

Đại-Tá Thiện lên HQ 230. Tại đây, vì chưa biết Bộ-Tư-Lệnh Hải-Quân Saigon đã di tản, Đại-Tá Thiện dùng hệ thống siêu tần số để liên lạc với Bộ-Tư-Lệnh Hải-Quân Saigon, nhưng không gặp được ai cả!

Một số nhân viên trên HQ 230 nổi loạn, muốn đem chiến hạm về. Vừa khi đó, HQ 230 đến Poulo-Panjang. Tại đảo này có khoảng hai mươi PCF của Hải-Đội 4 Duyên-Phòng. Những người muốn về, dùng PCF trở về; ai muốn đi, ở lại chiến hạm.

Trên đường rời hải phận Việt-Nam, vì tình trạng kỹ thuật của HQ 331, đoàn tàu phải ghé Singapore. Hải-Quân Singapore, thay vì giúp sửa chữa HQ 331, lại đòi lấy HQ 331!

Đoàn tàu rời Singapore với thêm nhiều người di tản mới nhập hạm từ Singapore. HQ 330 phải dòng HQ 331.

Trong thời gian hải hành, Thiếu-Úy Xử-Lý Thường-Vụ Hạm-Phó HQ 602 cùng một nhóm người nhập hạm từ Singapore, nổi loạn, giết chết Hạm-Trưởng – Hải-Quân Thiếu-Tá Ngô Minh Dương – rồi đem chiến hạm trở về!

Đại-Tá Thiện có ý định – và tất cả Hạm-Trưởng cũng đồng ý – là sẽ đưa các chiến hạm này sang Úc-Đại-Lợi. Nhưng, khoảng nửa đường, nghe đài BBC và đài VOA loan báo rằng Úc-Đại-Lợi công nhận chính phủ Cộng-Sản Việt-Nam, tất cả đổi ý, đi Phi-Luật-Tân.

Trên đường hướng về Phi-Luật-Tân, một chiến hạm Nga bám sát ba chiến hạm HQ 230, HQ 330 và HQ 331. Khi phi cơ Hoa-Kỳ bất ngờ xuất hiện quanh ba chiến hạm này thì chiến hạm Nga đổi hướng và mất dạng.

Trong chuyến di tản này, lực lượng Hải-Quân Phú-Quốc đem theo khoảng từ 50% đến 55% gia đình Hải-Quân, từ 10% đến 15% gia đình Địa-Phương-Quân và số còn lại là đồng bào.

VÙNG V DUYÊN-HẢI

Việt-Cộng dồn mọi nỗ lực vào các mặt trận Cao-Nguyên và miền Trung cho nên tình hình quân sự Vùng V Duyên-Hải hoàn toàn yên tĩnh.

Chiều 29 tháng 4, sau khi thâu nhận được những diễn tiến tại Trung-Ương, Lực-Lượng Hải-Quân Vùng V Duyên-Hải tập trung tại Hòn-Khoai, chờ lệnh.

Tối 29 tháng 4, Lực-Lượng Hải-Quân Vùng V Duyên-Hải nghe lời kêu gọi của Trưởng-Khối an ninh Hải-Quân – Đại-Tá Chiến-Binh Nguyễn Văn Tấn – trên hệ thống truyền tin, cho nên tất cả trở về hậu cứ Năm-Căn!

Ngày 30 tháng 4, sau khi nghe lệnh buông súng, lực lượng Hải-Quân Vùng V Duyên-Hải lại ra khơi.

Ngày 1 tháng 5, khoảng 3 giờ chiều, Lực-Lượng Hải-Quân Vùng V Duyên-Hải đến Hòn-Tre – Duyên-Đoàn 43 – và giao tất cả vũ khí cũng như quân dụng cho ban tiếp thu Việt-Cộng, rồi giải tán!

CHƯƠNG VI

NHỮNG ĐỘT BIẾN
TẠI CÁC VÙNG SÔNG-NGÒI

VÙNG III SÔNG-NGÒI

Tình hình quân sự thuộc lãnh thổ Vùng III Sông-Ngòi sẽ không đáng đề cập nếu không có những cuộc đụng độ quyết liệt giữa các Lực-Lượng Đặc-Nhiệm, Lực-Lượng 99 và Lực-Lượng cơ hữu của Hải-Quân Vùng III Sông-Ngòi với những Lực-Lượng chính quy Việt-Cộng.

Với ý đồ đánh thốc vào Long-An, cắt quốc lộ 4, cô lập Saigon, Việt-Cộng mở mặt trận lớn với các đơn vị sau đây:
- Công Trường 8, từ kinh Chợ Gạo, đi phía quận Bình-Phước, bức Rạch-Kiến, tuôn về Bình-Chánh, vào Saigon.
- Công Trường 9, từ Cái-Bè tiến quân đến Bến-Tranh, đánh vào Long-An, mục đích hiệp với Công Trường 7, cắt quốc lộ 4.
- Công Trường 7, từ Đồng-Tháp đánh vào Thủ-Thừa.
- Công Trường 5, từ Tây-Ninh; một phần đánh vào Hậu-Nghĩa, một phần đánh vào Bến-Lức.

NHỮNG TRẬN CHIẾN TRÊN VÀM-CỎ-TÂY

Ngay khi mặt trận Long-An vừa bùng nổ, Lực-Lượng 99 – dưới sự chỉ huy của Hải-Quân Đại-Tá Lê Hữu Dõng – được đưa vào chiến trận.

Đại-Tá Dõng là vị sĩ quan đầu tiên của khóa 8 Hải-Quân Nha-Trang được thăng Đại-Tá. Về hải vụ, có thể nói Đại-Tá Dõng không thua bất cứ một vị đàn anh nào cả. Về chỉ huy những đơn vị tác chiến trong sông rạch, Đại-Tá Dõng và người bạn cùng khóa – Hải-Quân Trung-Tá Hồ Quang Minh – là hai sĩ quan được các đại đơn vị Việt-Cộng tại Vùng III và Vùng IV Sông-Ngòi lên án nặng nề!

Ngày 17 tháng 4, Lực-Lượng 99 khởi hành từ Nhà Bè, trực chỉ Long-An.

Thời gian này, với mục đích cắt quốc lộ IV, ngăn chận sự tiếp viện của quân V.N.C.H. từ Vùng IV Chiến-Thuật, Công-Trường 7 Việt-Cộng kéo quân từ Cái-Bè đến Bến-Tranh thì "đụng" nặng với một Trung-Đoàn của Sư-Đoàn 7 Bộ-Binh. Khi địch đến rạch Cần-Đốt lại gặp phải sự kháng cự mãnh liệt của Địa-Phương-Quân.

Cánh quân Công Trường 8 Việt-Cộng đánh vào Rạch-Kiến chạm phải sức kháng cự vũ bão của Lực-Lượng Địa-Phương-Quân, khựng lại đó.

Cánh quân Việt-Cộng tấn công quận Tân-Trụ đang tràn ngập trong Chi-Khu vừa lúc Lực-Lượng Đặc-Nhiệm 99 đang giang hành ngang Tân-Trụ để tiến về Long-An. Lúc này Giang-Đoàn 40 Ngăn-Chận cũng vừa đưa một Tiểu-Đoàn Địa-Phương-Quân từ Long-An lên tiếp viện quận Tân-Trụ.

Sau khi "đổ" quân, Giang-Đoàn 40 Ngăn-Chận cùng Lực-Lượng 99 nhập trận, yểm trợ Địa-Phương-Quân.

Bất ngờ đụng nặng với hai đơn vị tác chiến Hải-Quân, quân của Công-Trường 8 Việt-Cộng – sau nhiều đợt chống trả dữ dội – đành "chém vè"! Quận Tân-Trụ được giải tỏa cùng ngày.

Ngày 18 tháng 4, khoảng 8 giờ sáng, Lực-Lượng 99 đến Long-An. Tình hình kinh Thủ-Thừa nguy ngập. Trên giang trình tiến đến giải tỏa kinh Thủ-Thừa, khi vừa qua khỏi cầu Long-An khoảng hai trăm thước, Lực-Lượng Đặc-Nhiệm 99 thấy rất đông người đang tắm, nô đùa dưới sông, bên bờ đối diện rạch Cần-Đốt. Đặt ống dòm quan sát, Hải-Quân Đại-Tá Lê Hữu Dõng, Chỉ-Huy-Trưởng Lực-Lượng 99, phát giác ra đó là một đại đơn vị Việt-Cộng. Lập tức, Đại-Tá Dõng ra lệnh toàn Lực-Lượng ủi thẳng sang, tấn công.

Khi thấy đoàn chiến đỉnh ủi ngay vào điểm dừng quân của mình, một đơn vị của Công Trường 7 Việt-Cộng, chấp nhận đánh nhau, không chạy. Hai bên cách nhau khoảng mười thước, có thể thấy nhau bằng mắt thường, cho nên, mọi người trên đoàn giang đỉnh đều thấy Việt-Cộng nhốn nháo, tán loạn. Tuy vậy, sức phản công của địch từ bờ bắn ra cũng dữ dội với đủ loại súng, có cả 82 ly không giật và 12 ly 8. Phía Lực-Lượng 99, mọi vũ khí nặng trên chiến đỉnh đều được xử dụng tối đa.

Trong khi trận chiến đang diễn ra dữ dội, Thủy Thủ Đức bị thương trên mặt và đầu, máu tuôn xối xả. Thủy Thủ Đức chỉ đưa tay vuốt máu trên mặt rồi đứng thẳng trên chiếc Tango, ôm MK19, nã thẳng vào địch quân.

Đến 5 giờ chiều, sức kháng cự của Việt-Cộng yếu dần. Bộ-Binh và Địa-Phương-Quân được điều động đến, đổ bộ. Lúc này chỉ còn nghe rời rạc vài tiếng B40.

Trong trận này, tổn thất về phía Hải-Quân và quân bạn không đáng kể. Việt-Cộng thiệt hại không dưới một Tiểu-Đoàn. Vũ khí tịch thu gồm: 4 khẩu 82 ly không giật, 2 khẩu 12 ly 8, 12 khẩu B40, rất nhiều AK và súng trường Nga.

Sáng 19 tháng 4, Lực-Lượng 99 và Giang-Đoàn 42 Ngăn-Chận trở lại địa điểm đã đụng độ với Việt-Cộng ngày hôm trước. Đoàn giang đỉnh vừa đến nơi, hai giang đỉnh bị bắn. Một Monitor của Giang-Đoàn 42 Ngăn-Chận bị 82 ly không giật bắn trực xạ. Ba nhân viên và Chỉ-Huy-Trưởng Giang-Đoàn 42 Ngăn-Chận – Hải-Quân Thiếu-Tá Phạm Ngọc Lộ – bị thương. Nhưng cả bốn thương binh đều không chịu tản thương, chỉ vuốt máu, tiếp tục chiến đấu!

Kể từ ngày 19 tháng 4, hễ Lực-Lượng 99 và Địa-Phương-Quân giải tỏa xong điểm chạm địch đối diện với rạch Cần-Đốt ngày hôm trước thì ngày hôm sau Việt-Cộng lại chuyển vận súng lớn trở lại địa điểm này.

Trong thời gian này, mỗi ngày, tiểu đoàn pháo của Công-Trường 7 Việt-Cộng nã vào Long-An từ 40 đến 60 quả 122 ly!

Bằng mọi giá, Việt-Cộng quyết tiêu diệt Lực-Lượng Đặc-Nhiệm 99; vì Lực Lượng này là trở ngại lớn cho cuộc kéo quân của các Công-Trường Việt-Cộng về Long-An.

Đêm 20 tháng 4, trong khi Lực-Lượng 99 đang "nằm" gần cầu Long-An thì người nhái Việt-Cộng lội ra giang đỉnh, bám vào thành tàu, leo lên ngay chiến đỉnh của người nhái Hải-Quân V.N.C.H. Tất cả người nhái Việt-Cộng đều bị hạ trước khi hành động!

Đêm 21 tháng 4, Lực-Lượng 99 "đổ" toán Hải-Kích – do Đại-Úy Hiền chỉ huy – lên bờ đối diện rạch Cần-Đốt. Khi còn cách bờ khoảng 30 thước, Hải-Quân phát hiện Việt-Cộng đông quá! Thấy Đại-Úy Hiền tỏ vẻ ngần ngại, Đại-Tá Dõng ra lệnh rút lui; vì Ông nghĩ rằng khi Hải-Kích không chấp nhận trận chiến thì không thể nào quân ta vào được.

Cánh quân của Công-Trường 9 Việt-Cộng từ Cái-Bè tiến đến Bến-Tranh thì gặp sự kháng cự của một Trung-Đoàn thuộc Sư-Đoàn 7 Bộ-Binh. Lúc địch kéo về đến rạch Cần-Đốt lại "đụng" lực lượng Địa-Phương-Quân phòng thủ tại đây.

Cũng thời điểm này, Sư-Đoàn 22 Bộ-Binh – dưới sự chỉ huy của Chuẩn Tướng Phan Đình Niệm – từ Qui-Nhơn về Bến-Lức, đang tái trang bị, không xuất trận. Nhưng khi Cầu Voi bị tấn công, Tướng Niệm chỉ thị một Trung-Đoàn thuộc Sư-Đoàn 22 Bộ-Binh đến giải tỏa; nhưng không giải tỏa được.

Nhận thấy áp lực địch đè nặng trên vùng trách nhiệm của Đại-Tá Lê Hữu Dõng, Phó-Đề-Đốc Nghiêm Văn Phú – Tư-Lệnh Lực-Lượng Tuần-Thám – đem toàn Bộ-Tham-Mưu đến Long-An hỗ trợ Đại-Tá Dõng. *(Trước khi trở thành Chỉ-Huy-Trưởng Lực-Lượng 99, Đại-Tá Dõng đã là Tư-Lệnh-Phó Lực-Lượng Tuần-Thám).* Tháp tùng Bộ-Tham-Mưu Lực-Lượng Tuần-Thám là bác sĩ Trần Quốc Dũng, vị y-sĩ được tất cả đơn vị Hải-Quân cũng như đồng bào và quân bạn tại bệnh viện Long-An mến phục.

Từ giữa tháng 4, hầu như tất cả bác sĩ trong tỉnh Long-An đều di tản. Mỗi ngày số thương vong do đại bác của địch và thương binh từ các mặt trận đưa về nườm nượp, nhưng khó tìm ra được một y-sĩ!

Ngoài những lúc hành quân với Lực-Lượng Đặc-Nhiệm 99 để săn sóc thương binh tại trận tuyến, vị y-sĩ tốt nghiệp khóa 16 Trưng Tập, Trần Quốc Dũng, cùng với trung sĩ y-tá tên Thông, chưa kịp cất áo giáp, nón sắt, đã vội vàng đến ngay bệnh viện Long-An để cấp cứu nạn nhân chiến tranh.

Lúc này xác thường dân chết vì hỏa tiễn Việt-Cộng nằm rải rác ven đường. Vô số người bị thương được đưa đến bệnh viện Long-An. Tại phòng nhận bệnh, nạn nhân chiến tranh nằm la liệt mà chỉ có hai y-tá phụ trách! Trong số những nạn nhân, một người bị mảnh pháo kích ghim nơi ngực, thở không được.

Biết rằng nạn nhân này cần phải được giải phẫu cấp kỳ, bác sĩ Dũng và y-tá Thông đẩy ngay người này vào phòng mổ. Dụng cụ giải phẫu và thuốc men đều bị khóa kín trong tủ. Trong khi bác sĩ Dũng và y-tá Thông đập bể tủ, thực hiện cuộc "giải phẫu dã chiến" cứu sống nạn nhân thì Việt-Cộng pháo nặng hơn. Kho dầu và kho đạn Long-An trúng đại pháo. Và, ít nhất, có hai hỏa tiễn rơi ngay bệnh viện, gây thêm rất nhiều tử vong!

Nghe bệnh viện trúng đạn pháo kích, thân nhân dùng đủ mọi phương tiện để di chuyển người thân của họ ra khỏi bệnh viện. Bác sĩ Dũng và y-tá Thông vẫn tiếp tục băng bó, săn sóc, cấp cứu nạn nhân trong những tiếng nổ rền trời của từng đợt hỏa tiễn do Việt-Cộng nã vào thành phố Long-An.

Trưa 29 tháng 4, lưu thông trên quốc lộ 4 bị gián đoạn. Vì cảm mến đức tính can cường của Thiếu-Tá Phạm Ngọc Lộ trong những lần chạm địch suốt mấy ngày qua, Đại-Tá Dõng hỏi Thiếu-Tá Lộ có muốn đưa tàu về Saigon đón gia đình hay không? Nếu muốn, cứ lấy hai ASPB – trợ chiến đỉnh trang bị súng phun lửa – mà đi. Thiếu-Tá Lộ cho hai ASPB rời vùng hành quân về Saigon đón gia đình, còn Ông ở lại với đơn vị.

Không hiểu tại sao câu chuyện giữa Đại-Tá Dõng và Thiếu-Tá Lộ đến tai Phó-Đề-Đốc Nghiêm Văn Phú.

Từ khi đến Long-An, Phó-Đề-Đốc Phú là vị sĩ quan thâm niên hiện diện, được tất cả đơn vị Hải-Quân trong vùng xem như Tư-Lệnh hành-quân. Đối với Hải-Quân, không ai lạ gì cá tính nghiêm khắc, độc đoán của vị sĩ quan tốt nghiệp khóa II sĩ quan Hải-Quân Nha-Trang này. Nhưng, bù lại, Phó-Đề-Đốc Phú rất xuề xòa và thường âm thầm lo lắng cho thuộc cấp; vì vậy Ông được thuộc cấp đặt danh hiệu là Bố-Già.

Chiều 29 tháng 4, khoảng 6 giờ 30, Phó-Đề-Đốc Phú cho tập hợp tất cả thuyền trưởng của Giang-Đoàn 42 Ngăn-Chận, Đại-Tá Dõng, Thiếu-Tá Lộ và Thiếu-Tá Chiến Binh Vĩnh Đính – Tham-Mưu-Phó Hành Quân Lực-Lượng Tuần-Thám. Trước mặt mọi người, Phó-Đề-Đốc Nghiêm Văn Phú, Tư-Lệnh Lực-Lượng Tuần-Thám, kiêm Tư-Lệnh Đặc-Nhiệm 212, tuyên bố truất quyền chỉ huy của Thiếu-Tá Lộ và chỉ định Thiếu-Tá Vĩnh Đính làm Chỉ-Huy-Trưởng Giang-Đoàn 42 Ngăn-Chận, thay thế Thiếu-Tá Lộ! Mọi người, kể cả Đại-Tá Dõng, đều sửng sốt đến không nói được một lời! Sau này, Đại-Tá Dõng mạnh dạng xác nhận sự im lặng của Ông vào chiều hôm đó là một lầm lẫn!

Sở dĩ cho đến chiều 29 tháng 4 mà toàn tỉnh Long-An vẫn chưa có phần đất nào bị Việt-Cộng kiểm soát là nhờ hai yếu tố sau đây:

- Liên-Đoàn Địa-Phương-Quân của Tiểu-Khu Long-An là một lực lượng tinh nhuệ. Nếu so sánh Liên-Đoàn Địa-Phương-Quân này với những lực lượng chính quy của V.N.C.H. như Nhảy-Dù, Thủy-Quân-Lục-Chiến, Biệt-Động-Quân, v. v... thì sức chiến đấu dai dẳng và can cường của Liên-Đoàn Địa-Phương-Quân này sẽ ngang ngửa chứ không kém. Chính Liên-Đoàn Địa-Phương-Quân này đã "chôn chân" Công-Trường 7 Việt-Cộng bên kia kinh Thủ-Thừa.
- Sự quyết định nhanh chóng của Phó-Đô-Đốc Chung Tấn Cang – Tư-Lệnh Hải-Quân V.N.C.H. – khi đưa Lực-Lượng 99 vào trận địa đúng thời điểm.

Tối 29 tháng 4, đích thân Phó-Đô-Đốc Cang gọi máy, chỉ thị Đại-Tá Lê-Hữu-Dõng đưa toàn Lực-Lượng 99 ra sông Soài-Rạp. Nhưng Đại-Tá Dõng xin ở lại 24 giờ đồng hồ nữa; vì Long-An "chưa hề hấn gì" và tinh thần chiến đấu của binh sĩ còn hăng.

Cũng thời điểm này, Đại-Úy Trưởng Phòng An-Ninh Lực-Lượng Tuần-Thám – theo lệnh của Phó-Đề-Đốc Phú – vào bệnh viện đưa bác sĩ Dũng di tản. Bác sĩ Dũng bảo: *"Đại-Úy thưa với Tư-Lệnh, nếu Tư-Lệnh muốn chạy thì cứ chạy đi. Tôi ở lại với anh em."*

Sáng 30 tháng 4, Việt-Cộng vẫn tiếp tục pháo hỏa tiễn vào Long-An. Đại-Tá Dõng gặp Đại-Tá Huyến – Tỉnh Trưởng Long-An. Đại-Tá Huyến tỏ vẻ rất thất vọng vì không liên lạc được với thẩm quyền nào cả. Đại-Tá Dõng hỏi dò Đại-Tá Huyến về ý định di tản. Đại-Tá Huyến Lắc đầu: *"Anh em còn đang chiến đấu, tôi đi không đành. Bao giờ đem được anh em về hết tôi sẽ đi."*

Khi nghe lệnh đầu hàng của Tổng Thống Dương Văn Minh, Đại-Tá Dõng cho một chiếc Jeep đi tìm bác sĩ Dũng. Sau đó, Đại-Tá Dõng đưa Lực-Lượng Đặc-Nhiệm 99, Giang-Cảnh, Cảnh Sát, Đại-Đội Tuần-Giang, v.v...theo Vàm-Cỏ-Tây, ra sông Soài Rạp. Điểm hẹn là Bắc-Cầu-Nối.

Lúc này, cờ Mặt-Trận Giải-Phóng Miền-Nam cắm đầy hai bên bờ sông.

4 giờ chiều, mấy trăm chiến đỉnh của nhiều đơn vị Hải-Quân tụ tập tại Bắc-Cầu-Nối. Cũng lúc đó, mọi người thấy Phó-Đề-Đốc Nghiêm Văn Phú – người trở lại từ HQ 502 để đón những đơn vị của Ông ra trễ – trên một PBR đơn độc ngay chỗ phao đỏ cuối cùng trước khi dòng Soài Rạp tuôn ra biển.

Đại-Tá Dõng kiểm soát tất cả đơn vị xong, trình lên Phó-Đề-Đốc Phú rằng các đơn vị đã đến điểm hẹn gần đầy đủ. Phó-Đề-Đốc Phú đáp: *"Tốt"*.

4 giờ 20 chiều, tại Bắc-Cầu-Nổi, Đại-Tá Dõng, được xem như vị đại diện Hải-Quân trong vùng, tuyên bố giải tán các đơn vị Hải-Quân!

Sau đó, người nào đi thì dồn lên những LCM hoặc PBR để ra đi. Người nào muốn về thì dồn lên mấy PBR trở về. Số giang đỉnh còn lại được tháo ống, cho chìm từ từ.

Nhìn những chiến đỉnh không người lái, cứ quay vòng vòng rồi chìm từ từ, hầu như mọi người đều nén ngậm ngùi. Thượng sĩ D., thuộc Giang-Đoàn 40 Ngăn-Chận, không nén được xúc động, đã bật khóc và gào lên: *"Chính phủ ơi! Con tàu ơi!"*

Cũng trong tình huống đó, Hải-Quân Đại-Úy H. – Chỉ-Huy-Trưởng Giang-Đoàn 59 Tuần-Thám – từ LCM8 nhảy xuống một PBR rồi nhắn nhủ với Đại Tá Dõng : *"Thôi, Commandant đi đi. Tôi ở lại điều động đàn em của tôi, rồi...một là tôi sẽ tự tử chết; hai là tôi sẽ về Bến-Tre tu với Mẹ tôi!"*

NHỮNG TRẬN CHIẾN TRÊN VÀM-CỎ-ĐÔNG

Vào hạ tuần tháng 2 năm 1975, trong trận phục kích vào khoảng sông giữa Gò-Dầu-Hạ và Tây-Ninh, Giang-Đoàn 40 Ngăn-Chận tịch thu được tài liệu quan trọng sau khi bắn chết hai sĩ quan cao cấp Việt-Cộng từ cục R đi ghe ra. Tiểu-Khu Tây-Ninh muốn giữ tài liệu này; nhưng Quân-Đoàn III phái một Đại-Tá xuống lấy về. Theo tài liệu này, Việt-Cộng sẽ mở mặt trận lớn tại Long-An và Hậu-Nghĩa.

Bên bờ Tây sông Vàm-Cỏ-Đông – đối diện với tỉnh Hậu-Nghĩa – trên kinh Thủ-Thừa khoảng hơn 20 cây số là đồn Trà-Cú, một miếng mồi khó nuốt cho tất cả Lực-Lượng Việt-Cộng lăm le muốn đánh Hậu-Nghĩa.

Lý do Việt-Cộng không thể xâm nhập mặt sông này hoặc tiến chiếm đồn Trà-Cú là vì hàng rào điện tử được gài dọc theo bờ sông. Những điện toán của hàng rào điện tử này ghi nhận chính xác tất cả hoạt động và mọi cuộc di chuyển của Việt-Cộng phía trục đó.

Khoảng tháng 3 năm 1975, đồn Trà-Cú là nơi đóng quân của Giang-Đoàn 54 Tuần-Thám, một Giang-Đoàn Ngăn-Chận và một Tiểu-Đội Pháo-Binh tăng phái cùng hai khẩu đại bác để yểm trợ Chi-Khu và đồn bót dọc sông Vàm-Cỏ-Đông. Nếu có những cuộc xâm nhập quy mô của Việt-Cộng, Tỉnh Trưởng Hậu-Nghĩa sẽ tăng phái vài đơn vị biệt lập như Địa-Phương-Quân.

Kể từ khi đơn vị trưởng tiền nhiệm đồn Trà-Cú dời dân từ vùng xôi đậu về lập một làng nho nhỏ chỗ khúc cua, cạnh đồn, Hải-Quân kiêm luôn trách nhiệm bảo vệ làng này và giúp dân làng phương tiện sang sông.

Giữa tháng 3, mặc dù Cao-Nguyên bỏ ngỏ và miền Trung "co" lại, tình hình quân sự vùng Hậu-Nghĩa, Trà-Cú vẫn tương đối bình yên; ngoại trừ vài vụ phá hoại không đáng kể của đặc công, nhưng bị phát giác kịp thời.

Hạ tuần tháng 3, những hoạt động của Việt-Cộng quanh vùng Gò-Dầu-Hạ, Hậu-Nghĩa, Trà-Cú, được ghi nhận gia tăng với mức độ đáng ngại. Bằng cớ là khi Giang-Đoàn 40 Ngăn-Chận – dưới sự chỉ huy của Hải-Quân Thiếu-Tá Phạm Mạnh Đề – được điều động từ Gò-Dầu-Hạ theo sông Vàm-Cỏ-Đông về Nhà-Bè để yểm trợ tàu đạn và tàu dầu ra sông Lòng Tào, đã bị Việt-Cộng tấn công tất cả bảy lần, gây thương tích cho vài nhân viên và làm tử thương Thiếu-Úy C.

Khi đến khúc cua ngặt, chỗ ngôi làng gần đồn Trà-Cú, giang đỉnh chở xác Thiếu-Úy C. lại bị mìn! Khoảng hơn một tiếng đồng hồ sau, một giang đỉnh khác lại trúng mìn! Hải-Quân Đại-Tá Nguyễn Hữu Xuân – Tư-Lệnh-Phó Vùng III Sông-Ngòi – ra lệnh Giang-Đoàn 40 Ngăn-Chận dừng lại để vớt xác và vớt tàu. Khi nhân viên đang thi hành lệnh của Đại Tá Xuân thì Việt-Cộng từ bờ bắn ra tới tấp, vớt không được! Đến mờ sáng, xác nhân viên Giang-Đoàn 40 Ngăn-Chận nổi lờ đờ dọc bờ sông!

Ngày 17 tháng 4, Giang-Đoàn 40 Ngăn-Chận được lệnh trở lại sông Vàm-Cỏ-Đông, hiệp cùng Giang-Đoàn 57 Tuần-Thám, Giang-Đoàn 24 Xung-Phong, một giang đoàn Giang-Cảnh và một đơn vị thuộc Sư-Đoàn Nhảy-Dù để bảo vệ Sư-Đoàn 22 Bộ-Binh, vừa rút về từ Qui-Nhơn và tạm trú tại Căn-Cứ Hải-Quân Bến-Lức.

Đêm 18 tháng 4, Việt-Cộng bắn hỏa tiễn 130 ly vào Căn-Cứ Hải-Quân Bến-Lức. Sư-Đoàn 22 Bộ-Binh rời Căn-Cứ Hải-Quân và phân tán mỏng ngay cho nên không bị thiệt hại; chỉ có kho dầu Bến-Lức bị trúng đạn pháo kích, cháy.

Sáng 19 tháng 4, Hải-Quân Đại-Tá Trịnh Quang Xuân, vị sĩ quan tốt nghiệp khóa II Brest, thị sát mặt trận dọc theo sông Vàm-Cỏ-Đông. Hải-Quân Thiếu-Tá Phạm Mạnh Đề – Chỉ-Huy-Trưởng Giang-Đoàn 40 Ngăn-Chận – chỉ cho Đại-Tá Xuân biết chỗ Hải-Quân thường bị phục kích.

Tối 19 tháng 4, Đại-Tá Xuân tháp tùng Giang-Đoàn 40 Ngăn-Chận đi tuần tiễu. Ngay chỗ Thiếu-Tá Đề chỉ cho Đại-Tá Xuân lúc sáng, Việt-Cộng bắn thẳng vào Soái-Đỉnh. Đại-Tá Xuân ra lệnh rút về.

Trong thời gian này, hoạt động của các Giang-Đoàn bị giới hạn; vì chỉ rời điểm đóng quân khoảng 500 thước là chạm địch. Ngày nào Căn-Cứ Hải-Quân Bến-Lức cũng bị hỏa tiễn 130 ly. Phó-Đề-Đốc Nghiêm-Văn-Phú ra lệnh cho tất cả Giang-Đoàn rời Căn-Cứ, giàn dọc bờ sông để tránh pháo kích. Sư-Đoàn 22 Bộ-Binh cũng ra đồng hoặc "nằm" dưới những gầm cầu. Đơn vị Nhảy-Dù của Thiếu-Tá Tâm quần thảo liên miên với các đơn vị của Công-Trường 9 Việt-Cộng.

Ngày 21 tháng 4, sáu PBR thuộc Giang-Đoàn 54 Tuần-Thám biệt phái cho quận Hiếu-Thiện, phía Bắc đồn Trà-Cú, bị tấn công nặng nề.

Chỉ-Huy-Trưởng Giang-Đoàn 54 Tuần-Thám – Hải-Quân Thiếu-Tá Ngô Văn Sơn – đem toàn lực lượng từ đồn Trà-Cú lên tiếp cứu, cố đưa sáu chiến đỉnh về, nhưng Việt-Cộng từ bờ bắn ra dữ dội. Trung-Úy trưởng toán PBR biệt phái báo cáo rằng Việt-Cộng đã giăng giây cáp, bên dưới có lưới sắt, từ bên này bờ sang bên kia bờ!

Được báo cáo, Phụ-Tá Tư-Lệnh Hải-Quân hành quân Lưu-Động-Sông – Phó-Đề-Đốc Đinh Mạnh Hùng – ra lệnh Trung-Úy trưởng toán phải mở đường máu, đưa sáu PBR về! Đồng thời Phó-Đề-Đốc Hùng cũng chỉ thị Thiếu-Tá Đề đưa Giang-Đoàn 40 Ngăn-Chặn từ Bến-Lức lên tiếp tay với Giang-Đoàn 54 Tuần-Thám, đem sáu PBR biệt phái về. Điểm "bắt tay" là khúc quanh, nơi Giang-Đoàn 40 Ngăn-Chặn thường bị phục kích.

Để hỗ trợ cho cuộc hành quân này, Tiểu-Khu Long-An tăng phái một tiểu đoàn Địa-Phương-Quân giữ an ninh bên bờ sông để đoàn chiến đỉnh xuống.

Khi Giang-Đoàn 40 Ngăn-Chặn đưa tiểu-đoàn Địa-Phương-Quân tăng phái và Hải-Quân Đại-Tá Nguyễn Hữu Xuân – Tư-Lệnh-Phó Vùng III Sông Ngòi – đến gần điểm thường hay bị phục kích, tất cả đều vắng vẻ, không có gì khả nghi. Ngôi làng nhỏ cạnh đó cũng yên tĩnh và treo cờ Việt-Nam Cộng-Hòa.

Chỉ-Huy-Trưởng Giang-Đoàn 40 Ngăn-Chặn, Thiếu-Tá Đề, liên lạc với Thiếu-Tá Sơn, Chỉ-Huy-Trưởng Giang-Đoàn 54 Tuần-Thám, cho biết hai Giang-Đoàn chỉ còn cách nhau khoảng hai cây số. Vừa lúc đó, đủ mọi loại súng từ bờ bắn xối xả vào Giang-Đoàn 54 Tuần-Thám. Liên lạc truyền tin giữa hai Giang-Đoàn bị gián đoạn.

Phó-Đề-Đốc Đinh Mạnh Hùng lại ra lệnh: Bằng mọi giá, Giang-Đoàn 40 Ngăn-Chặn phải yểm trợ để đưa Giang-Đoàn 54 Tuần-Thám về! Đại-Tá Huyến, Tỉnh Trưởng Long-An, yêu cầu Giang-Đoàn 40 Ngăn-Chặn "thả" Tiểu-Đoàn Địa-Phương-Quân xuống để bảo vệ an ninh trên bờ cho Giang-Đoàn 54 Tuần-Thám xuống.

Mười chín giang đỉnh thuộc Giang-Đoàn 40 Ngăn-Chặn vừa ủi bãi, Địa-Phương-Quân đang đổ bộ thì từng loạt pháo kích của Việt-Cộng rơi ngay bãi! Từng lớp, từng lớp Địa-Phương-Quân gục ngã trên bãi lầy!

Trong tình cảnh như vậy, Thiếu-Tá Đề vẫn không nhận được lệnh từ ai cả; vì Đại-Tá Nguyễn Hữu Xuân, Tư-Lệnh-Phó Vùng III Sông Ngòi và Đại-Tá Trịnh Quang Xuân – Tư-Lệnh Vùng III Sông Ngòi – đang tranh cãi trên máy truyền tin! Thiếu-Tá Đề tự động ra lệnh rút lui để bảo vệ đơn vị. Tiểu-Đoàn-Trưởng Địa-Phương-Quân không đồng ý, nói với Thiếu-Tá Đề: *"Hải-Quân rút, tôi bắn!"* Sau đó, Việt-Cộng pháo dồn dập, Thiếu-Tá Đề quyết định rút lui!

Trên đường trở về Bến-Lức, Giang-Đoàn 40 Ngăn-Chận lại nghe tiếng kêu cứu của Giang-Đoàn 54 Tuần-Thám. Thiếu-Tá Đề lại được lệnh đưa Giang-Đoàn 40 Ngăn-Chận trở lên tiếp cứu Giang-Đoàn 54 Tuần-Thám.

Khi trở lên, Giang-Đoàn 40 Ngăn-Chận vừa đi ngang ngôi làng nhỏ treo cờ V.N.C.H. thì Việt-Cộng khai hỏa bằng đủ loại súng lớn. Xin pháo binh và phi cơ yểm trợ không được, Giang-Đoàn 40 Ngăn-Chận vừa tiến vừa chống trả mãnh liệt.

Tối 22 tháng 4, khoảng 9 giờ 30, Giang-Đoàn 40 Ngăn-Chận "bắt tay" Giang-Đoàn 54 Tuần-Thám. Sáu PBR biệt phái cho quận Hiếu-Thiện vẫn còn kẹt tại đó. Lời cuối cùng Giang-Đoàn 54 Tuần-Thám nhận được từ Trung-Úy trưởng toán PBR biệt phái là: *"Kiến nhiều quá! Cắn đau lắm! Phải đổi màu, theo đàn bò".*

Khi Giang-Đoàn 40 Ngăn-Chận và Giang-Đoàn 54 Tuần-Thám về gần tới kinh Thủ-Thừa thì thấy cờ trắng phất bên bờ sông. Vì trời tối và cũng vì bị tấn công nặng nề, nhân viên hai Giang-Đoàn hoảng hốt, bắn xối xả vào bờ! Tiểu-Khu Long-An liên lạc cấp kỳ với Hải-Quân và xác nhận đơn vị bên bờ sông là thành phần còn lại của Tiểu-Đoàn Địa-Phương-Quân mà Giang-Đoàn 40 Ngăn-Chận đã "thả" lúc đầu hôm!

Sáng 23 tháng 4, nhiều xác Địa-Phương-Quân nổi lềnh bềnh dọc sông Vàm-Cỏ-Đông!

Cùng ngày, tất cả đơn vị trưởng Hải-Quân về Bến-Lức họp. Cuộc họp gồm có các sĩ quan sau đây:

- Phó-Đề-Đốc Đinh Mạnh Hùng, Phụ-Tá Tư-Lệnh Hải-Quân Hành Quân Lưu-Động-Sông.
- Phó-Đề-Đốc Nghiêm Văn Phú, Tư-Lệnh Lực-Lượng Tuần-Thám.
- Hải-Quân Đại-Tá Lê Hữu Dõng, Chỉ-Huy-Trưởng Lực-Lượng Đặc-Nhiệm 99.
- Hải-Quân Đại-Tá Trịnh Quang Xuân, Tư-Lệnh Hải-Quân Vùng III Sông-Ngòi.
- Hải-Quân Đại-Tá Nguyễn Hữu Xuân, Tư-Lệnh-Phó Hải-Quân Vùng III Sông-Ngòi.
- Chuẩn Tướng Phan Đình Niệm, Tư-Lệnh Sư-Đoàn 22 Bộ-Binh.
- Hải-Quân Thiếu-Tá Phạm Mạnh Đề, Chỉ-Huy-Trưởng Giang-Đoàn 40 Ngăn-Chận.
- Hải-Quân Thiếu-Tá Ngô Văn Sơn, Chỉ-Huy-Trưởng Giang-Đoàn 54 Tuần-Thám.
- Đại-Tá Luận, thuộc Sư-Đoàn 22 Bộ-Binh.

Trong phiên họp, giới chức thẩm quyền gián tiếp chỉ thị các đơn vị trưởng phải lo cho anh em và gia đình binh sĩ – ưu tiên là gia đình Hải-Quân. Điểm hẹn là sông Soài Rạp.

Tối 23 tháng 4, Tướng Phan Đình Niệm rời Bến-Lức bằng trực thăng.

Ngày 24 tháng 4, Việt-Cộng tăng mức độ pháo vào những nơi đóng quân của V.N.C.H. Hoạt động của Hải-Quân trên Vàm-Cỏ-Đông giảm thiểu tối đa. Đồn Trà-Cú bị cô lập hoàn toàn.

Tối 29 tháng 4, tại đồn Trà-Cú, Thiếu-Tá Ngô Văn Sơn cho nhân viên đưa gia đình xuống các chiến đỉnh. Chỉ-Huy-Phó Giang-Đoàn 54 Tuần-Thám đưa đoàn PBR ra sông lớn, chờ. Thiếu-Tá Sơn, các sĩ quan trong bộ chỉ huy và ít nhân viên liên hệ cùng một số chuyên viên ngòi nổ ở lại Trà-Cú để thiêu hủy tài liệu, đặt chất nổ phá hủy những nơi quan trọng trước khi rút lui.

Mối lo ngại lớn nhất của nhóm người ở lại là "pông-tông" dầu khá lớn, nằm ngay trước đồn Trà-Cú. Vào lúc nhóm người ở lại đang thực hiện kế hoạch phá hủy thì Việt-Cộng pháo kích ngay vào đồn Trà-Cú! Pháo liên tục! Pháo dày đặc! Pháo dai dẳng! Pháo điên cuồn! Pháo rơi trúng hầm mà nhóm người ở lại đang trú ẩn làm một sĩ quan tử thương!

Thiếu-Tá Sơn cho chặt giây "pông-tông" dầu. "Pông-tông" dầu trôi ra, Thiếu-Tá Sơn cho bắn theo, với mục đích gây hỏa hoạn, thiêu hủy số lượng dầu. Khi "pông-tông" phực cháy, gặp gió ngược, trôi lên hướng ngôi làng nhỏ, tức thì muôn họng súng trong làng đều nhả đạn vào khối lửa di động.

Lợi dụng thời cơ đó, nhóm người ở lại rút lên PBR cuối cùng, rồi nhấn ngòi nổ, sang bằng đồn Trà-Cú. Sau đó, PBR của nhóm người ở lại nhập với đoàn PBR chở binh sĩ và gia đình chờ ngoài sông lớn, xuôi về Bến-Lức.

Trên đường về Bến-Lức, khoảng cách chỉ hơn 50 cây số, đoàn PBR bị tấn công ba lần.

Lần thứ nhất, xe tăng Việt-Cộng từ bên bờ Hậu-Nghĩa bắn trực xạ ra đoàn PBR.

Lần thứ hai, khi vừa xả hết tốc lực chạy khỏi tầm đạn xe tăng, đoàn PBR lại bị Việt-Cộng từ hai bên bờ tấn công bằng bazooca 57 và 75 không giật.

Lần thứ ba, lúc gần sáng 30 tháng 4, đoàn PBR lại bị chận đánh một lần nữa khi về gần tới Bến-Lức. Sở dĩ Giang-Đoàn 54 Tuần-Thám không phản công được là vì trên mỗi PBR đều đầy nghẹt binh sĩ và gia đình!

Sáng 30 tháng 4, tình hình Căn-Cứ Hải-Quân Bến-Lức vô cùng bi đát. Hầu hết những đại đơn vị đều đã rút ra sông Soài-Rạp; chỉ còn lại sĩ quan cấp nhỏ và lính. Mọi người nhốn nháo tìm phương tiện về với gia đình; nhưng Quân-Cảnh gác cổng vẫn giữ đúng kỷ luật, không cho bất cứ ai xuất trại. Binh sĩ lấy vũ khí, tấn công Quân-Cảnh! Hai bên bắn nhau!

Mười giờ 30 cùng ngày – sau khi Tổng Thống Dương Văn Minh đầu hàng – Việt-Cộng ùa vào Căn-Cứ Hải-Quân Bến-Lức. Việt-Cộng tin rằng V.N.C.H. đang chuẩn bị bàn giao Căn-Cứ này cho họ; vì vậy, họ vui đùa, săm soi, táy máy hết cái này đến cái kia. Phía quân nhân V.N.C.H. thì thấy Việt-Cộng đông quá, lại vừa nghe lệnh đầu hàng, cho nên, không ai dám làm gì cả.

Cả Hải-Quân V.N.C.H. và Việt-Cộng đều giả lơ như là chẳng thấy nhau!

VÙNG IV SÔNG-NGÒI

Khoảng tháng 3 và tháng 4 năm 1975, Việt-Cộng đưa nhiều đơn vị về chung quanh Cần-Thơ, cố tạo áp lực ngay "trung tâm não bộ" của Vùng IV Chiến-Thuật.

Lúc bấy giờ, những Lực-Lượng Hải-Quân, một phần phải yểm trợ sông Đại-Ngãi – dòng sông huyết mạch từ Cần-Thơ xuống Cà-Mau, đi qua Bạc-Liêu – để hộ tống các ghe lúa gạo từ Bạc-Liêu về; phần còn lại rút về phòng thủ Cần-Thơ.

Tuy có nhiều đụng độ giữa Lực-Lượng Hải-Quân V.N.C.H. và Lực-Lượng Việt-Cộng chung quanh Cần-Thơ; nhưng vì Việt-Cộng dồn mọi nỗ lực lớn để tấn công Saigon, cho nên, tương đối áp lực địch tại Cần-Thơ không đủ làm bận tâm các giới chức thẩm quyền V.N.C.H. Bằng cớ là Thiếu Tướng Nguyễn Khoa Nam – Tư-Lệnh Quân-Đoàn IV – đã tăng phái cho mặt trận Vùng III một số lực lượng của Vùng IV. Và, theo chỉ thị của Tư-Lệnh Hải-Quân V.N.C.H., Tư-Lệnh Hải-Quân Vùng IV Sông-Ngòi kiêm Tư-Lệnh Hạm-Đội Đặc-Nhiệm 21, Phó-Đề-Đốc Đặng Cao Thăng, đã cho di chuyển một số đơn vị về yểm trợ Vùng III Sông-Ngòi.

Tình hình Vùng IV Sông-Ngòi còn rất yên tĩnh; nhưng Tổng-Lãnh-Sự Mỹ tại Cần-Thơ – Francis Terry McNamara – cũng đặt kế hoạch di tản nhân viên Việt và Mỹ của Tòa Tổng-Lãnh-Sự.

Ngày 21 tháng 4, trong dịp về Saigon nhận tiền phát cho nhân viên, Tổng-Lãnh-Sự Francis T. McNamara trình bày với Đại-Tá George Jacobson về kế hoạch di tản nhân viên. Theo Tổng-Lãnh-Sự McNamara, di tản bằng trực thăng sẽ gặp trở ngại về vấn đề tiếp tế nhiên liệu; vì vậy, Tổng-Lãnh-Sự McNamara yêu cầu được di tản bằng đường thủy. Đại-Tá Jacobson đồng ý. Nhờ ngoại giao khéo, Tổng-Lãnh-Sự McNamara được một nhân viên USAID – Cliff Frink – cung cấp hai LCM8.

Sau khi Phan-Thiết thất thủ, Vũng-Tàu bị đe dọa trầm trọng và các mặt trận Long-An, Tuyên-Nhơn, Trà-Cú, v. v... bùng nổ, Phó-Đề-Đốc Đặng Cao Thăng triệu tập đơn vị trưởng của những đại đơn vị Hải-Quân Vùng IV Sông-Ngòi, đặt kế hoạch di tản để bảo vệ lực lượng trong trường hợp Vùng IV Chiến-Thuật bị tấn công. Trong phiên họp này, Hải-Quân Đại-Tá Nguyễn Bá Trang – Tư-Lệnh Lực-Lượng Thủy-Bộ, kiêm Tư-Lệnh Lực-Lượng Đặc-Nhiệm 211 – tỏ vẻ không đồng ý với giải pháp di tản.

Ngày 27 tháng 4, Phó-Đề-Đốc Thăng gặp Thiếu Tướng Lê Văn Hưng – Tư-Lệnh-Phó Quân-Đoàn IV. Hai vị sĩ quan cao cấp trao đổi tình hình chiến sự. Tướng Hưng cho Phó-Đề-Đốc Thăng biết rằng Tướng Nguyễn Khoa Nam, Tư-Lệnh Vùng IV Chiến-Thuật, đã liên lạc với Bộ-Tổng-Tham-Mưu Saigon, nhưng không có một kế hoạch nào từ Bộ-Tổng-Tham-Mưu về việc rút xuống Vùng IV cả. Phó-Đề-Đốc Thăng hỏi dò Tướng Hưng về việc di tản. Tướng Tư-Lệnh-Phó Vùng IV Chiến-Thuật đáp: *"Tôi không đi đâu cả. Tôi sẽ ở lại, bắn đến viên đạn cuối cùng rồi tôi sẽ tự sát!"*

Ngày 28 tháng 4, lúc 3 giờ chiều, Phó-Đề-Đốc Thăng liên lạc với Thiếu Tướng Nguyễn-Khoa-Nam, trình bày những biến chuyển quân sự mới nhất. Tướng Nam bảo có vài chính trị gia và tướng lãnh đã bàn kế hoạch rút về Vùng IV, cố thủ. Nhưng dường như đó là những ý kiến cá nhân, chưa có sự đồng thuận nào của chính phủ trung ương. Tướng Nam cũng cho Phó-Đề-Đốc Thăng biết là Ông vừa liên lạc với Bộ-Tổng-Tham-Mưu, có thể, với vị Tổng-Tham-Mưu-Trưởng mới, chính phủ sẽ cố thủ để điều đình.

Chiều 28 tháng 4, một chiếc phà và hai LCM8 chở khoảng 30 người Mỹ, một số đông nhân viên Việt-Nam và Tổng-Lãnh-Sự Mỹ tại Cần-Thơ, Francis T. McNamara, trên đường ra biển, bị Giang-Đoàn 25 Xung-Phong chận lại.

Được thông báo về sự việc này, Thiếu Tướng Hưng yêu cầu Phó-Đề-Đốc Thăng đến nơi, tăng phái vài giang đỉnh để kéo chiếc phà và hai LCM8 chở số người Việt Mỹ đó về lại Cần-Thơ.

Khi đến nơi, Phó-Đề-Đốc Thăng chỉ hỏi: *"Có quân nhân Việt-Nam nào đào ngũ, trốn trên đó không?"* Sau khi được xác nhận là *"Không",* Phó-Đề-Đốc Thăng cho phép chiếc phà và hai LCM8 ra đi. Quyết định này của Phó-Đề-Đốc Thăng không có sự tham khảo ý kiến của Tướng Lê Văn Hưng hoặc Tướng Nguyễn Khoa Nam; vì hai vị Tướng này đang bay chỉ huy hành quân.

Chiều 29 tháng 4, một Thiếu-Tá tòng sự tại phòng hành quân Bộ-Tư-Lệnh Hải-Quân Saigon gọi cho Phó-Đề-Đốc Thăng, thông báo rằng Bộ-Tư-Lệnh Hải-Quân Saigon đã chuẩn bị rút! Tối, vị Thiếu-Tá này gọi lại và cho hay: Bộ-Tư-Lệnh Hải-Quân Saigon và nhiều chiến hạm đã rời Saigon!

Vì sự liên lạc từ trung ương đến các Vùng không còn chặt chẽ nữa, cho nên, đến giờ phút đó Phó-Đề-Đốc Thăng cũng vẫn chưa biết Trung Tướng Vĩnh Lộc đã được bổ nhiệm vào chức vụ Tổng-Tham-Mưu-Trưởng Quân-Lực V.N.C.H.!

Tối 29 tháng 4, khoảng 8 giờ, Trưởng Khối An-Ninh Hải-Quân, Đại-Tá Chiến-Binh Nguyễn Văn Tấn, gọi điện thoại mời Phó-Đề-Đốc

Thăng về Saigon; nhưng Đại-Tá Tấn không cho biết lý do. Phó-Đề-Đốc Thăng bảo để Ông suy nghĩ, 11 giờ đêm gọi lại, Ông sẽ trả lời.

Ngay sau đó, Phó-Đề-Đốc Đặng Cao Thăng, Tư-Lệnh Hải-Quân Vùng IV Sông-Ngòi, ra lệnh "tự do vận chuyển"! Lệnh này được chuyển sang Hải-Quân Đại-Tá Nguyễn Văn Thông – Tư-Lệnh Lực-Lượng Trung-Ương kiêm Tư-Lệnh Đặc-Nhiệm 214 – chứ không chuyển cho Hải-Quân Đại-Tá Nguyễn Bá Trang, Tư-Lệnh Lực-Lượng Thủy-Bộ kiêm Tư-Lệnh Lực-Lượng Đặc-Nhiệm 211.

11 giờ đêm, Phó-Đề-Đốc Thăng cho tập họp tất cả sĩ quan, hạ sĩ quan và binh sĩ, rồi thông báo quyết định của Ông là sẽ ra đi. Ai muốn đi, về đem gia đình vào; ai không muốn đi, xin giữ an ninh giùm cho những người đi.

Đến giờ phút đó Phó-Đề-Đốc Thăng cũng vẫn chưa nghe Đại-Tá Tấn gọi lại.

Khuya 29 rạng ngày 30 tháng 4, trong khi các LCM đưa Phó-Đề-Đốc Đặng Cao Thăng và Bộ-Tham-Mưu Hải-Quân Vùng IV Sông-Ngòi đang chạy trên sông Cửa Tiểu thì Thiếu Tướng Nguyễn Khoa Nam liên lạc truyền tin, muốn nói chuyện với Phó-Đề-Đốc Thăng; nhưng Phó-Đề-Đốc Thăng không trả lời.

Trong khi những sự việc kể trên xảy ra tại Bộ-Tư-Lệnh Hải-Quân Vùng IV Sông-Ngòi thì tại Căn-Cứ Tiếp-Vận Bình-Thủy, tình thế vẫn yên, cho đến…

…Sáng 30 tháng 4, sau khi nghe lệnh Tổng Thống Dương Văn Minh đầu hàng, Căn-Cứ Tiếp-Vận Bình-Thủy trở nên rối loạn.

10 giờ sáng, Đại-Tá Cơ-Khí Nguyễn Ngọc Xuân – Chỉ-Huy-Trưởng Căn-Cứ Tiếp-Vận – tập họp nhân viên và tuyên bố tan hàng!

12 giờ trưa, Đại-Tá Xuân lấy một LCM đi ra hướng biển cùng với khoảng 20 PBR của Lực-Lượng Thủy-Bộ.

Sau đó, Tư-Lệnh Lực-Lượng Thủy-Bộ kiêm Tư-Lệnh Lực-Lượng Đặc-Nhiệm 211 – Hải-Quân Đại-Tá Nguyễn Bá Trang – từ một PBR đang chạy song song với LCM chở Đại-Tá Xuân, hỏi: *"Đi làm chi, Xuân? Ở lại đi."* Đại-Tá Xuân im lặng. LCM vẫn tiến. Một lúc sau, Đại-Tá Trang cho lệnh PBR quay về.

Tại Bộ-Tư-Lệnh Trung-Ương, sau khi nhận lệnh "tự do vận chuyển" từ Phó-Đề-Đốc Thăng, Hải-Quân Đại-Tá Nguyễn Văn Thông – Tư-Lệnh Lực-Lượng Trung-Ương – truyền lệnh này đến những đơn vị ở xa và thông báo một cách hạn chế cho nhân viên tại Đồng-Tâm. Đại-Tá Thông nhắn nhủ: *"Ai không muốn đi thì cố giữ an ninh, trật tự giùm cho những người muốn đi."*

Sau đó, Đại-Tá Nguyễn-Văn-Thông cùng một số người xuống ba chiếc LCM8, đi ra sông Cửa Tiểu.

MẶT TRẬN TUYÊN-NHƠN
VÀ
NHỮNG ĐỤNG ĐỘ NHỎ TẠI VÙNG IV SÔNG-NGÒI

Trong khi những biến cố trọng đại xảy ra tại Bộ-Chỉ-Huy Hải-Quân Vùng IV Sông-Ngòi và tại Bộ-Tư-Lệnh Lực-Lượng Trung-Ương thì những Lực-Lượng Hải-Quân đóng rải rác trong lãnh thổ Vùng IV Sông-Ngòi phải đương đầu với các đơn vị chủ lực của Việt-Cộng tại các mặt trận sau đây:

Xã Hòa-Thành, thuộc địa phận Cà-Mau

Tin tình báo của Tiểu-Khu An-Xuyên và Trung-Đoàn 32 Bộ-Binh tại Cà-Mau cho hay: Sau khi viên Phó-Xã-Trưởng xã Hòa-Thành bỏ hàng ngũ Quốc-Gia sang đầu thú với Việt-Cộng, Việt-Cộng đưa quân cấp tiểu đoàn về tấn công xã Hòa-Thành.

Xã Hòa-Thành cạnh bờ sông, cách Tiền-Doanh Yểm-Trợ khoảng ba cây số. Xã này là vị trí chiến lược của Tiểu-Khu An-Xuyên và cũng là nơi Bộ-Chỉ-Huy Liên-Đoàn 2 Thủy-Bộ cùng nhiều Giang-Đoàn Thủy-Bộ khác trú đóng.

Ngày 16 tháng 4, sau khi được yêu cầu, Chỉ-Huy-Trưởng Giang-Đoàn 72 Thủy-Bộ, Đại-Úy Khai, đưa đoàn chiến đỉnh về xã Hòa-Thành. Sau khoảng 15 phút khởi hành, đoàn giang đỉnh bị Việt-Cộng xử dụng B40, B41 và các loại súng nhỏ tấn công.

Đoàn giang đỉnh phản công nhưng rất hạn chế vì hai bên bờ sông là nhà dân. Khi phát hiện Bộ-Chỉ-Huy Việt-Cộng đóng ngay cạnh bờ sông, đầu con rạch dẫn nước ra sông, đoàn chiến đỉnh phải xử dụng M79 và súng cối 81 ly bắn trực xạ.

Khoảng nửa giờ giao tranh, Bộ-Chỉ-Huy Liên-Đoàn 2 Thủy-Bộ cho tăng cường thêm vài chiến đỉnh nữa. Sau đó không lâu, quân V.N.C.H. làm chủ tình hình.

Rạch Sỏi thuộc tỉnh Kiên-Giang

Lực lượng Hải-Quân vùng Kiên-Giang trong tháng 4 năm 1975 gồm có những đơn vị sau đây:
- Căn-Cứ Hải-Quân Kiên-An, đóng tại Xẻo-Rô.
- Tiền-Doanh Yểm-Trợ Rạch-Sỏi, đóng tại Rạch-Sỏi.
- Toán Sưu-Tập 5, đóng trong Tiền-Doanh Yểm-Trợ Rạch-Sỏi.
- Liên-Đoàn 1 Thủy-Bộ, dưới sự chỉ huy của Hải-Quân ThiếuTá Phan Hữu Niệm, gồm có:
  - Bộ-Chỉ-Huy lưu động, đóng tại Rạch-Sỏi vào thời điểm này.
  - Giang-Đoàn 70 Thủy-Bộ, do Hải-Quân Thiếu-Tá Thùy Trinh Bạch chỉ huy.
  - Giang-Đoàn 71 Thủy-Bộ, do Hải-Quân Đại-Úy Dương Văn Tèo chỉ huy.
  - Một Monitor, một LCM6 và một Fom do Giang-Đoàn 29 Xung-Phong biệt phái.
  - Bốn PBR do Giang-Đoàn 53 Tuần-Thám tăng phái.

Ngoài nhiệm vụ phòng thủ an ninh những khu vực kể trên, Liên-Đoàn 1 Thủy-Bộ còn phối hợp hành quân với Tiểu-Khu Kiên-Giang, hai Chi-Khu Kiên-Thành/Kiên-An và hai Trung-Đoàn 32 - 33 Bộ-Binh.

Vì tình hình quân sự trong vùng trách nhiệm của Hải-Quân trong tháng 4 hơi sôi động hơn những tháng trước, cho nên, công tác của Hải-Quân lúc bấy giờ hơi nặng về:
- An ninh Căn-Cứ Hải-Quân Kiên-An.
- An ninh Tiền-Doanh Yểm-Trợ Rạch-Sỏi.
- An ninh những tiền đồn vòng đai Tiểu-Khu Kiên-Giang.

30 tháng 4, lúc 4 giờ sáng, Việt-Cộng tấn công Tiền-Doanh Yểm-Trợ Rạch-Sỏi bằng B40, B41, súng cối và đại liên. Chỉ-Huy-Trưởng Tiền-Doanh Yểm-Trợ và nhiều nhân viên bị thương. Lập tức, các giang đỉnh tại bến được phái đến chận tuyến Bắc và tuyến Nam kinh Cái Sắn. Những giang đỉnh hoạt động xa được điều động về yểm trợ Căn-Cứ Hải-Quân Xẻo-Rô, đề phòng địch "dương Đông, kích Tây".

Khi trận chiến đang tiếp diễn, Tiểu-Khu Kiên-Giang thông báo cho Hải-Quân biết rằng Việt-Cộng đột kích vào phi trường Rạch-Sỏi, lấy hai thiết giáp M113 và đang chạy về hướng Kiên-Tân.

Hai Alpha trang bị M72 được lệnh án ngữ đầu cầu phía Bắc Tiền-Doanh để ngăn hai chiến xa. Không có Pháo-Binh yểm trợ, vì Tiền-Doanh Yểm-Trợ tọa lạc ngay khu thị tứ.

Khoảng 7 giờ sáng, Hải-Quân đưa từng toán quân ra ngoài, đẩy lui địch. Địch rút lui khoảng một cây số, nhưng vẫn tiếp tục pháo kích vào đơn vị Hải-Quân.

10 giờ 30 cùng ngày, nghe lệnh đầu hàng của Tổng Thống Dương Văn Minh, Chỉ-Huy-Trưởng Liên-Đoàn 1 Thủy-Bộ – Hải-Quân Thiếu-Tá Phan Hữu Niệm – liên lạc Bộ-Tư-Lệnh Lực-Lượng Thủy-Bộ và được chỉ thị theo lệnh địa phương, nghĩa là theo lệnh Bộ-Binh! Thiếu-Tá Niệm rất ngạc nhiên, nhưng vẫn liên lạc Tiểu-Khu. Tiểu-Khu cho biết lệnh từ Quân-Đoàn: Tử thủ!

Lúc này Việt-Cộng lại pháo kích nặng hơn. Ban tham mưu Hải-Quân đặt kế hoạch rút khỏi Tiền-Doanh Yểm-Trợ Rạch-Sỏi vào lúc 6 giờ chiều. Nhưng sau đó, Việt-Cộng pháo kích dữ dội hơn, Hải-Quân quyết định rút sớm hơn dự định.

Ba giờ chiều cùng ngày, tất cả đơn vị Hải-Quân thuộc Tiểu-Khu Kiên-Giang thực hiện kế hoạch di tản rất chu đáo.

Ngày 1 tháng 5, lúc 3 giờ chiều, Lực-Lượng Hải-Quân thuộc Tiểu-Khu Kiên-Giang đến Hòn Tre, neo phía Bắc Hòn Tre. Thiếu-Tá Niệm triệu tập cuộc họp khẩn cấp. Kết quả cuộc họp là không ai muốn tiếp tục đi. Ban tham mưu đi đến quyết định: Vào Hòn Tre – nơi Duyên-Đoàn 43 trú đóng – giao tất cả chiến đỉnh cho ban tiếp thu Việt-Cộng!

Kinh Chợ Gạo

Liên-Đoàn Đặc-Nhiệm 214.2, dưới sự chỉ huy của Hải-Quân Thiếu-Tá Võ Văn Bảy, gồm có Giang-Đoàn 21 Xung-Phong và Giang-Đoàn 42 Ngăn-Chận.

Liên-Đoàn Đặc-Nhiệm 214.2 có nhiệm vụ tuần tiễu, phục kích ngăn chận địch vượt sông, yểm trợ hải pháo cho các đồn, phối hợp hành quân với Tiểu-Khu và Chi-Khu, thuộc lãnh thổ Định-Tường và Kiến-Hòa.

Từ cuối tháng 3, đơn vị du kích 232 của Việt-Cộng tạo áp lực nặng trên quốc lộ 4, với mục đích cầm chân Sư-Đoàn 7, Sư-Đoàn 9 và Sư-Đoàn 22 – từ Qui-Nhơn vào, đang dưỡng quân – của Quân-Lực V.N.C.H.

Ngày 1 tháng 4, Liên-Đoàn Đặc-Nhiệm 214.2, Bộ-Chỉ-Huy đặt tại Chi-Khu Chợ Gạo, được chỉ định phối hợp hoạt động trực tiếp với Chi-Khu Chợ Gạo để bảo vệ thủy lộ huyết mạch từ miền Tây về Saigon.

Ngày cũng như đêm, trong những cuộc hành quân giải tỏa chướng ngại vật do Việt-Cộng đặt trên kinh Chợ Gạo, hoặc tuần tiễu bảo vệ ghe thuyền, hay hành quân hộ tống những đoàn ghe, v. v… các đơn vị của Liên-Đoàn Đặc-Nhiệm 214.2 lúc nào cũng bị địch phục kích và tấn công bằng đủ loại vũ khí.

Ngày 14 tháng 4, Giang-Đoàn 21 Xung-Phong đang biệt phái cho Biệt-Khu Thủ-Đô, được Giang-Đoàn 45 Ngăn-Chận, do Hải-Quân Đại-Úy Nguyễn Văn S. chỉ huy, đến thay thế.

Đêm 26 tháng 4, Việt-Cộng pháo kích vào Chi-Khu Chợ Gạo.

30 tháng 4, lúc 2 giờ sáng, sĩ quan trực trung tâm hành quân Bộ-Tư-Lệnh Lực-Lượng Trung-Ương – tức là Lực Lượng Đặc-Nhiệm 214 – thông báo Lực-Lượng chấm dứt chỉ huy, các đơn vị tùy nghi định liệu!

MẶT TRẬN TUYÊN-NHƠN

Liên-Đoàn Đặc-Nhiệm 214.1 – dưới sự chỉ huy của Hải-Quân Thiếu-Tá Đoàn Quan Vũ – đóng cạnh Chi-Khu Tuyên-Nhơn, gồm có hai đơn vị sau đây:
- Giang-Đoàn 43 Ngăn-Chận, dưới sự chỉ huy của Hải-Quân Thiếu-Tá Lê Anh Tuấn.
- Giang-Đoàn 64 Tuần-Thám, dưới sự chỉ huy của Hải-Quân Thiếu-Tá T.M.H.

Liên-Đoàn Đặc-Nhiệm 214.1 chịu trách nhiệm những vùng sông rạch thuộc tỉnh Kiến-Tường (Mộc-Hóa) và Định-Tường.

Là một chướng ngại đáng kể đối với những đơn vị Việt-Cộng lăm le muốn đưa quân vào Long-An bằng đường thủy, Liên-Đoàn Đặc-Nhiệm 214.1 luôn luôn sẵn sàng chấp nhận những trận thư hùng. Trong tất cả những trận đụng độ, phải kể đến những cuộc tấn công quy mô của Trung-Đoàn E1 Việt-Cộng vào Tuyên-Nhơn vào cuối năm 1974.

Đêm 6 tháng 12 năm 1974, Việt-Cộng tấn công dữ dội và chiếm được chợ Tuyên-Nhơn và nhiều đồn. Nhưng Việt-Cộng vẫn không thể xâm nhập vòng đai đơn vị Hải-Quân và Chi-Khu Tuyên-Nhơn – vì Chi-Khu đóng cạnh Bộ-Chỉ-Huy Hải-Quân.

Thời điểm này, Chỉ-Huy-Trưởng Liên-Đoàn Đặc-Nhiệm 214.1, Hải-Quân Thiếu-Tá Đoàn Quan Vũ và Chỉ-Huy-Trưởng Giang-Đoàn 64 Tuần-Thám đều về Đồng-Tâm hội. Chỉ-Huy-Phó Liên-Đoàn Đặc-Nhiệm 214.1, Hải-Quân Thiếu-Tá Phạm Văn Tạo, phải túc trực tại Bộ-Chỉ-Huy Sư-Đoàn 9 Bộ-Binh để điều hợp hành quân. Chỉ còn Hải-Quân Thiếu-Tá Lê Anh Tuấn – Chỉ-Huy-Trưởng Giang-Đoàn 43 Ngăn-Chận – là sĩ quan thâm niên hiện diện tại đơn vị.

Thiếu-Tá Tuấn điều động và chỉ huy phản công. Việt-Cộng rút lui, bỏ lại hơn 20 xác!

Đêm 7 tháng 12 năm 1974, để rửa hận, Việt-Cộng lại tấn công tàn bạo hơn, quyết dứt điểm Hải-Quân để tiến chiếm Chi-Khu Tuyên-Nhơn; nhưng vẫn bị Hải-Quân chống trả mãnh liệt. Việt-Cộng lại rút lui, bỏ lại 11 xác!

Sau đó, biết không thể dứt nổi Liên-Đoàn Đặc-Nhiệm 214.1, Việt-Cộng vẫn cố giữ những địa điểm đã chiếm; đồng thời pháo kích dai dẳng vào đơn vị Hải-Quân và Chi-Khu Tuyên-Nhơn.

Không-Quân Việt-Nam được điều động đến và Sư-Đoàn 9 Bộ-Binh cũng tham chiến, chận đường tiến quân của địch.

Ngày 11 tháng 12 năm 1974, trên đường viện binh, một Chinook chở một đại đội Trinh-Sát thuộc Sư-Đoàn 9 bị Việt-Cộng dùng SA7 bắn hạ. Rất nhiều thương vong!

Kể từ thời điểm này cho đến tháng 3 năm 1975, đơn vị Hải-Quân và Chi-Khu Tuyên-Nhơn luôn luôn bị áp lực của địch rất nặng nề.

Ngày 26 tháng 3 năm 1975, Việt-Cộng lại tấn công hết sức quy mô và tàn bạo vào Chi-Khu Tuyên-Nhơn. Hải-Quân và quân bạn chống trả rất mãnh liệt. Cuối cùng, Việt-Cộng phải rút lui, để lại trận địa khoảng 200 xác! Vũ khí của địch bị tịch thu phải chuyển vận bằng GMC.

Sau chiến thắng tại Tuyên-Nhơn, Hải-Quân Thiếu-Tá Lê-Anh-Tuấn được đề nghị thăng Trung-Tá tại mặt trận.

Ngày 23 tháng 4, Thiếu-Tá Tuấn về Saigon họp. Khi trở lại đơn vị, trên đường từ Cai-Lậy vào Mộc-Hóa để vào Tuyên-Nhơn, Thiếu-Tá Tuấn xử dụng GMC và bị Việt-Cộng pháo kích liên tục. Thiếu-Tá Tuấn liên lạc truyền tin với người bạn cùng khóa – Chỉ-Huy-Trưởng Giang-Đoàn 40 Ngăn-Chận – xin tiếp viện. Nhưng ăng-ten bị gãy, cuộc điện đàm đứt đoạn.

Tối 24 tháng 4 Thiếu-Tá Tuấn về đến Tuyên-Nhơn.

Ngày 26 tháng 4, Việt-Cộng dốc toàn lực tấn công Tuyên-Nhơn. Chỉ-Huy-Trưởng Liên-Đoàn Đặc-Nhiệm 214.1 đi phép. Lực-Lượng Hải-Quân tại Tuyên-Nhơn bị pháo kích nặng nề. Tất cả hệ thống truyền tin bị hư hại. Thiếu-Tá Tuấn cố gắng liên lạc với Chỉ-Huy-Trưởng Giang-Đoàn 64 Tuần-Thám. Chỉ-Huy-Trưởng Giang-Đoàn 64 Tuần-Thám cho Thiếu-Tá Tuấn biết rằng Giang-Đoàn 64 Tuần-Thám cũng đang bị địch pháo kích dữ dội. Và, với giọng thất vọng, Ông nói với Thiếu-Tá Tuấn: *"Thôi, mày báo cáo chi nữa. Hai đứa mình chịu trận cho đến chết thôi!"* Cuộc điện đàm vừa đến đó, bỗng, một tiếng nổ lớn, mọi tần số liên lạc truyền tin đều bất khiển dụng. Cùng lúc đó, Việt-Cộng đứng thẳng người, vừa tràn vào phòng tuyến của quân V.N.C.H. vừa bắn chứ không còn ẩn núp nữa!

Tuy trận chiến khốc liệt như vậy, nhưng Tuyên-Nhơn vẫn đứng vững như tinh thần chiến đấu kiên cường của Người Lính V.N.C.H.

Sau khi không phá vỡ được phòng tuyến Tuyên-Nhơn, Trung-Đoàn E1 Việt-Cộng phong tỏa Tuyên-Nhơn bằng một hệ thống phòng không dày đặc và thả thủy lôi trên mọi thủy trình dẫn đến Tuyên-Nhơn. Sự tiếp tế cho Chi-Khu và Liên-Đoàn Đặc-Nhiệm 214.1 vô cùng khó khăn.

Tối 29 tháng 4, Tư-Lệnh-Phó Lực-Lượng Trung-Ương – Hải-Quân Đại-Tá Vũ Xuân An – từ Đồng-Tâm, liên lạc được với Thiếu-Tá Lê

Anh Tuấn và ra lệnh Thiếu-Tá Tuấn, bằng mọi cách, phải đưa đơn vị rời Tuyên-Nhơn.

Là một sĩ quan nặng tinh thần kỷ luật, Thiếu-Tá Tuấn triệu tập ngay cuộc họp khẩn cấp. Tất cả sĩ quan chỉ mới tề tựu được mấy phút thì Việt-Cộng tiến vào và dừng lại cách vòng đai căn cứ Hải-Quân một khoảng ngắn. Hai bên không nổ súng. Thiếu-Tá Tuấn liên lạc, hỏi Đại-Tá An:*"Có đi được không, Commandant?"* Đến lúc đó Đại-Tá An mới cho Thiếu-Tá Tuấn biết là đã rã ngũ! Thiếu-Tá Tuấn lại liên lạc với Chỉ-Huy-Phó Liên-Đoàn Đặc-Nhiệm 214.1 – Hải-Quân Thiếu-Tá Phạm Văn Tạo – để được xác nhận.

Hiểu rõ tình hình, Thiếu-Tá Lê-Anh-Tuấn nhân danh Tư-Lệnh Hải-Quân, tuyên bố giải nhiệm những đơn vị Hải-Quân trong vùng trách nhiệm; rồi Ông mở đường máu, đưa đoàn chiến đỉnh về Bến-Lức.

Khi đoàn chiến đỉnh vừa rời nơi đồn trú khoảng một cây số thì bị Việt-Cộng tấn công. Giang-Đoàn 43 Ngăn-Chận và Giang-Đoàn 64 Tuần-Thám vừa phản công vừa xuôi theo sông Vàm-Cỏ.

Tối 30 tháng 4, khoảng nửa đêm, đoàn giang đỉnh về gần đến kinh Thủ-Thừa, Việt-Cộng bắn chỉ thiên, gọi đoàn giang đỉnh lại. Để tránh đổ máu, Thiếu-Tá Tuấn ra lệnh đoàn tàu cứ tiến, không được bắn trả, trừ trường hợp Việt-Cộng cố tình tiêu diệt mình thì mình mới tự vệ.

Thấy đoàn chiến đỉnh vẫn tiếp tục di chuyển, chiến xa Việt-Cộng hạ nòng súng bắn trực xạ. Nhiều nhân viên Giang-Đoàn chết và bị thương. Tức tốc, đoàn chiến đỉnh bắn trả.

Khi bắt được tần số truyền tin nội bộ của Hải-Quân, Việt-Cộng kêu gọi Thiếu-Tá Tuấn cho chiến đỉnh ủi bãi, lên bờ trình diện. Quá phẫn uất, Thiếu-Tá Tuấn đưa nòng súng ru-lô lên...

Khuya 30 tháng 4, rạng ngày 1 tháng 5 năm 1975, trên sông Vàm-Cỏ-Tây, Chỉ-Huy-Trưởng Giang-Đoàn 43 Ngăn-Chận – Hải-Quân Thiếu-Tá Lê Anh Tuấn – đi vào lịch sử!

CHƯƠNG VII

KẾ HOẠCH PHÒNG THỦ BỘ-TƯ-LỆNH HẢI-QUÂN
VÀ
HẢI-QUÂN CÔNG XƯỞNG

Đầu tháng 3 năm 1975, các sĩ quan cao cấp Việt-Cộng họp tại 33 Phạm-Ngũ-Lão, Hà-Nội, với mục đích đẩy mạnh chiến dịch tấn công Nam Việt-Nam kể từ mùa Xuân Ất-Mão cho đến mùa Hè 1975.

Quyết định của những bộ óc hiếu chiến trong cuộc họp này tạo nên những biến động dồn dập tại Cao-Nguyên Trung-Phần. Ban-Mê-Thuột là một "thí điểm" của địch, nhưng lại là một nguyên nhân sâu xa đưa đến "quyết định Cam-Ranh", ngày 14 tháng 3 năm 1975, của Tổng Thống Nguyễn Văn Thiệu!

Theo "quyết định Cam-Ranh", Quân-Đoàn II âm thầm rút đi, cắt đất, nhường dân cho Việt-Cộng để thực hiện kế hoạch "Đầu bé đít to" (Light at the top, heavy at the bottom) của Tổng Thống Thiệu!

Trong khi Quân-Đoàn II và đồng bào từ Cao-Nguyên ngụp lặn trên tỉnh lộ máu Pleiku – Phú-Yên thì...

...Tại Saigon, một số sĩ quan trung cấp và giới chức các quân/binh chủng được triệu tập về Bộ-Tổng-Tham-Mưu Quân-Lực V.N.C.H. để nghe Trung Tướng Đồng Văn Khuyên – Tham-Mưu-Trưởng Liên-Quân – giải thích về quyết định của Tổng Thống Nguyễn Văn Thiệu, Tổng-Tư-Lệnh Tối Cao Quân-Đội, về việc triệt thoái Quân-Đoàn II khỏi Cao-Nguyên.

Tất cả đều hiểu và tin tưởng vào kế hoạch đã được vạch ra. Trung Tướng Đồng Văn Khuyên cũng cho biết tình hình Quân-Đoàn I yên tĩnh và Trung Tướng Ngô Quang Trưởng vẫn nắm vững tình hình miền Trung. Không ai nghe Tướng Khuyên đề cập đến vấn đề di tản Quân-Đoàn I!

Khi chiến trường miền Trung trở nên nguy ngập, Tư-Lệnh Hạm-Đội – Hải-Quân Đại-Tá Nguyễn Xuân Sơn – cùng Bộ-Chỉ-Huy nhẹ được phái ra miền Trung. Hải-Quân Trung-Tá Trịnh Tiến Hùng, xuất thân khóa 8 sĩ quan Hải-Quân Nha-Trang, được chỉ định lo phần soạn thảo kế sách cho Đại-Tá Sơn.

Ban tham mưu Hạm-Đội gồm có: Tư-Lệnh, Tư-Lệnh-Phó, Tham-Mưu-Trưởng và 5 Hải-Đội-Trưởng. Những vị dưới quyền Tư-Lệnh Hạm-Đội đều thực hiện kế hoạch do Trung-Tá Hùng soạn ra.

Theo kế hoạch do Trung-Tá Hùng soạn thảo, tất cả Hạm-Trưởng được yêu cầu giữ gìn máy tàu và tránh tối đa những sửa chữa, tu bổ lớn trong thời gian hành quân. Để chiến hạm được khiển dụng tối đa, các chu kỳ tiểu kỳ và đại kỳ cũng đều ngưng.

Phương thức điều hành: Cứ hai chiến hạm này đi công tác thì hai chiến hạm khác trở về. Chu kỳ công tác ngắn hơn thường lệ.

Vì quan niệm phải bảo vệ người thân của binh sĩ để binh sĩ có tinh thần chiến đấu, gia đình Hải-Quân được gián tiếp khuyến khích vào tạm trú tại cư xá Hải-Quân, trong vòng đai Hải-Quân Công-Xưởng và Bộ-Tư-Lệnh Hải-Quân.

Cũng trong kế hoạch này, nếu Vùng III Chiến-Thuật phải rút xuống Vùng IV, thì Hải-Quân nên rút trước khi Việt-Cộng đủ thời gian và phương tiện "bế" sông Saigon.

Sông Saigon tuy hẹp nhưng sâu. Hải trình này tốt hơn sông Soài Rạp, nơi dễ bị mìn và những hàng đáy. Để đánh lạc hướng Việt-Cộng, Hạm-Đội sẽ yêu cầu hàng hải thương thuyền có những điểm neo trên sông Soài Rạp.

Dự trù một cuộc chiến lâu dài, Hải-Quân dự định sẽ tạo kho chứa đạn lộ thiên tại hai đảo Poulo Obi và Poulo Dama. Nhưng vì phương tiện bốc và dở hàng không có, Hạm-Đội ra lệnh tất cả Hạm-Trưởng phải nhận đạn tối đa. Một số chiến hạm không thực hiện được việc chở đạn, nhưng thực phẩm và nước ngọt đều được tất cả chiến hạm mang theo.

Điểm dự trù cho Hạm-Đội tập trung – trong trường hợp Saigon bị thất thủ – là đảo Poulo Dama. Lý do Hạm-Đội chọn đảo này vì Poulo Dama, cũng như An-Thới, là hai nơi Hạm-Đội có thể lấy nước ngọt được.

Kế sách này được giữ kín, ngay chính nhiều Hạm-Trưởng cũng không biết. Nhưng sau khi thực hiện được vài tuần lễ thì tin "bảo vệ Hạm-Đội khỏi bị pháo kích" "bay" ra, khiến nhiều người, nhất là Hạm-Trưởng, hoang mang.

Để trấn an, Tư-Lệnh Hạm-Đội có nhiều cuộc họp riêng rẽ với các Hạm-Trưởng, vào những lúc các Hạm-Trưởng đến báo cáo sau mỗi chuyến công tác. Ngoài ra, Tư-Lệnh Hạm-Đội cũng chỉ thị Hải-Quân Trung-Tá Nguyễn Văn Nhựt – biệt danh là Noel – làm Tham-Mưu-Trưởng Hạm-Đội, lập danh sách gia đình của tất cả nhân viên Hạm-Đội đang thi hành công tác xa và chọn một Dương-Vận-Hạm để đưa những gia đình này ra biển, trong trường hợp Hạm-Đội di tản.

Cũng trong thời điểm này, đài Truyền Tin Nhà-Bè – mà tổng đài điện thoại đặt trong hầm xi-măng của Pháp để lại – được Bộ-Tư-Lệnh Hải-Quân đặc biệt lưu ý và cho tân trang những hầm đó, với dự tính sẽ dời Bộ-Tư-Lệnh Hải-Quân về đó để điều động phản công, trong trường hợp Bộ-Tư-Lệnh Hải-Quân bị tấn công.

Ngoài những kế hoạch kể trên, Hải-Quân còn thực hiện hệ thống phòng thủ vòng đai Bộ-Tư-Lệnh Hải-Quân và Hải-Quân Công-Xưởng. Vòng đai này chạy từ công trường Mê-Linh, theo Hai-Bà-Trưng, vòng xuống Lê-Thánh-Tôn, đến Cường-Để.

Hệ thống phòng thủ gồm có hai phần:

- Góc Hai-Bà-Trưng và bến Bạch-Đằng cũng như góc Cường-Để, Lê-Thánh-Tôn hoặc Cường-Để và Thống-Nhất, Hải-Quân sẽ xử dụng Trợ-Chiến-Hạm và Giang-Pháo-Hạm với hải pháo 76 ly và 40 ly.

  Súng 40 ly bắn nhanh nhất. Nếu chiến xa bắn một trái đạn thì chiến hạm có thể bắn đến 10 viên 40 ly. Nếu bắn trực xạ, hỏa lực mạnh của súng 40 ly rất hữu hiệu trong việc chống chiến xa. Chống Bộ-Binh tùng thiết có 12 ly 7 và 7 ly 62. Chỉ cần ba chiến hạm, một tại cầu A, một tại cầu Tự-Do và một ở cầu C hoặc câu-lạc-bộ-nổi là không một lực lượng nào có thể xâm nhập mặt đó được.

- Mặt hông Hải-Quân Công-Xưởng là điều lo ngại nhất cho Hải-Quân; vì mặt này chỉ được chắn bằng một bức tường gạch. Để phòng thủ, Đại-Đội Kinh-Phòng của Hải-Quân Công-Xưởng được tăng cường và Người Nhái đặt mìn chống chiến xa ngay bên trong tường gạch và tiếp theo là hai lớp mìn *claymore*. Người Nhái và Đại-Đội Kinh-Phòng bố trí dọc theo bức tường. Người Nhái sẽ dùng M72 trong trường hợp bị tấn công. Ngoài ra, nhiều giàn đại bác 20 ly đặt trên những ụ cao trong Hải-Quân Công-Xưởng thuộc hệ thống phòng không, nhưng cũng rất hữu hiệu để chống Bộ-Binh tùng thiết Việt-Cộng.

Mặt sông của Hải-Quân Công-Xưởng vẫn do Người Nhái canh phòng để chống đặc-công-thủy Việt-Cộng như từ trước đến nay. Và, với hỏa lực của những chiến hạm – kể cả chiến hạm đại kỳ – không thể nào Việt-Cộng có thể đột nhập được.

Vòng đai phòng thủ cũng được nới rộng tới Thảo-Cầm-Viên, do sinh viên sĩ quan Hải-Quân cùng Thủy-Quân Lục-Chiến án ngữ những yếu điểm bên này cầu Thị-Nghè. Số sinh viên sĩ quan Hải-Quân còn lại bố phòng trại Yên-Thế, nơi trung tâm hành chánh, sau Bộ-Tư-Lệnh Hải-Quân.

Ngoài ra, Hải-Quân cũng thực hiện những lớp rào sắt kiên cố chung quanh Bộ-Tư-Lệnh và Hải-Quân Công-Xưởng để, nếu Việt-Cộng vào Saigon mà Hải-Quân chưa rút lui kịp thì những bức rào đó sẽ làm chậm bước tiến của địch quân.

Hải-Quân cũng chú trọng đến biện pháp chận địch vượt sông Đồng-Nai. Trong trường hợp cần thiết, Người Nhái sẽ phá sập các cầu.

Kế hoạch phòng thủ Bộ-Tư-Lệnh Hải-Quân và Hải-Quân Công-Xưởng đồng thời cũng yểm trợ công cuộc phòng thủ Biệt-Khu Thủ-Đô được đặt dưới sự chỉ huy của Hải-Quân Đại-Tá Bùi Kim Nguyệt – Chỉ-Huy-Trưởng Hải-Quân Biệt-Khu Thủ-Đô.

CHƯƠNG VIII

CHUYẾN RA KHƠI BI HÙNG

Vào giữa tháng 4, ông Erich Von Marbod – phụ tá Bộ-Trưởng Quốc-Phòng (Assistant Secretary of Defense) Hoa-Kỳ – cùng phụ tá của Ông là ông Richard Lee Armitage, đến Trung-Tâm Hành-Quân Hải-Quân bàn về vấn đề di tản Hải-Quân Việt-Nam. Ông Marbod và ông Armitage yêu cầu Hải-Quân soạn thảo một lệnh hành quân di tản, nhằm mục đích di tản tối đa Lực-Lượng Hải-Quân, gồm tất cả chiến hạm, chiến đỉnh, binh sĩ và gia đình.

Hải-Quân được yêu cầu đặt mìn phá những ụ nổi và cơ sở truyền tin của Hải-Quân. Hải-Quân từ chối, vì:
- Nếu phải di tản, Hải-Quân sẽ ra đi sau cùng; vì vậy, cơ sở truyền tin rất cần thiết cho Hải-Quân.
- Phá các ụ nổi sẽ gây nhiều tiếng nổ lớn và nhiều đám cháy, khiến đồng bào càng kinh hoàng thêm, tình trạng càng rối ren thêm.

Hải-Quân Đại-Tá Đỗ Kiểm – Tham-Mưu-Phó hành quân – yêu cầu Hoa-Kỳ giúp đỡ thiết thực và nhanh chóng để binh sĩ, gia đình và chiến cụ Hải-Quân không lọt vào tay Cộng-Sản. Ông Marbod và ông Armitage hứa sẽ lo tất cả nếu lực lượng Hải-Quân ra khỏi bờ 12 hải lý. Điểm tập trung là Côn-Sơn.

Một vấn đề đáng lưu ý là, cho đến giờ phút đó, Hải-Quân Việt-Nam, ông Marbod cũng như ông Armitage vẫn chưa nghĩ đến, hoặc đề cập đến, một giải pháp nào cho Hải-Quân sau khi Hải-Quân rời hải phận Việt-Nam.

Trong thời gian hai vị dân chính cao cấp của Hoa-Kỳ đang bàn tính kế hoạch di chuyển số lượng khổng lồ quân dụng ra khỏi Nam Việt-Nam thì, tại Xuân-Lộc, nhiều đại đơn vị Bắc quân do tướng Việt-Cộng Văn-Tiến-Dũng điều động từ Phan-Rang vào, gặp ngay sự chống cự mãnh liệt của Sư-Đoàn 18 Bộ-Binh V.N.C.H. – dưới quyền chỉ huy của Tướng Lê-Minh-Đảo.

Thấy khó phá vỡ phòng tuyến Xuân-Lộc, Tướng Văn Tiến Dũng liên lạc trung ương Đảng, xin triển hạn ngày kéo quân vào Thủ-Đô Nam Việt-Nam. Nhưng Bộ-Chính-Trị đảng Cộng-Sản lập lại quyết định: Phải tiến chiếm Saigon trước tháng 5 để mừng sinh nhật Hồ Chí Minh, 19 tháng 5!

Ngày 17 tháng 4, trong buổi họp sĩ quan các cấp tại câu-lạc-bộ-nổi, Khối Hành-Quân nhấn mạnh rằng kế hoạch di tản được thi hành tốt đẹp. Tuy nhiên, tất cả phải ở lại nhiệm sở cho đến phút chót; nếu phải ra đi thì cùng đi.

Ngày 21 tháng 4, tuyến Xuân-Lộc vỡ! Thủ đô Saigon rúng động! Tiếp theo là sự từ chức của Tổng Thống Nguyễn Văn Thiệu và Phó Tổng Thống Trần Văn Hương lên thay. Những biến chuyển đó khiến Hải-Quân phải có những quyết định cấp kỳ.

Ngày 25 tháng 4, Đại-Tá Nguyễn Xuân Sơn cùng đi với một sĩ quan thân tín, Hải-Quân Trung-Tá Trịnh Tiến Hùng, đến cơ quan MAV (Navy Section) – trong khi Mỹ đang thiêu hủy tài liệu – để nhận mật mã liên lạc với Đệ Thất Hạm-Đội Hoa-Kỳ.

Thời gian này, vài Hạm-Trưởng đưa gia đình lên chiến hạm khi chưa có lệnh khiến thủy thủ đoàn bất mãn. Bộ-Tư-Lệnh cho điều tra. Kết quả, hai Hạm-Trưởng bị cách chức. Một trong hai vị đó là Hạm-Trưởng HQ 800.

Cùng ngày, Hải-Quân Đại-Tá Bùi Kim Nguyệt – Chỉ-Huy-Trưởng Hải-Quân Biệt-Khu Thủ-Đô – chỉ thị Hải-Quân Trung-Tá Nguyễn Kim Khánh tiếp nhận các kho xăng tại Nhà-Bè; vì tất cả giám đốc đã bỏ đi.

Lúc này, Liên-Đoàn 33 tại Nhà-Bè, do Hải-Quân Trung-Tá Nguyễn Kim Khánh chỉ huy, gồm các đơn vị sau đây:
- Giang-Đoàn 28 Xung-Phong
- Giang-Đoàn 30 Xung-Phong
- Giang-Đoàn 51 Tuần-Thám
- Giang-Đoàn 91 Trục-Lôi

Nhiệm vụ và vùng hoạt động của Liên-Đoàn 33 là tuần tiểu, giữ an ninh các thủy lộ quan trọng như sông Lòng Tàu, sông Soài Rạp và quanh Saigon. Ở phần vụ này, suốt thời gian di tản, những đơn vị kể trên đã tịch thu vũ khí và rượu mạnh trên các thương thuyền từ miền Trung vào.

Ngày 26 tháng 4, Hải-Quân Trung-Tá Dương Hồng Võ được chỉ định làm Hạm-Trưởng HQ 800. Lúc này Hạm-Phó HQ 800 cũng vắng mặt bất hợp pháp. Trung-Tá Võ chỉ định một Đại-Úy tạm thời thay thế Hạm-Phó.

HQ 800 là loại LST lớn hơn và mới hơn các loại LST 500. HQ 800 được trang bị ba giàn "bô-pho" 40 ly đôi bắn tự động và nhiều súng phòng không, chưa kể một số 20 ly. HQ 800 dự trữ 200 ngàn lít xăng máy bay (JP4) và có chỗ đáp an toàn cho hai trực thăng.

Với dự định sẽ đưa bộ chỉ huy xuống HQ 800 để chỉ huy và điều động phản công lại Việt-Cộng, nếu trường hợp Saigon bị tấn công, Tư-Lệnh Hải-Quân ra lệnh bổ sung nhân viên và trang bị HQ 800 một trăm phần trăm. HQ 800 neo tại Nhà-Bè và chỉ nhận lệnh trực tiếp từ Tư-Lệnh Hải-Quân và Tổng-Tham-Mưu-Trưởng chứ không trực thuộc Hạm-Đội.

Lúc này HQ 403 – sau nhiều chuyến chuyển quân và dân từ Phan-Thiết về Vũng-Tàu – được lệnh trở về Saigon.

Thời điểm này mặt trận Tây-Ninh, Long-An và liên tỉnh lộ 15 bùng nổ dữ dội.

Sáng 27 tháng 4, trong khi Việt-Cộng tấn công cầu Tân-Cảng, đốt kho hàng PX của Mỹ và đặt súng máy bắn bừa vào dòng người tỵ nạn đang kéo về Saigon thì, tại phi trường Biên-Hòa, ông Richard Armitage đang vận dụng tất cả mọi phương tiện để di chuyển chiến cụ và nhân viên Việt-Nam ra khỏi tầm đạn của Việt-Cộng.

Trưa cùng ngày, ông Armitage từ Biên-Hòa về Saigon bằng trực thăng. Sau đó ông Armitage cùng ông Erich Von Marbod đến Bộ-Tư-Lệnh Hải-Quân. Hai Ông hối thúc Hải-Quân ra đi. Ông Armitage còn lo ngại rằng có thể chính phủ Dương Văn Minh sẽ giữ những sĩ quan cao cấp Hải-Quân để buộc Hải-Quân phải ở lại.

Chiều 27 tháng 4, tại tư dinh của Đại Tướng Minh, số 3 Trần-Quý-Cáp Saigon, trong phiên hội của Nội Các đang được thành lập, Phó-Đô-Đốc Chung Tấn Cang – Tư-Lệnh Hải-Quân – tiếp xúc riêng với Tướng Minh để bàn luận về tình hình quân sự. Tướng Minh cho Phó-Đô-Đốc Cang biết tình hình vẫn chưa biến chuyển gì cả, vì "bên kia" chưa chấp nhận tiếp xúc với V.N.C.H.. Phó-Đô-Đốc Cang đề nghị Tướng Minh nên chuyển Nội Các về Cần-Thơ, bỏ ngỏ Saigon và ra lệnh tất cả đại đơn vị rút về Vùng IV Chiến-Thuật; vì hiện tại Tướng Minh không có tư thế nào để thương thuyết. Lực-Lượng Hải-Quân còn nguyên vẹn, Phó-Đô-Đốc Cang sẽ tận dụng tất cả Lực-Lượng Hải-

Quân để chận sông Tiền-Giang và Hậu-Giang. Tướng Minh im lặng, không có một quyết định nào cả.

Ngày 28 tháng 4, Phó-Đề-Đốc Đinh Mạnh Hùng cùng ông Richard Armitage bay thám sát tình hình phía Bắc Saigon.

Tình hình phía Bắc Saigon lúc này bi đát vô cùng; vì nhiều đơn vị đã rã ngũ, theo đoàn dân di tản, tràn về Saigon bằng đường bộ. Khi trực thăng đến cầu Bình-Lợi, thấy một Giang-Đoàn vẫn còn tuần tiểu trong vùng trách nhiệm, Phó-Đề-Đốc Hùng ra lệnh cho Giang-Đoàn đó rút về hậu cứ.

Căn-Cứ Hải-Quân Long-Bình đang chuẩn bị "đón nhận" một cuộc tấn công quy mô của Bắc quân. Dấu tích cuộc đột kích sáng nay của địch vào Căn-Cứ là xác của tên cảm tử Việt-Cộng còn nằm tênh hênh ngay cổng ra vào.

Sau khi thị sát, Phó-Đề-Đốc Hùng cùng ông Armitage trở về Saigon bằng xe Jeep. Và ông Armitage tường trình những sự việc đã thấy cho ông Van Marbod.

Cũng thời điểm này, tại Bộ-Tư-Lệnh Hạm-Đội, Đại-Tá Nguyễn Xuân Sơn triệu tập một phiên họp gồm hầu hết Hạm-Trưởng để thông báo hạn chế về việc Hải-Quân sẽ tạm trú tại Côn-Sơn, chờ một biến chuyển thuận lợi sẽ quay vào chiến đấu. Đại-Tá Sơn chỉ thị tất cả Hạm-Trưởng mang theo đầy đủ gạo và lương khô, càng nhiều trứng vịt và cá khô càng tốt.

Không ngờ, cũng ngày hôm đó, Đại-Tá Sơn bị thuyên chuyển khỏi chức vụ Tư-Lệnh Hạm-Đội. Người bạn cùng khóa với Ông – Hải-Quân Đại-Tá Phạm Mạnh Khuê – đang là Tham-Mưu-Trưởng Hành-Quân Lưu-Động-Biển, nhận chức Tư-Lệnh Hạm-Đội.

Sự thuyên chuyển Đại-Tá Sơn là do sự hiểu lầm và sự thiếu liên lạc mật thiết giữa Đại-Tá Sơn và Phó-Đô-Đốc Tư-Lệnh Hải-Quân về vấn đề di tản Hạm-Đội tránh pháo kích.

Chiều 28 tháng 4 năm 1975, lúc 5 giờ 15, Tổng Thống Trần Văn Hương bàn giao chức vụ Tổng Thống cho Tướng Dương Văn Minh khi ngoài trời cơn mưa giông đột ngột trút xuống!

6 giờ chiều cùng ngày, Hải-Quân Công-Xưởng hoàn tất mấy vòng rào sắt cho hệ thống phòng thủ Bộ-Tư-Lệnh Hải-Quân và Hải-Quân Công-Xưởng.

6 giờ 20, phi công Việt-Cộng – do Trung-Úy phi công V.N.C.H. Nguyễn Thành Trung huấn luyện cấp tốc và hướng dẫn – lấy 5 chiếc phản lực Dragonfly A37 của Không-Quân V.N.C.H. bỏ lại Phan-Rang, bay vào, thả bom phi trường Tân-Sơn-Nhất!

Sau khi dội bom, 5 phản lực cơ bay ngang HQ 800. Hạm-Trưởng HQ 800 biết 5 phản lực đó vừa tấn công phi trường Tân-Sơn-Nhất;

nhưng Hạm-Trưởng HQ 800 tưởng là một biến cố chính trị nào đó đang diễn ra, cho nên Hạm-Trưởng HQ 800 chỉ ra lệnh nhiệm sở tác chiến chứ không ra lệnh bắn. Nhờ vậy 5 phi cơ đó mới bay thoát.

Tối 28 tháng 4, Phó-Tổng-Thống Nguyễn Văn Huyền, trong chính phủ Dương Văn Minh, đến thăm Phó-Đô-Đốc Chung Tấn Cang, rồi cả hai Ông đến thăm Tổng Thống Dương Văn Minh.

Trong lần tiếp xúc này, Phó-Đô-Đốc Cang hỏi Tổng Thống Minh về những biện pháp thích nghi cho tình hình hiện tại. Tổng Thống Minh cho biết không có giải pháp nào cả. Phó-Đô-Đốc Cang hỏi thẳng: *"Thưa Tổng Thống, nếu vậy, mỗi quân binh chủng phải tự quyết định lấy, phải không?"* Tổng Thống Minh chán nản: *"Ôi! Toa làm sao đó toa làm!"*

Vì lẽ đó, Bộ-Tham-Mưu Hải-Quân họp khẩn. Lúc này Phó-Đô-Đốc Cang có dự định đưa gia đình Hải-Quân ra Phú-Quốc lánh nạn để binh sĩ yên tâm chiến đấu. Nhưng tình hình biến chuyển quá nhanh khiến ý định của Ông không thực hiện được.

Hải-Quân ra đi là một quyết định tập thể, gồm Phó-Đô-Đốc Cang và Tư-Lệnh các đại đơn vị, để bảo toàn Lực-Lượng Hải-Quân. Nhưng Phó-Đô-Đốc Cang cũng biết rằng, nếu quyết định đó sai lầm thì chính Ông phải chịu trách nhiệm trước lịch sử!

Sáng sớm 29 tháng 4, phi trường Tân-Sơn-Nhất bị pháo kích nặng nề. Không-Quân náo loạn. Hầu hết phi cơ A37 và F5 được cất cánh để tránh thiệt hại. Công cuộc di tản nhân viên của Tòa Đại-Sứ Hoa-Kỳ không thể tiếp tục thực hiện bằng phi cơ vận tải mà phải dùng trực thăng.

Ngay khi phi trường bị pháo kích, Tướng Nguyễn Cao Kỳ – nguyên Phó-Tổng-Thống trong chính phủ Nguyễn Văn Thiệu – đáp trực thăng riêng quan sát. Tướng Kỳ gọi Sư-Đoàn IV Không-Quân tại Cần-Thơ, ra lệnh tăng viện gấp bốn chiến đấu cơ với bom hạng nặng.

Khi bốn chiến đấu cơ đến không phận Saigon, Tướng Kỳ hướng dẫn bốn phi cơ đó phá hủy những giàn hỏa tiễn của Việt-Cộng gần đài radar Phú-Lâm và phía Tân-Cảng.

Sau khi diệt xong các ổ trọng pháo của địch, Tướng Kỳ đáp trực thăng xuống Liên-Giang-Đoàn 33 tại Nhà-Bè lấy xăng. Lúc bấy giờ có cả trăm chiếc trực thăng đậu tại Nhà-Bè. Nhiều trực thăng và phi cơ đủ loại bay lượn trên không phận thủ đô. Tất cả liên lạc, xin chỉ thị của Tướng Kỳ. Tướng Kỳ bảo tất cả phi công bay ra Đệ Thất Hạm-Đội; nếu còn đủ nhiên liệu thì bay sang Thái-Lan.

Trong khi những sự việc kể trên xảy ra trên không phận thủ đô thì Đại-Sứ Hoa-Kỳ tại Việt-Nam – ông Graham Martin – nhận được công văn khẩn của Tổng Thống Dương Văn Minh.

Ngày 28 tháng 4 năm 1975
Tổng Thống Việt-Nam Cộng-Hòa
Kính gửi: Ông Đại-Sứ Hoa-Kỳ tại Việt-Nam

Tôi trân trọng yêu cầu ông Đại-Sứ chỉ thị cho tất cả nhân viên cơ quan tùy viên quân sự Defense Attaché's Office rời Việt-Nam trong vòng 24 tiếng đồng hồ kể từ ngày 29 tháng 4 năm 1975 để vấn đề hòa bình cho Việt-Nam được giải quyết sớm hơn.

Trân trọng kính chào ông Đại-Sứ.
Dương Văn Minh

Đại-Sứ Graham Martin phúc đáp:

Kính thưa Tổng Thống,

Tôi vừa nhận được văn thư đề ngày 28 tháng 4 năm 1975 yêu cầu tôi ra lệnh cho nhân viên Defense Attaché's Office rời Việt-Nam trong vòng 24 tiếng đồng hồ. Văn thư này gửi đến Tổng Thống Việt-Nam Cộng-Hòa để xác nhận là yêu cầu của Tổng Thống đang được thực hiện.
Tôi tin tưởng vào sự giúp đỡ của các cơ quan liên hệ thuộc chính phủ Việt-Nam Cộng-Hòa để sự di chuyển nhân viên D.A.O. được hoàn thành tốt đẹp.

Trân trọng kính chào Tổng Thống.
Graham Martin
Đại-Sứ Hoa-Kỳ

Ngày 29 tháng 4, khoảng 10 giờ sáng, Tướng Nguyễn Cao Kỳ trở về Bộ-Tư-Lệnh Không-Quân và thấy gần 30 sĩ quan cao cấp Không-Quân trong văn phòng Tư-Lệnh Không-Quân.
Tư-Lệnh Không-Quân – Trung Tướng Trần Văn Minh – giải thích với Tướng Kỳ rằng: Người Mỹ muốn chuyển vận tất cả phi cơ phản lực sang Phi-Luật-Tân hoặc Thái-Lan. Vì vậy mọi người đang chờ để được sang cơ quan D.A.O. rồi ra đi.
Tướng Kỳ bay đến Bộ-Tổng-Tham-Mưu và thấy chỉ một mình Tướng Đồng Văn Khuyên đang điều động các mặt trận quanh Saigon. Lúc này, cựu Phó-Tổng-Thống Nguyễn Cao Kỳ mới biết Đại-Tướng Cao Văn Viên – Tổng-Tham-Mưu-Trưởng Quân-Lực V.N.C.H. – đã rời Việt-Nam ngày hôm qua!

Tướng Kỳ gọi tất cả đơn vị trưởng của những đại đơn vị quanh Saigon, nhưng không gặp ai cả. Tướng Kỳ đi xuống tầng dưới thì gặp Trung Tướng Ngô Quang Trưởng. Sau khi nói cho nhau hay là vợ con của hai Ông đã được di tản từ tuần trước, Tướng Kỳ vừa bước đến trực thăng vừa nói với Tướng Trưởng: *"Đi với tôi."* Rồi cả hai Ông cùng một số sĩ quan thân tín của Tướng Kỳ lên trực thăng, bay ra Đệ Thất Hạm-Đội, đáp xuống chiến hạm USS Midway.

10 giờ 47 sáng, Tướng Đồng Văn Khuyên gọi Trung-Tâm hành quân Hải-Quân, hỏi đường sông từ Saigon ra biển còn an ninh hay không? Đại-Tá Đỗ Kiểm cho biết đến giờ phút đó Hải-Quân vẫn còn kiểm soát được sông Lòng Tào. Tướng Khuyên chào vội vàng và cúp máy

Tại Bộ-Tư-Lệnh Hải-Quân, sau khi liên lạc với Đại-Tá V. Không-Quân và được biết Không-Quân vẫn còn kiểm soát phi trường Tân-Sơn-Nhất, Khối Hành-Quân Hải-Quân tiếp xúc với các Hạm-Trưởng. Lệnh di tản dự trù sẽ ban hành khoảng 10 giờ tối 29 tháng 4.

Sau khi hội ý với các Hạm-Trưởng, Đại-Tá Đỗ Kiểm gọi Đại-Tá Ước, Tham-Mưu-Phó hành quân Không-Quân. Đại-Tá Ước cho Đại-Tá Kiểm biết rằng lúc nào Không-Quân không giữ được Tân-Sơn-Nhất thì sẽ cho Hải-Quân hay.

Trong khi đó, tại Bộ-Tư-Lệnh Không-Quân, Trung Tướng Trần Văn Minh cùng vài vị Tướng và các sĩ quan chờ hoài không thấy Mỹ liên lạc, đành đi bộ sang cơ quan D.A.O. xin được vào danh sách di tản.

Được báo cáo rằng nhóm sĩ quan Không-Quân Việt-Nam đều mang vũ khí cá nhân, Tướng Homer Smith ra lệnh cho Trung Tá Richard Mitchell tước vũ khí của nhóm sĩ quan đó và đưa tất cả vào một phòng nhỏ, canh gác cẩn mật trong khi chờ đợi di tản.

Cũng thời điểm này, tại Nhà-Bè, nguyên Tư-Lệnh Hải-Quân Việt-Nam đầu tiên – Hải-Quân Đại-Tá Lê Quang Mỹ – cùng gia đình đến Căn-Cứ Hải-Quân xin di tản; nhưng lính gác không cho vào! Sau đó, một sĩ quan nhận diện được Ông và cấp cho Ông cùng gia đình một LCM để ra tàu lớn.

11 giờ sáng, Tướng Đồng Văn Khuyên rời Bộ-Tổng-Tham-Mưu.

Không-Quân vẫn còn kiểm soát được phi trường Tân-Sơn-Nhất; nhưng rất nhiều phi cơ trúng đại bác của Việt-Cộng.

12 giờ trưa, được báo cáo nhiều thương thuyền chạy ra/chạy vào sông Lòng Tào và sông Soài Rạp, Hải-Quân Đại-Tá Bùi Kim Nguyệt chỉ thị Liên-Giang-Đoàn 33 mở cửa sông để thương thuyền ra vào tự do.

Cũng thời điểm này, tại Căn-Cứ Hải-Quân Cát-Lái, cả mấy ngàn người thuộc gia đình Hải-Quân di tản từ Vùng I và Vùng II vào, tạm trú trong vòng thành. Dọc các cầu tàu và bờ sông, tàu bè từ các tỉnh miền Trung kéo về neo ngồn ngang. Việt-Cộng phao tin là sẽ pháo kích một ngàn quả đại bác vào Căn-Cứ Hải-Quân Cát-Lái và kho đạn Thành Tuy-Hạ vào lúc 6 giờ chiều 29 tháng 4.

Tin này loan ra khiến Chỉ-Huy-Trưởng Người Nhái – Hải-Quân Trung-Tá Trịnh Hòa Hiệp – ra lệnh hai Tiểu Đội Người Nhái đang tuần tiễu bên kia sông trở về Căn-Cứ; đồng thời Ông cũng chỉ thị những LCU và Trục Vớt đón gia đình Người Nhái và gia đình Hải-Quân thuộc Căn-Cứ Hải-Quân Cát-Lái, đưa ra sông, chờ.

1 giờ chiều, Trung-Tâm Hành-Quân Không-Quân bỏ trống.

Những biến động dồn dập khiến Hải-Quân quyết định nên di tản vào khoảng 6 giờ chiều – thay vì 10 giờ đêm như đã dự định.

Ông Richard Armitage lại điện thoại về Trung-Tâm Hành-Quân Hải-Quân, thúc hối Hải-Quân ra đi.

Nhận thấy Hải-Quân không phải là một lực lượng chiến đấu thuần túy, bây giờ, Bộ-Tổng-Tham-Mưu và Trung-Tâm hành quân Không-Quân bỏ trống, Hải-Quân không thể ở lại chiến đấu đơn độc. Vì vậy, lệnh di tản được ban hành lúc 2 giờ chiều 29 tháng 4!

Sau khi được thông báo là đến giờ Hải-Quân phải ra đi, rất nhiều binh sĩ ngồi bệt trong sân Trại Bạch-Đằng, ôm đầu, khóc! Một số binh sĩ khác vội vàng chạy đi.

Trung-Tâm Hành-Quân Hải-Quân kêu gọi những ai không muốn ra đi, hãy giúp canh gác phía công trường Mê-Linh, giúp người ra đi được di tản trong trật tự. Bấy giờ không còn hệ thống chỉ huy nữa mà chỉ còn uy tín cá nhân mới có thể giúp điều động một khối nhân sự khổng lồ của một quân chủng tan hàng vào giờ phút chót!

Trên không, trực thăng bay ngập trời. Trên bờ, đồng bào và quân nhân đổ xô xuống bến Bạch-Đằng và Hải-Quân Công-Xưởng. Trên sông, một số chiến hạm đã vào vị trí và một số khác đang trên đường về. Súng bắt đầu nổ quanh vòng đai Bộ-Tư-Lệnh Hải-Quân.

Toán Nhảy-Dù có bổn phận canh gác kho đạn Thành Tuy-Hạ rời vùng trách nhiệm, sang sông, xin Hải-Quân cho di tản. Hải-Quân yêu cầu toán Nhảy-Dù phối hợp với Quân-Cảnh Hải-Quân lo trật tự phía công trường Mê-Linh, sau đó Hải-Quân sẽ giúp phương tiện cho họ di tản.

Tư-Lệnh Hải-Quân – Phó-Đô-Đốc Chung Tấn Cang – chỉ thị tất cả sĩ quan cao cấp: Đến 7 giờ tối, nếu không có biến chuyển nào thay đổi cuộc diện, Hải-Quân sẽ ra đi.

5 giờ chiều 29 tháng 4, Tổng Thống Dương Văn Minh gọi Phó-Đô-Đốc Chung Tấn Cang. Phó-Đô-Đốc Cang hỏi Tổng Thống Minh cần gì, Ông sẽ đến. Nhưng Tổng Thống Minh bảo thôi, đưa Phó-Đề-Đốc Diệp Quang Thủy đến cũng được.

Tại tư dinh, Tổng Thống Minh tỏ ra rất hài lòng về sự đóng góp lớn lao của Hải-Quân trong những cuộc triệt thoái dọc duyên hải. Tổng Thống Minh cũng hết lời khen ngợi tinh thần kỷ luật cao của Hải-Quân. Sau đó, Tổng Thống Minh nói qua về tình hình nghiêm trọng hiện tại và khuyên Phó-Đề-Đốc Thủy nên đưa Hải-Quân rút trong đêm, trước khi Việt-Cộng đủ thì giờ "bế" sông Lòng Tào. Phó-Đề-Đốc Thủy đề nghị Tổng Thống Minh đi luôn, nhưng Tổng Thống Minh từ chối – như đã từ chối lời đề nghị của của Tướng Charlie Timmes lúc sáng. Tổng Thống Minh bảo: *"Thôi, tình thế này moa không đi được! Đời người có chết cũng chỉ chết một lần thôi!"* Sau đó, Tổng Thống cuối cùng của chính thể V.N.C.H., Tướng Dương Văn Minh, nhờ Phó-Đề-Đốc Diệp Quang Thủy đưa Đại Tá Nguyễn Hồng Đài – rể của Tổng Thống Minh – Tướng Nguyễn Thanh Hoàng và Tướng Mai Hữu Xuân theo Hải-Quân ra đi.

Sau khi từ giã Tổng Thống Minh, đi chưa đến chỗ chiếc Jeep đậu, Phó-Đề-Đốc Thủy đã thấy hai vị Tướng và một vị Đại-Tá ngồi sẵn trên băng sau chiếc Jeep của Ông rồi!

Lúc này, tại Căn-Cứ Hải-Quân Cát-Lái, Trung-Tá Trịnh Hòa Hiệp triệu tập phiên họp khẩn cấp. Vào lúc 6 giờ chiều, buổi họp vừa tan thì Việt-Cộng pháo ngay vào Căn-Cứ Hải-Quân, đúng như tin họ đã loan!

Trên hệ thống truyền tin, Trung-Tá Hiệp điều động các LCU Trục Vớt đưa gia đình binh sĩ về Nhà-Bè, hướng ra biển. Chiếc LCU dành riêng cho Ông và toán Hải-Kích chiến đấu đậu ngay bồn dầu, suýt trúng đạn. Trung-Tá Hiệp ra lệnh chặt giây, tách bến.

Trong cảnh hỗn loạn như vậy Giang-Đoàn 91 Trục-Lôi vẫn bình thản chạy qua, chạy lại giữa sông, phản pháo dữ dội.

Tại đường Cường-Để, từng thác người tuôn vào Hải-Quân Công-Xưởng. Trưởng Khối An-Ninh Hải-Quân – Đại-Tá Chiến-Binh Nguyễn Văn Tấn – đứng nhìn mọi người chạy loạn bằng đôi mắt lạnh lùng từ sau cánh cổng sắt của Hải-Quân Công-Xưởng.

Tại bến Bạch-Đăng, cầu B, ba chiến hạm đậu sát nhau, theo thứ thự, từ trong ra ngoài: HQ 1, HQ 3 và HQ 2.

Vì đậu ngoài cùng, HQ 2 là chiến hạm đầu tiên tách bến, chỉ với một nửa số nhân viên cơ hữu. Phó-Đề-Đốc Nguyễn Hữu Chí – Phụ-Tá Tư-Lệnh Hải-Quân Hành-Quân Lưu-Động-Biển – có mặt trên HQ 2.

Sau 7 giờ, chiến hạm đầy người và thấy tình hình không thay đổi, Phó-Đề-Đốc Đinh Mạnh Hùng, Phụ-Tá Tư-Lệnh Hải-Quân hành-quân

Lưu-Động-Sông, ra lệnh HQ 3 tách bến. Lúc này trên HQ 3 còn có Phó-Đề-Đốc Hoàng Cơ Minh – cựu Tư-Lệnh Vùng II Duyên-Hải.

Theo lịch trình di tản, HQ 1 được chọn làm Soái Hạm, với cờ Tư-Lệnh trên kỳ đài, để đón Phó-Đô-Đốc Chung Tấn Cang và Phó-Đề-Đốc Diệp Quang Thủy. Nhưng dân chúng tràn lên quá đông, gia đình Phó-Đô-Đốc Cang và gia đình Phó-Đề-Đốc Thủy không thể nhập hạm được.

Lúc này trên HQ 1 có cựu Tư-Lệnh Hải-Quân, Đề-Đốc Lâm Ngươn Tánh và cựu Chỉ-Huy-Trưởng Trung-Tâm Huấn-Luyện Hải-Quân Nha-Trang, Phó-Đề-Đốc Nguyễn Thanh Châu. Nhưng lại vắng mặt Hạm-Trưởng, Hải-Quân Trung-Tá Nguyễn Địch Hùng.

Xuất thân khóa 4 Brest, Trung-Tá Hùng có nhiều đức tính mà ít sĩ quan cao cấp nào áp dụng để chỉ huy. Chính một trong những đức tính ấy đã khiến Ông vắng mặt vào giờ phút chót.

Nguyên nhân sự vắng mặt của Hạm-Trưởng Hùng là, ngày 29 tháng 4, Hạm-Trưởng Hùng tuyên bố trước tất cả nhân viên HQ 1: Nhân viên nào có cấp bậc thấp nhất trên chiến hạm sẽ là người đầu tiên đưa gia đình lên chiến hạm. Người nào mang cấp bậc cao nhất trên chiến hạm sẽ đem gia đình lên chiến hạm sau cùng. Vì lẽ đó, trong khi những chiến hạm khác đã tuần tự tách bến mà Hạm-Trưởng HQ 1 đi đón gia đình cũng vẫn chưa trở lại!

Vì không biết Đề-Đốc Lâm Ngươn Tánh có mặt trong số người lúc nhúc trên sàn chiến hạm, và cũng vì Hạm-Phó HQ 1 không phải là một sĩ quan Hải-Quân nguyên thủy, Phó-Đề-Đốc Nguyễn Thanh Châu lấy quyền sĩ quan thâm niên hiện diện, ra lệnh HQ 1 tách bến.

Trong khi đó, tại cầu A, Phó-Đô-Đốc Cang cùng gia đình và Phó-Đề-Đốc Thủy cùng gia đình – sau khi không thể lên được HQ 1, cả hai Ông và hai gia đình phải sang HQ 601 – thì bị kẹt trên cầu tàu; vì Hạm-Trưởng HQ 601, Hải-Quân Đại-Úy Trần Văn Chánh, không cho lên tàu.

Một lúc sau, nhận diện được hai vị sĩ quan cao cấp Hải-Quân, Đại-Úy Chánh cho Phó-Đô-Đốc Cang và gia đình cùng Phó-Đề-Đốc Thủy và gia đình nhập hạm.

Tối 29 tháng 4, lúc 10 giờ, HQ 11 không thể rời bến; vì HQ 504 đậu bên ngoài không chịu đi. Tuy hệ thống chỉ huy đã tan rã, nhưng quanh đài chỉ huy của HQ 504 lính gác cẩn mật, không ai tiếp xúc được với Hạm-Trưởng – một sĩ quan từ Trường Võ-Bị Quốc-Gia Đà-Lạt nhập học và tốt nghiệp khóa 11 sĩ quan Hải-Quân Nha-Trang. Cuối cùng, một sự dàn xếp êm đẹp với thủy thủ đoàn của HQ 504 và chính những thủy thủ này tháo giây, giúp HQ 11 vận chuyển.

Vừa khi đó, Hải-Quân Đại-Tá Trịnh Xuân Phong lái xe Jeep xuống bến tàu, tự xưng là Tư-Lệnh Hạm-Đội, ra lệnh tất cả chiến hạm ở lại!

Từ HQ 11, Hải-Quân Đại-Tá Đỗ Kiểm khuyến cáo Đại-Tá Phong nên rút lui trước khi những điều đáng tiếc có thể xảy ra. Đại-Tá Phong lặng lẽ lên xe, lái đi.

Đại-Tá Kiểm xử dụng đài-chỉ-huy HQ 11 như một trung tâm hành quân lưu động để điều động tất cả chiến hạm.

11 giờ đêm, giữa lúc kho xăng Nhà-Bè trúng đại bác, nổ tung, gây một đám cháy ngất trời thì trên hệ thống truyền tin của hầu hết chiến hạm người ta nghe tiếng Hải-Quân Đại-Tá Trần Bình Phú – Tham-Mưu-Phó nhân viên – từ trung tâm truyền tin Bộ-Tư-Lệnh Hải-Quân, tự xưng là Tham-Mưu-Phó Hành-Quân Bộ-Tư-Lệnh Hải-Quân, ra lệnh cho tất cả chiến hạm không di chuyển, chờ lệnh!

Đại-Tá Kiểm bảo Đại-Tá Phú im đi và Đại-Tá Kiểm ra lệnh đoàn tàu tiếp tục di chuyển theo kế hoạch đã định và không nhận lệnh bất cứ từ ai khác.

Trong khi kho xăng Nhà-Bè trúng đạn và phực cháy, Chỉ-Huy-Trưởng căn cứ Hải-Quân Nhà-Bè – Đại-Tá Cơ-Khí Lê Kim Sa – họp tất cả sĩ quan; nhưng đến quá nửa đêm vẫn không quyết định được gì cả.

Tiếp đến, Trưởng Khối An-Ninh Hải-Quân – Đại-Tá Chiến-Binh Nguyễn Văn Tấn – lên máy vô tuyến, tự nhận là Tư-Lệnh Hải-Quân, ra lệnh tất cả chiến hạm ở lại.

Đại-Tá Đỗ Kiểm lại lên tiếng cản ngăn Đại-Tá Tấn. Nhưng điều tai hại là Đại-Tá Phú và Đại-Tá Tấn xử dụng máy của trung-tâm truyền tin Hải-Quân, có làn sóng mạnh, những đài xa như Poulo Obi hoặc Phú-Quốc nghe được; trong khi Đại-Tá Kiểm dùng máy của HQ 11 yếu hơn, vì vậy, chỉ những chiến hạm gần mới nhận được lệnh của Đại-Tá Kiểm. Đại-Tá Kiểm cũng liên lạc được với nhiều đơn vị thuộc các vùng Sông Ngòi và hẹn gặp nhau tại Côn-Sơn.

Hạm-Đội lầm lũi tiến và vô số chiến đỉnh/giang đỉnh chạy hai bên. Nhiều loạt súng của nhiều nhóm quân nhân căm phẫn từ trên bờ bắn lên tàu. Sau khi tắt hết đèn để khỏi lộ mục tiêu, tất cả chiến hạm được chỉ thị phải vớt đồng bào và quân bạn trên các ghe thuyền. Chiến đỉnh và giang đỉnh được khuyến khích cố chạy ra đến biển, sẽ được tiếp cứu sau.

Những chiến hạm ngoài khơi Vũng-Tàu được lệnh tập hợp tại Côn-Sơn, chờ Hạm-Đội ra. Nhưng HQ 505 lại tách rời, chạy ra đảo Poulo Dama, mang theo hơn 2.000 người và hai trực thăng.

Thấy HQ 505 tách rời và không liên lạc vô tuyến với những chiến hạm khác, nhiều sĩ quan và đoàn viên nghi ngờ Hạm-Trưởng. Tất cả âm thầm đặt kế hoạch đối phó trong trường hợp Hạm-Trưởng quay tàu về. Trong khi đó, một nhóm khác lại muốn đem chiến hạm về lại Saigon. Tình hình nội bộ rất căng thẳng.

Lúc này, trên tần số truyền tin, không biết "phe" nào đã gọi đích danh nhiều Hạm-Trưởng, bảo đừng đi, hãy ở lại với chính phủ mới để được trọng dụng!

Từ HQ 3, Phó-Đề-Đốc Đinh Mạnh Hùng bắt được liên lạc vô tuyến với Phó-Đô-Đốc Chung Tấn Cang và Phó-Đề-Đốc Diệp Quang Thủy từ HQ 601 của Đại-Úy Trần Văn Chánh. Đại-Úy Chánh được chỉ thị đưa Phó-Đô-Đốc Cang và Phó-Đề-Đốc Thủy sang HQ 3.

Từ giây phút đó, HQ 3 trở thành Soái-Hạm. Phó-Đề-Đốc Hùng phụ tá Phó-Đô-Đốc Cang chỉ huy Hạm-Đội. Hạm-Đội Việt-Nam được chia thành nhiều nhóm nhỏ; mỗi nhóm do một sĩ quan thâm niên hiện diện chỉ huy.

Trên đường ra biển, vì một máy bất khiển dụng, HQ 1 lủi vào bờ, mắc cạn! HQ 1 kêu cứu trên tất cả tần số truyền tin nhưng không một chiến hạm nào trả lời! Khi được báo cáo có hai vị Tướng Bộ-Binh và cựu Tư-Lệnh Lâm Ngươn Tánh trên chiến hạm, Phó-Đề-Đốc Châu mời Đề-Đốc Tánh lên đài chỉ huy và nhờ Đề-Đốc Tánh cố đem chiến hạm ra. Tất cả cơ khí viên được huy động xuống hầm máy để sửa chữa.

Vừa khi đó HQ 801 trờ tới. Hạm-Trưởng HQ 801 – Hải-Quân Trung-Tá Nguyễn Phú Bá – cho chiến hạm vào kéo HQ 1. Sau đó, Phó-Đề-Đốc Châu rời HQ 1, sang HQ 801.

Bằng vào nỗ lực vượt bực của các cơ khí viên và sự trợ lực hữu hiệu của HQ 801, HQ 1 được kéo ra. Sau đó, HQ 1 vừa chạy, các cơ khí viên vừa sửa chữa. Khi ra đến biển, hai máy của HQ 1 đều tốt cả.

Khuya 29 tháng 4, nhận thấy thời gian ấn định cho Mỹ triệt thoái khỏi Việt-Nam vừa đủ, Tướng Việt-Cộng Văn Tiến Dũng xin chỉ thị Hà-Nội để tấn công Saigon.

Ngay sau khi thỉnh cầu được chấp thuận, Tướng Văn Tiến Dũng ra lệnh các đơn vị Pháo-Binh ngưng pháo kích vào thủ đô để Sư-Đoàn 324 Bắc quân tiến vào!

Trong khi Sư-Đoàn 324 Bắc quân tiến vào Saigon thì ngoài biển khơi, nhiều Hạm-Trưởng nghe tiếng Phó-Đề-Đốc Hoàng Cơ Minh, Hải-Quân Đại-Tá Nguyễn Xuân Sơn – từ HQ 3 – và Phó-Đề-Đốc Nguyễn Thanh Châu, từ HQ 801, điều động trên máy vô tuyến. Càng về sáng thì chỉ còn một mình Phó-Đề-Đốc Hoàng Cơ Minh chỉ huy Hạm-Đội.

30 tháng 4, khoảng 3 giờ sáng, cựu Tư-Lệnh Hải-Quân Vùng III Sông Ngòi, Hải-Quân Đại-Tá Trịnh Quang Xuân, từ một PBR, lên HQ 502.

Lúc này HQ 406 chỉ còn chạy được một máy. Sau khi ra đến Vũng-Tàu, HQ 406 phải cặp vào HQ 800, sớt người sang. Sau đó, Phó-Đề-Đốc Minh ra lệnh tháo ống cho HQ 406 chìm.

Nhiều ghe thuyền và tàu nhỏ vây quanh mấy chiến hạm Hoa-Kỳ, nhưng không ai được lên tàu.

5 giờ 30 sáng, Lữ-Đoàn Thiết-Kỵ 203 Việt-Cộng tiến vào Tân-Cảng, tìm đường về thủ đô.

Tổng Thống Dương Văn Minh phái Tổng Trưởng Thông-Tin Lý Quý Chung đến Camp David nhiều lần để tìm hiểu những yêu sách của phái bộ Việt-Cộng. Tổng Thống Minh cũng liên lạc với Thượng-Tọa Thích Trí Quang, nhưng Thượng-Tọa cũng tỏ vẻ bi quan, không thể giúp Tổng Thống Minh.

Ông Lý Quý Chung trình với Tổng Thống Minh rằng Việt-Cộng buộc phải đầu hàng để tránh đổ máu. Cả ông Chung và Thượng-Tọa Thích Trí Quang đều khuyên Tổng Thống Minh nên đầu hàng.

Đây không phải là lần đầu tiên Tổng Thống Dương Văn Minh nghe nói đến giải pháp đầu hàng. Trong mấy ngày qua, Pierre Prochand, một nhân viên tin cẩn của Đại-Sứ Pháp, và ngay cả Đại-Sứ Pháp – Mérillon – cũng đã cố thuyết phục Tổng Thống Minh nên chấp nhận điều kiện của Việt-Cộng!

Trong khi tại Saigon, Tổng Thống Minh bị thuyết phục phải đầu hàng thì, ngoài khơi, HQ 17 được chỉ thị ra Phú-Quốc cứu một xà-lan đầy người. Nhưng vì biết tại Bộ-Tư-Lệnh Hải-Quân chẳng còn ai và cũng vì gia đình còn kẹt lại Saigon, Hạm-Trưởng HQ 17 không thi hành lệnh!

HQ 403 không thể đi xa vì thiếu nhớt, được Đại-Úy Xuân và Trung-Úy Tý đem về.

HQ 601 được chính Hạm-Trưởng Trần Văn Chánh đem về. Cùng về với HQ 601 còn có Hạm-Trưởng HQ 801.

HQ 502 chạy chậm vì chỉ còn một máy, vừa chạy vừa sửa. Nhiều người tình nguyện đứng xếp hàng từ đài-chỉ-huy xuống hầm lái để chuyền khẩu lệnh.

Liên-Đoàn Người Nhái chạy đến Nhà Bè thì dừng, chờ Trung-Tá Trịnh-Hòa-Hiệp. Lúc đó, Chỉ-Huy-Trưởng Người Nhái và toán Hải-Kích Chiến-Đấu lội qua nhiều con lạch và chạy bộ đến Nhà Bè, được một nhân viên đưa một *hors-bord* vào đón, đưa lên LCU. Từ LCU, Trung-Tá Hiệp điều động toán LCU ra biển. Ra đến biển, toán Người

Nhái, tổng cộng khoảng 60 người, một số là học viên khóa 8, thấy HQ 502 vừa ra tới cửa sông, vội cập vào, xin nhập hạm.

Trong khi HQ 502 ì ạch tiến, bỗng một L19 bay đến và lượn vòng quanh chiến hạm. Đến vòng thứ ba, L19 sà thấp hơn, cách mũi tàu khoảng 50 thước, một quân nhân Không Quân nhảy xuống biển. Lập tức nhiều phao nổi được vất xuống. Biển tương đối êm, nhưng những lượn sóng do HQ 502 tạo nên đã đùa ông Không Quân về phía sau chiến hạm.

Biết không thể nào ông Không Quân có thể bơi theo chiến hạm được, Người Nhái Nguyễn Văn Kiệt chụp con dao cá nhân, mang vội đôi chân nhái, tròng vào người một áo phao và mang theo một áo phao nữa cho nạn nhân, rồi ông Kiệt nhảy xuống biển.

Sau khi vớt được ông Không Quân, ông Kiệt cố bơi theo tàu. Nhưng vì nước bị bánh lái tàu đẩy mạnh ra sau khiến ông Kiệt bơi theo rất khó khăn.

Trong khi ông Kiệt gặp khó khăn trên triền sóng thì trên không trung, chiếc L19 đảo lại một vòng nữa và ông phi công nhảy ra. Thân người của ông phi công vừa chạm mặt nước liền bị hất nhẹ lên rồi chìm lỉm!

Thấy bạn gặp nạn, ông Không Quân van nài ông Kiệt hãy bỏ ông ta ra, đến cứu giùm người bạn. Nhưng, ông Kiệt lượng sức mình. Ông Kiệt chưa biết có thể đem được ông Không Quân này lên chiến hạm hay không thì làm thế nào ông Kiệt dám vớt ông phi công nữa!

Cuối cùng, HQ 502 quay lại, vớt ông Kiệt và ông Không Quân trong tiếng reo hò của hơn 5.000 người trên chiến hạm.

Trong thời gian này, Phó-Đề-Đốc Nghiêm Văn Phú – nguyên Tư-Lệnh Lực-Lượng Tuần-Thám kiêm Tư-Lệnh Đặc-Nhiệm 212 – từ một PBR, liên lạc truyền tin với các chiến hạm để tìm gia đình! Khi biết gia đình ở trên HQ 502, Phó-Đề-Đốc Phú lên gặp. Sau đó, Phó-Đề-Đốc Phú lầm lủi trở xuống PBR, quay lại sông Soài Rạp, chờ những đơn vị Hải-Quân từ Vàm-Cỏ-Đông và Vàm-Cỏ-Tây ra.

Cũng thời điểm này, tại Saigon, Tổng-Tham-Mưu-Trưởng V.N.C.H., Trung Tướng Vĩnh Lộc, tiếp Đại-Tướng Pháp – Vanuxem – tại tòa nhà chính Bộ-Tổng-Tham-Mưu. Trong cuộc tiếp xúc ngắn ngủi này, Đại-Tướng Vanuxem cho Trung-Tướng Vĩnh Lộc hay rằng Tổng Thống Dương Văn Minh đang soạn văn bảng ra lệnh quân đội V.N.C.H. buông súng đầu hàng!

Quá thất vọng, Tướng Vĩnh Lộc, Trung Tướng Trần Văn Trung – Tổng-Giám-Đốc Nha Chiến-Tranh Chính-trị – và Đại-Tá Nguyễn Ngọc Nhận dùng xe có bảng sao dành cho Tổng-Tham-Mưu-Trưởng để đến Bộ-Tư-Lệnh Hải-Quân tìm phương tiện di tản!

Đại-Tá Nguyễn Văn Tấn, "Tân Tư-Lệnh Hải-Quân", đích thân đưa Tướng Vĩnh Lộc, Tướng Trung và Đại-Tá Nhận xuống một LCM Giang-Cảnh để ra biển.

Trong khi LCM Giang-Cảnh đưa Trung Tướng Tổng-Tham-Mưu-Trưởng cuối cùng của Quân-Lực V.N.C.H. rời bến Bạch-Đằng thì, từ xa lộ Biên-Hòa, Sư-Đoàn 324 Việt-Cộng tiến vào thủ đô.

Đến ngã tư Hàng-Xanh, Sư-Đoàn 324 Việt-Cộng gặp sự kháng cự của Thủy-Quân Lục-Chiến. Khi kéo quân qua Thị-Nghè, Sư-Đoàn 324 lại gặp sự ngăn chận của sinh viên sĩ quan Hải-Quân và Thủy-Quân Lục-Chiến tại các yếu điểm ở sở thú.

10 giờ 20, sau khi lệnh đầu hàng được truyền đi trên đài phát thanh, Tổng Thống cuối cùng của chính thể V.N.C.H. – Đại Tướng Dương Văn Minh – nói với ký giả Pháp, Jean Louis Arnaud: *"Hãy nói hộ với Đại-Sứ Mérillon rằng tôi đã làm tất cả những gì mà chính phủ Pháp đòi hỏi nơi tôi!"*

Trưa 30 tháng 4, lúc Sư-Đoàn 324 Việt-Cộng trương cờ Mặt-Trận Giải-Phóng Miền Nam lên kỳ đài dinh Độc-Lập cũng là lúc Hạm-Đội Hải-Quân vào đội hình, trực chỉ Côn-Sơn.

Chiều 30 tháng 4, HQ 2 được chỉ thị quay lại Phú-Quốc cứu người trên chiếc xà-lan mà HQ 17 từ chối lúc sáng.

Đến Phú-Quốc, lúc sắp cặp vào, vì thấy quá nhiều người và nghi trong số đó thế nào cũng có một số tù phạm, Hạm-Trưởng HQ 2 – Hải-Quân Trung-Tá Đinh Mạnh Hùng – ra lệnh chiến hạm tách ra, chạy thẳng!

Tối 30 tháng 4, HQ 615 đón Trung Tướng Vĩnh Lộc, Trung Tướng Trần Văn Trung và những người rời Saigon lúc sáng, từ LCM Giang-Cảnh.

Sáng 1 tháng 5, HQ 615 bị hết dầu trong hải phận Vũng-Tàu. Lúc này Hạm-Đội đã đi xa. HQ 615 kêu cứu bằng bạch văn chứ không bằng ám từ truyền tin nữa! Đại-Tá Nguyễn Ngọc Nhận hoàn toàn mất bình tĩnh, cứ ôm con khóc và tỏ ý muốn tự tử!

HQ 17 vừa mới đến nhập đoàn với Hạm-Đội lại được lệnh quay lui cứu HQ 615. Đến nơi, HQ 17 vớt khoảng 300 người từ HQ 615 và hơn 200 người trên HQ 470. Sau đó, cả HQ 470 và HQ 615 đều bị đánh chìm!

Khi đến Côn-Sơn, từ hệ thống truyền tin của HQ 1, Đề-Đốc Lâm Ngươn Tánh tìm Hải-Quân Đại-Tá Phan Phi Phụng và chỉ định Đại-Tá Phụng làm Hạm-Trưởng HQ 1.

Lúc này HQ 801 cũng vừa đến Côn-Sơn. Vợ của Hạm-Trưởng HQ 801 không muốn di tản. Hạm-Trưởng HQ 801 muốn đem chiến hạm trở về Saigon. Nhưng nhờ sự dàn xếp của nhiều người, Hạm-Trưởng

HQ 801 – Hải-Quân Trung-Tá Nguyễn Phú Bá – nhận HQ 471 để đưa vợ con và những người không muốn ra đi, trở về Saigon. Hải-Quân Đại-Tá Bùi Cửu Viên được chỉ định làm Hạm-Trưởng HQ 801.

Riêng HQ 505 – sau khi vớt thêm hơn 200 người và giàn xếp cho số nhân viên muốn trở về được xuống ghe, trở về – quay lại Côn-Sơn. Vô tình, Hạm-Trưởng HQ 505 bắt được liên lạc vô tuyến trên đài siêu tần số của những người vừa tiếp thu Bộ-Tư-Lệnh Hải-Quân Saigon. Nhóm người này bảo Hạm-Trưởng HQ 505 đem chiến hạm về. Nhưng Hạm-Trưởng HQ 505 đã liên lạc được với Tiếp-Liệu-Hạm Vega, thuộc Đệ Thất Hạm-Đội Hoa-Kỳ, và được Vega tiếp tế nước ngọt, thực phẩm. Sau đó, một chiến hạm khác, cũng thuộc Đệ Thất Hạm-Đội, hộ tống HQ 505 đi Subic Bay.

HẢI-VẬN-HẠM LAM-GIANG, HQ 402
MỘT HUYỀN THOẠI

Sau nhiều chuyến chuyển quân và dân từ miền Trung vào, HQ 402 vào tiểu kỳ tại Hải-Quân Công-Xưởng.

Tình trạng kỹ thuật của HQ 402 đáng lẽ phải vào đại kỳ; nhưng vì kế sách của Bộ-Tư-Lệnh đã hoạch định, HQ 402 chỉ được tiểu kỳ.

Vì tình trạng chiến hạm đang sửa chữa, cả Hạm-Trưởng lẫn Hạm-Phó đều vắng mặt. Quân số của HQ 402 chỉ còn khoảng 50 nhân viên, 10 Thiếu-Úy và một sĩ quan cơ khí – Trung-Úy Cao Thế Hùng.

Sáng 30 tháng 4, khoảng 6 giờ 30, lệnh gọi tất cả sĩ quan và nhân viên chiến hạm đang sửa chữa tại Hải-Quân Công-Xưởng tập họp tại Bộ-Tư-Lệnh Hạm-Đội. Một sĩ quan cao cấp Hải-Quân tuyên bố rã ngũ.

Từ Bộ-Tư-Lệnh Hạm-Đội trở lại HQ 402, với tư cách sĩ quan thâm niên hiện diện, Trung-Úy Cao Thế Hùng ra lệnh Thiếu-Úy Ninh – sĩ quan an ninh – bắn vỡ ổ khóa phòng Hạm-Trưởng, lấy tiền trong tủ sắt phát cho nhân viên để họ tùy nghi. Nhân viên ngậm ngùi rời chiến hạm, chỉ còn một hạ sĩ, một hạ sĩ nhất, một hạ sĩ quan tiếp liệu, vì nhà xa không về được.

Lúc này nhiều ngàn người đã tuôn vào Hải-Quân Công-Xưởng và tràn lên HQ 402. Sau khi tuyên bố tàu hư không đi được, Trung-Úy Hùng rời chiến hạm, đi về bến Bạch-Đằng.

Tại bến Bạch-Đằng, thấy xe tăng Việt-Cộng đang tiến vào công trường Mê-Linh và nghe nhiều tiếng súng, Trung-Úy Hùng trở lại HQ 402.

Sau khi trở lại, Trung-Úy Hùng thấy trong số người trên HQ 402 có Trung-Úy Thước, thuộc HQ 402; một số sĩ quan Hải-Quân khóa 19; Thiếu-Úy Hải, cùng ngành với Trung-Úy Hùng và rất nhiều Đại-Tá Bộ-Binh. Tất cả đều yêu cầu Trung-Úy Hùng sửa chữa HQ 402 để di tản.

Biết tình trạng hư hại nặng nề của HQ 402, Trung-Úy Hùng tự nghĩ một mình Ông không thể sửa được; Ông lén trốn lên bờ. Vừa cho chìa khóa vào cổ xe Jeep, Trung-Úy Hùng bị nhiều người kéo lại, đưa trở lại HQ 402.

Lần trở lại thứ hai này, Trung-Úy Hùng gặp giáo sư Triết của Ông – Cha Huynh – hiệu trưởng trường trung học Hưng-Đạo Saigon. Trung-Úy Hùng giải thích với Cha Huynh: 24 bình điện của chiến hạm đều hết hơi, cần *charge*. Mỗi bình rất lớn và nặng. Nếu được đưa lên Hải-Quân Công-Xưởng thì cũng mất khoảng một ngày mới *charge* được một bình! Thêm nữa, la bàn điện (Gyro Compass) ở đài-chỉ-huy đã bị tháo, đưa lên Hải-Quân Công-Xưởng sửa mấy ngày nay. Trung-Úy Hùng trình với Cha Huynh, với trách nhiệm tinh thần cho cả 2.000 người trên HQ 402, Cha Huynh nên yêu cầu mọi người rời chiến hạm vì chiến hạm bất khiển dụng và Việt-Cộng đang tiến vào ngõ Bộ-Tư-Lệnh Hải-Quân.

Sau khi Cha Huynh thông báo, mọi người đồng lòng ở lại, chết chung với HQ 402!

Trước tình thế như vậy, Trung-Úy Hùng đành phải huy động tất cả đàn ông, thanh niên phụ giúp. Ngại nội tuyến thảy lựu đạn xuống hầm máy, nhiều Đại-Tá phụ trách an ninh. Thanh niên hăng hái di chuyển những máy điện theo lời chỉ dẫn của Trung-Úy Hùng.

Sau nhiều giờ sửa chữa, một máy tàu nổ, nhưng dầu xịt ra tung tóe. Trung-Úy Hùng bảo mọi người lấy áo quần, khăn trải giường quấn quanh các ống dẫn dầu. Khi máy chính nổ, Trung-Úy Hùng tức tốc cho tắt tất cả hệ thống điện – trừ máy ép gió.

3 giờ chiều cùng ngày, máy tàu chạy êm. Trung-Úy Hùng bảo mọi người lấy tất cả phao trên những chiến hạm bỏ trống, đem sang HQ 402. Trung-Úy Hùng chọn một số thanh niên lực lưỡng – không cần biết họ là Hải-Quân hay không – để lái tàu; nhóm khác sắp hàng một từ đài-chỉ-huy đến hầm máy để chuyền khẩu lệnh.

Sau khi chỉ cho nhóm thanh niên bẻ tay lái sang phải, sang trái, Trung-Úy Hùng chạy lên, chạy xuống đài-chỉ-huy và hầm máy, tìm cách đưa chiến hạm ra sông.

Ra đến sông, Trung-Úy Hùng ra lệnh *"tiến 5"*. Lệnh được chuyền miệng từ hầm lái lên đài-chỉ-huy cũng mất cả một phút. Không hiểu những "nhân viên vận chuyển (!)" lái như thế nào mà phần sau của HQ

402 đâm vào câu-lạc-bộ-nổi của Hải-Quân! Nước chảy xiết! Trung-Úy Hùng vội thét lên: *"phải 5"*. Nhóm thanh niên lái tàu vặn tay lái như thế nào mà mũi chiến hạm đâm sang Thủ-Thiêm, làm hư hại một số nhà sàn! Cứ *"phải 5", "trái 5"*, HQ 402 quay vòng vòng trước công trường Mê-Linh chứ không chạy thẳng được.

Ngại bị Việt-Cộng bắn, Trung-Úy Hùng bảo mọi người nằm sát xuống sàn chiến hạm, không để Việt-Cộng thấy. Đồng thời Trung-Úy Hùng lấy vạt áo trắng của một người nào đó, bảo mấy ông Hải-Quân cột vào giây cờ, kéo lên.

Trên công trường Mê-Linh, Việt-Cộng tưởng rằng HQ 402 từ xa về cho nên họ đưa tay vẫy chào. Trên chiến hạm, mấy ông Hải-Quân cũng giả vờ vẫy tay reo hò.

Sau gần một tiếng đồng hồ loanh quanh trước công trường Mê-Linh, cuối cùng HQ 402 từ từ "bò" thẳng.

Từ nhà hàng Majestic đến Nhà-Bè, HQ 402 vớt thêm rất nhiều người từ những ghe nhỏ chạy theo hai bên hông tàu.

Khoảng 5 giờ chiều, lúc đến sông Soài Rạp, HQ 402 gặp HQ 601 trở về. Hạm-Trưởng HQ 601, Hải-Quân Đại-Úy Trần Văn Chánh, bảo Trung-Úy Hùng đừng đi ngã Vũng-Tàu, Việt-Cộng chận rồi. Chiếc Việt-Nam Thương-Tín bị bắn lúc sáng.

Đang lúng túng ở ngã ba sông Soài Rạp, Trung-Úy Hùng thấy từng đoàn PBR và rất nhiều loại chiến đỉnh của Lực-Lượng Tuần-Thám, Lực-Lượng Trung-Ương, Lực-Lượng Đặc-Nhiệm 99 và những đơn vị Hải-Quân khác chạy vòng vòng bên Bắc-Cầu-Nổi.

Biết Lực-Lượng Đặc-Nhiệm 99 thuộc quyền chỉ huy của Hải-Quân Đại-Tá Lê Hữu Dõng, Thiếu-Úy Hải trên HQ 402 liên lạc vô tuyến tìm Đại-Tá Dõng, nhờ Đại-Tá Dõng đưa HQ 402 ra biển.

Từ LCM8 Đại-Tá Dõng lên HQ 402. Sau khi xem xét tình trạng HQ 402 và nghe Trung-Úy Hùng trình bày, Đại-Tá Dõng cũng phải lắc đầu, thán phục những người đã có công đưa được HQ 402 đến đây!

Sau khi lái thử, thấy HQ 402 cứ chạy được một chốc lại quay một vòng 30 độ – vì lệnh truyền miệng từ đài-chỉ-huy đến phòng lái mất thời gian tính – Đại-Tá Dõng không dám tự tin vào kinh nghiệm hải vụ của Ông nữa. Lúc này Trung-Úy Hùng lại huy động thêm một toán tác nước, vì nước ngập phòng máy.

Cũng thời điểm này, Phó-Đề-Đốc Nghiêm Văn Phú, bác sĩ Trần Quốc Dũng và rất nhiều quân nhân của các Lực-Lượng Hải-Quân nhập hạm.

Sáng 1 tháng 5, hì hục mãi, Đại-Tá Dõng cũng hướng dẫn HQ 402 ra đến biển. Một Destroyer – thuộc Đệ Thất Hạm-Đội Hoa Kỳ – thấy HQ 402 chạy một chốc lại quay 30 độ thì biết có sự bất thường.

Destroyer này muốn đến yểm trợ HQ 402. Nhưng khi Destroyer vừa đến gần, gặp lúc HQ 402 quay, suýt đụng vào Destroyer, Destroyer hoảng, kéo còi bỏ chạy!

Bất ngờ mọi người ngạc nhiên thấy sự hiện diện của hai người Mỹ trên HQ 402. Nhiều người Việt uất, vì cho rằng Mỹ bỏ rơi Nam Việt-Nam, muốn giết hai người Mỹ này. Trung-Úy Hùng đưa hai người Mỹ lên phòng, bảo vệ họ. Đại-Tá Dõng nhờ hai người Mỹ này gọi Đệ Thất Hạm-Đội, xin tiếp cứu; nhưng hai người Mỹ này không biết tần số liên lạc của Đệ Thất Hạm-Đội.

Đại-Tá Dõng gọi Phó-Đô-Đốc Cang trình bày tình trạng của HQ 402. Cựu Tư-Lệnh Hạm-Đội, Hải-Quân Đại-Tá Nguyễn Xuân Sơn "lên" máy, bảo Đại-Tá Dõng cố đưa HQ 402 đến càng gần Côn-Sơn càng tốt, sẽ có chiến hạm khác trợ giúp.

Sáng 2 tháng 5, chiếc Destroyer hôm qua trở lại, liên lạc vô tuyến hỏi Đại-Tá Dõng về tình trạng HQ 402. Sau khi nghe Đại-Tá Dõng trình bày, Hạm-Trưởng Destroyer chuyển sang HQ 402 một toán chuyên viên kỹ thuật.

Sau 20 phút quan sát, toán chuyên viên trình lên Hạm-Trưởng Destroyer. Hạm-Trưởng Destroyer trình lên Đề-Đốc Tư-Lệnh Đệ Thất Hạm-Đội Hoa-Kỳ.

Lệnh di chuyển tất cả mọi người khỏi HQ 402 được ban hành. HQ 2 được lệnh cặp sát bên hông HQ 402 để đồng bào và quân bạn chuyển sang.

Sau khi kiểm soát, rung chuông nhiều lần mà vẫn không thấy còn ai trên HQ 402, lệnh đánh chìm HQ 402 được thi hành.

3 giờ chiều cùng ngày, hai chiến hạm thuộc Đệ Thất Hạm-Đội Hoa-Kỳ bắn chìm Hải-Vận-Hạm Lam-Giang HQ 402.

HƯỚNG VỀ SUBIC BAY

Trong khi những biến chuyển trọng đại xảy ra cho Hải-Quân V.N.C.H. thì...

...Tối 29 tháng 4, ông Richard Lee Armitage rời Saigon bằng trực thăng và đáp xuống chiến hạm Blue Ridge thuộc Đệ Thất Hạm-Đội Hoa-Kỳ.

Tại chiến hạm Blue Ridge, tuy không mang theo bất cứ một giấy tờ tùy thân nào, ông Armitage cũng vẫn yêu cầu được gặp Đề-Đốc Donald Whitmire, Tư-Lệnh Đệ Thất Hạm-Đội Hoa-Kỳ tại Thái-Bình-Dương.

Khi gặp Đề-Đốc Whitmire, ông Armitage thỉnh cầu Đề-Đốc Whitmire liên lạc với Ngũ-Giác-Đài để được Ngũ-Giác-Đài xác nhận vai trò của Ông; đồng thời ông Armitage cũng nhờ Đề-Đốc Whitmire xin Ngũ-Giác-Đài cho phép trợ giúp Hải-Quân V.N.C.H.

Sau khi được Ngũ-Giác-Đài cho phép, ông Armitage trở lại Côn-Sơn với hai chiến hạm Hoa-Kỳ, gặp Hạm-Đội Hải-Quân V.N.C.H. Tại Côn-Sơn, ông Armitage chuyển sang Soái-Hạm HQ 3 và hướng dẫn Hạm-Đội Việt-Nam tiến về Phi-Luật-Tân.

Thời gian này, Hạm-Đội Việt-Nam cũng chia thành nhiều nhóm nhỏ, do một sĩ quan thâm niên trong nhóm chỉ huy.

Dù Quân-Lực đã tan rã, dù Quê-Hương đã rơi vào tay kẻ thù, dù chưa ai biết mình sẽ đi về đâu và dù rất nhiều quân nhân Hải-Quân không đem gia đình theo được, v. v....truyền thống Hải-Quân vẫn được thể hiện cao độ trong thời điểm bi hùng này! Nếu không có khối lượng đồng bào và quân bạn trên những chiến hạm, nếu không có những quân nhân Hải-Quân, ban ngày thi hành khẩu lệnh của cấp trên, ban đêm tựa boong tàu, âm thầm lau nước mắt, nhớ đứa con thơ, thương người vợ trẻ còn kẹt lại quê nhà thì không ai có thể biết được đây là Hạm-Đội của một Quân-Lực vừa được lệnh buông súng, hàng giặc!

Trong quân sử chưa có cuộc rút quân của bất cứ một đại đơn vị nào mà quân dụng được bảo toàn tối đa, kỷ luật được tôn trọng tuyệt đối và tình người được dâng cao chất ngất như Chuyến-Ra-Khơi-Cuối-Cùng của Hải-Quân V.N.C.H!

Khi đến Phi-Luật-Tân, chính phủ Phi lo ngại cho những trở ngại ngoại giao với chính phủ Việt-Cộng sau này, đã buộc Hạm-Đội Hải-Quân V.N.C.H. phải hạ cờ và tháo gỡ vũ khí!

Vài chiến hạm Hoa-Kỳ cặp vào chiến hạm Việt-Nam với dự tính thực hiện yêu cầu của chính phủ Phi; nhưng gặp ngay sự phản kháng mãnh liệt của thủy thủ đoàn.

Lý do Hạm-Đội Việt-Nam nêu ra là: Những chiến hạm này do Hoa-Kỳ viện trợ cho Hải-Quân Việt-Nam theo chương trình M.A.P. (Military Assistance Program). Theo những điều khoản trong chương trình đó, quân cụ nào V.N.C.H. không dùng nữa sẽ được hoàn trả lại cho chính phủ Hoa-Kỳ. Để thể hiện tinh thần đó, nay Hải-Quân V.N.C.H. trao trả Hạm-Đội này lại cho chính phủ Hoa-Kỳ. Vì vậy, Hải-Quân Việt-Nam yêu cầu có một buổi bàn giao chính thức.

Yêu cầu của Hải-Quân Việt-Nam được chấp thuận. Đồng thời, Hải-Quân Hoa-Kỳ cũng yêu cầu Hải-Quân Việt-Nam phải hóa giải, ngụy trang tất cả chiến hạm.

Tên và số hiệu của tất cả chiến hạm Hải-Quân V.N.C.H. đều bị nhân viên Hoa-Kỳ dùng sơn xám xóa hết! Lúc gỡ cầu vai hoặc tháo gỡ cơ bẩm những ổ trọng pháo hay là vất vũ khí, đạn dược vào lòng đại dương, quân nhân Hải-Quân V.N.C.H. tưởng như chính họ đang tự hủy hoại bản thân của họ vậy!

Cờ Tư-Lệnh Hải-Quân Việt-Nam trên kỳ đài HQ 1 được trao cho cựu Tư-Lệnh cuối cùng của Hải-Quân V.N.C.H. – Phó Đô-Đốc Chung Tấn Cang.

Sau đó, mỗi chiến hạm Việt-Nam được một sĩ quan Hải-Quân Hoa-Kỳ lên nhận lại.

Lúc cử hành lễ hạ Quốc-Kỳ V.N.C.H., tất cả quân nhân và đồng bào hát Quốc-Ca trong tiếng khóc uất nghẹn. Tiếng hát vang xa trong vùng biển lạ như nỗi đau đang len lỏi trong từng ngõ ngách tâm hồn! Chiều tím thẫm trên đại dương mênh mông như báo trước những bất trắc không lường được trong cuộc đời của những kẻ mất Quê Hương!

Cũng thời điểm này, cuối chân trời, nơi Quê Hương ngập máu:

"...Và quả phụ mỏi chờ theo tóc bạc,
Vẫn nhắc anh vừa gợi lại tro tàn
Trong lò sưởi và trong trái tim.

Ôi! Cha Mẹ già chỉ còn lại một giấc mơ
Đã chết trong chuỗi ngày mong đợi trên bãi biển
Những người đi không về."

(...Et vos veuves au front blanc, lasses de vous attendre,
Parlent encore de vous en remuant les cendres
De leur foyer et de leur coeur.

Oh! Que de vieux parents qui n'avaient plus qu'un rêve,
Sont morts en attendant tous les jours sur la grève
Ceux qui ne sont pas revenus.)

Oceano-Nox của Victor Hugo

CHƯƠNG IX

PHỎNG VẤN NHỮNG NHÂN VẬT LIÊN HỆ ĐẾN CHUYẾN-RA-KHƠI-CUỐI-CÙNG CỦA HẢI-QUÂN VIỆT-NAM CỘNG-HÒA

Để làm sáng tỏ vài ngộ nhận và cũng để bổ túc cho chương VIII của cuốn tài liệu này, sau đây là những cuộc phỏng vấn * ngắn dành riêng cho những nhân vật liên quan đến những ngày cuối cùng của chính thể Việt-Nam Cộng-Hòa.

* Sắp theo mẫu tự tên của nhân vật được phỏng vấn.

ÔNG CHUNG TẤN CANG
Nguyên Phó-Đô-Đốc Tư-Lệnh Hải-Quân

Xin Đô-Đốc * vui lòng cho biết lý do Đô-Đốc trở lại Hải-Quân lần thứ nhì?

Lý do tôi trở lại Hải-Quân lần thứ hai bao gồm cả quân sự lẫn chính trị.

Lý do chính trị là lúc đó có tin đồn ông Nguyễn Cao Kỳ sẽ đảo chánh ông Nguyễn Văn Thiệu. Thời gian này tình hình thủ đô lộn xộn vì những sự chống đối của Liên-Đoàn Ký-Giả, Ni-Sư Huỳnh Liên, bà Ngô Bá Thành, Cha Trần Hữu Thanh, v. v...Uy thế chính trị của ông Thiệu suy giảm. Ông Thiệu nghĩ rằng tôi sẽ chỉ huy Lực-Lượng Hải-Quân chặt chẽ hơn và có thể là một hậu thuẫn đáng tin cậy để chống cuộc đảo chánh – nếu có.

Tôi nghĩ rằng hiện tình đất nước lúc bấy giờ ông Thiệu còn là nguyên thủ sẽ có lợi hơn cho quốc gia; vì giữ được sự liên tục của thế hợp hiến, hợp pháp của nền Đệ II Cộng-Hòa. Tôi hậu thuẫn ông Thiệu vì lý do đó chứ không phải vì cá nhân. Nếu nói về vấn đề cá nhân thì tôi thân cận với Thủ Tướng Khiêm nhiều hơn.

Thưa, lúc đó Đô-Đốc đang tòng sự tại đâu?
Lúc đó tôi là Tư-Lệnh Biệt-Khu Thủ-Đô.

Thưa, từ khi về nhậm chức Tư-Lệnh Hải-Quân lần thứ hai, Đô-Đốc có những thay đổi quan trọng nào trong nội bộ Hải-Quân hay không?

Tuy có tin ông Kỳ muốn đảo chánh và một số sĩ quan Hải-Quân thân tín của ông Kỳ đang chỉ huy các Lực-Lượng Đặc-Nhiệm, nhưng khi về lại Hải-Quân tôi không thuyên chuyển ai cả.

Sau khi tôi về lại Hải-Quân, chỉ có ba sự thay đổi là:

- *Thành lập Lực-Lượng Đặc-Nhiệm 99, giao cho Đại-Tá Lê Hữu Dõng chỉ huy; với mục đích là, nếu có đảo chánh, lực lượng này sẽ hỗ trợ cho những lực lượng khác chống đảo chánh.*
- *Giao hệ thống chỉ huy tiếp vận cho các Tư-Lệnh Hải-Quân Vùng trực tiếp điều động.*
- *Sĩ quan an ninh Vùng chịu sự chỉ huy trực tiếp của các Tư-Lệnh Vùng.*

Có nguồn tin nói rằng vào cuối tháng 4-1975, Đô-Đốc có ý định đưa Lực-Lượng Hải-Quân về Phú-Quốc, biến Phú-Quốc thành một "Đài-Loan Việt-Nam", có đúng không, thưa Đô-Đốc?

Lúc đó tôi có ý định đưa gia đình binh sĩ Hải-Quân ra tạm trú tại Phú-Quốc để binh sĩ yên lòng trở lại miền Tây chiến đấu chứ tôi không có ý biến Phú-Quốc thành một "Đài-Loan Việt-Nam".

Lý do tôi không nghĩ đến điều đó là vì địa thế Phú-Quốc đối với Việt-Nam hoàn toàn khác hẳn Đài-Loan đối với Trung-Hoa lục địa.

Thưa, có một tướng lãnh nào hay một nhân vật chính trị nào đề bạt lên Đô-Đốc ý kiến đó hay không?

Không. Chỉ có ông Lê Quốc Túy đưa ra một giải pháp chính trị, nhưng không thành.

Có nguồn tin cho rằng tối 27 tháng 4, Đô-Đốc họp với chính phủ của Tướng Dương Văn Minh; và chính phủ này yêu cầu Hải-Quân ở lại làm hậu thuẫn cho một chính phủ hòa giải đang được thành lập. Đúng như vậy không, thưa Đô-Đốc?

Không. Tôi đề nghị ông Minh đưa nội các về Cần-Thơ; ông ấy không chịu. Vậy thôi.

Một nguồn tin khác nói rằng, lúc 5 giờ chiều 28 tháng 4, Tướng Dương Văn Minh gọi Đô-Đốc đi họp. Bộ-Tham-Mưu Hải-Quân ngại Tướng Minh sẽ giữ Đô-Đốc luôn để làm áp lực, buộc Hải-Quân phải ở lại, cho nên Phó-Đề-Đốc Diệp Quang Thủy được cử đi thế. Có đúng không, thưa Đô-Đốc?

Không. Chính tôi hỏi ông Minh cần gì, tôi sẽ lên. Ông Minh bảo thôi, để ông Thủy lên cũng được.

Thưa, Đô-Đốc có thể cho biết sự liên hệ giữa Đô-Đốc và ông Lê Quốc Túy – Cố Chủ-Tịch ủy ban vận động hải ngoại thuộc Mặt-Trận Thống-Nhất các Lực-Lượng Yêu Nước Giải-Phóng Việt-Nam – như thế nào không ạ?

Khi tôi là Chỉ-Huy-Trưởng Trung-Tâm Huấn-Luyện Hải-Quân Nha-Trang, từ năm 1955 đến năm 1958, thì ông Mai Văn Hạnh là huấn luyện viên tại Trung-Tâm Huấn-Luyện Không-Quân Nha-Trang. Chúng tôi quen nhau từ đó.

Khoảng cuối tháng 4-1975, ông Mai Văn Hạnh đưa ông Lê Quốc Túy đến giới thiệu với tôi. Trong lần tiếp xúc đó, ông Túy trình bày về ông Trần Văn Hữu. Theo ông Túy thì ông Hữu là một nhân vật có nhiều hy vọng để giàn xếp cho một cuộc ngưng bắn. Ông Túy nhờ tôi giúp ông ấy liên lạc với ông Dương Văn Minh để đem ông Hữu về, nhưng ông Minh không thuận.

Mặc dù ông Minh không hưởng ứng giải pháp của ông Hữu, ông Túy cũng cậy tôi nhờ Tòa Đại Sứ Pháp chuyển công điện gọi ông Hữu qua. Nhưng, lúc đó tại Tòa Đại Sứ Pháp chỉ còn một điện thoại viên chứ không còn ai có thẩm quyền cả.

Thưa, xin Đô-Đốc cho biết sự thân tình giữa Đô-Đốc và Đại-Sứ Pháp, Jean-Marie Mérillon?

Cũng không thân tình gì lắm. Nhưng lúc đó ai nhờ tôi điều gì tôi cũng giúp, chỉ mong đem đến sự thuận lợi cho miền Nam thôi.

Thưa, sau 1975 ông Túy còn liên lạc với Đô-Đốc nữa hay không?

Có. Khi gặp lại, ông Túy cho biết, đêm 29 tháng 4, sau khi Hạm-Đội rút khỏi Saigon, Tổng Thống Dương Văn Minh nói với ông Túy là làm thế nào để ông Minh gặp lại tôi. Ông Túy cho ông Minh biết rằng tôi đã đi, nếu muốn liên lạc phải dùng phương tiện quân đội.

Nếu vậy thì đêm 29 tháng 4 năm 1975 Tướng Minh có liên lạc được với Đô-Đốc hay không?

Tôi không nghe ông Minh gọi gì trên hệ thống truyền tin cả. Tôi chỉ nghe Đại-Tá Nguyễn Văn Tấn gọi Hạm-Đội, nhưng Đại-Tá Tấn không nói lý do tại sao gọi Hạm-Đội trở về.

Xin Đô-Đốc cho biết ý kiến về lực lượng kháng chiến do ông Lê Quốc Túy thành lập.

Khi thành lập Mặt-Trận Thống-Nhất các Lực-Lượng Yêu Nước Giải-Phóng Việt-Nam, ông Túy có liên lạc với tôi. Tôi đồng ý hợp tác và phái hai cựu sĩ quan cao cấp sang Thái-Lan để phối kiểm. Nếu sự việc đúng như những điều ông Túy đã trình bày thì tôi sẽ sang Thái-Lan.

Sau khi được hai sĩ quan trở về báo cáo, tôi nhận thấy việc làm của ông Túy không được nghiêm chỉnh lắm; vì ông Túy thường hành động theo ý kiến cá nhân, thiếu tinh thần tập thể.

Ông Túy xác nhận với tôi rằng Lực-Lượng Kháng-Chiến của ông ấy được Trung-Cộng yểm trợ. Tôi không chấp nhận. Mình đã chống Cộng-Sản Hà-Nội, nay không vì bất cứ một lý do gì mình lại kết hợp với một chế độ Cộng Sản khác.

Xin cảm ơn Đô-Đốc.

* Theo truyền thống Hải-Quân quốc tế, khi tiếp chuyện với cấp Tướng Hải-Quân, mọi người đều dùng danh từ Đô-Đốc – dù vị Tướng ấy là Phó-Đề-Đốc hoặc Đề-Đốc.

ÔNG TRẦN VĂN CHƠN
Nguyên Đề-Đốc Tư-Lệnh Hải-Quân

L.G.T. Năm 1990, khi cuốn tài liệu lịch sử Hải-Quân V.N.C.H. Ra Khơi, 1975 được xuất bản tại Hoa-Kỳ thì Cựu Đề-Đốc Trần-Văn-Chơn vẫn còn bị Cộng-Sản Việt-Nam cầm tù.

Bài phỏng vấn này được thực hiện vào năm 1992, chỉ hai tuần lễ sau khi Cựu Tư-Lệnh Hải-Quân Trần-Văn-Chơn đến Hoa-Kỳ theo diện H.O.

Xin Đô-Đốc vui lòng cho biết một cách khái lược về tiểu sử của Đô-Đốc.

Tôi được sinh ra trong một gia đình Nho Giáo, lớn lên tại Vũng-Tàu. Lúc thiếu thời tôi đã quen tiếng sóng vỗ đầu ghềnh, mắt đã quen với cảnh trời nước mênh mông. Tôi thường nô đùa trên bãi cát trắng, đồi dương xanh, rượt còng lúc đêm trăng, bắt ốc khi ngày nắng, hoặc lên núi cao nhìn ra biển rộng, theo dõi những cánh buồm lặng lẽ tận chân trời.

Tôi thích viễn du từ thuở bé. Lớn lên tôi học trường Hàng-Hải Saigon và làm sĩ quan, theo tàu lướt sóng vượt trùng dương từ tuổi hai mươi. Ba mươi hai tuổi tôi theo học khóa I sĩ quan Hải-Quân – Khóa Đệ Nhất Thiên Dương. Ba mươi bảy tuổi tôi đảm nhiệm chức vụ Tư-Lệnh Hải-Quân. Ba mươi chín tuổi tôi theo học trường Hải-Chiến Hoa-Kỳ – U.S. Naval War College. Sau khi mãn khóa, tôi về Việt-Nam, làm việc tại Ban Nghiên-Cứu, Bộ-Quốc-Phòng; Trung Tâm Trắc-Nghiệm Khả-Năng Tác-Chiến, Bộ-Tổng-Tham-Mưu; và Lực-Lượng Tuần-Giang, Bộ-Tư-Lệnh Địa-Phương-Quân. Bốn mươi sáu tuổi tôi trở lại Hải-Quân đảm nhiệm chức vụ Tư-Lệnh Hải-Quân lần thứ hai, ngày 31-10-1966. Năm mươi bốn tuổi tôi hồi hưu vì quá hạn tuổi. Tôi bàn giao chức vụ Tư-Lệnh Hải-Quân cho Đề-Đốc Lâm-Nguơn-Tánh.

Thưa Đô-Đốc, có nguồn tin nói rằng, vào thời điểm sôi sục nhất của cuộc chiến, Đại Tướng Dương Văn Minh có ý mời Đô-Đốc tham gia vào nội các của Đại-Tướng. Đúng hay không, thưa Đô-Đốc?

Tôi không thích chính trị, không hiểu biết nhiều về chính trị và tôi cũng không nghe ai nói với tôi về việc Đại-Tướng Dương-Văn-Minh mời tôi tham dự nội các của Ông ấy.

Khoảng năm 1955 tôi tham dự cuộc hành quân Đinh-Tiên-Hoàng tại miền Tây và cuộc hành quân Hoàng-Diệu tại Rừng-Sát với chức vụ Chỉ-Huy-Trưởng Giang-Lực, dưới sự chỉ huy hành quân của Đại-Tướng Minh; lúc đó Đại-Tướng Minh mang cấp bậc Đại-Tá Lục-Quân. Chúng tôi quen nhau từ đó và được Đại-Tướng đối xử trong tình chiến hữu thân thiết. Từ khi Ông làm Quốc-Trưởng cho đến lúc Ông nhận chức Tổng Thống, chúng tôi chỉ gặp nhau vào những cuộc họp, nhưng tình chiến hữu giữa chúng tôi không lúc nào bị sứt mẻ.

Thưa Đô-Đốc, sáng 25 tháng 4-1975, nhân lúc ghé tư dinh của Đô-Đốc để thăm Bà, tôi hân hạnh được gặp cả Đô-Đốc nữa. Hôm đó tôi có hỏi Bà và Đô-Đốc về ý định di tản. Cả Bà và Đô-Đốc đều khẳng định là Đô-Đốc và gia đình sẽ không đi đâu cả.

Xin Đô-Đốc vui lòng cho biết lý do nào Đô-Đốc không muốn di tản?

Khoảng 20 tháng 4 năm 1975, khi được tin Đô-Đốc Elmo Zumwalt nhờ tùy viên Hải-Quân dành máy bay cho tôi và gia đình tôi di tản sang Mỹ, tôi tức tốc về Vũng-Tàu rước Ba Má tôi vào Saigon để chuẩn bị rời Việt-Nam.

Lên đến Saigon, Ba Má tôi quá xúc cảm trước cảnh bi đát trong cuộc lui quân và di tản dân chúng từ miền Trung vào. Ba Má tôi rất buồn rầu và khổ tâm. Ba Má tôi không khuyên chúng tôi nên ra đi hay ở lại. Nhưng, qua sắc thái của Ba Má tôi, tôi thấy được rằng Ba Má tôi rất đau khổ khi phải rời bỏ nơi chôn nhau cắt rốn.

Qua nhiều ngày đêm suy nghĩ, lưỡng lự và cầu nguyện, tôi quyết định cùng vợ con ở lại với Ba Má tôi. Tôi hy vọng rằng đức hạnh tu hành của Ba Má tôi có thể che chở cho gia đình tôi bất cứ trong trường hợp nào.

Ngoài lý do Cha Mẹ già yếu, tôi vẫn nhớ tôi đã từng là Hạm-Trưởng và vẫn giữ tinh thần Hạm-Trưởng mặc dù tôi đã về hưu. Truyền thống cao quý của Hải-Quân là Hạm-Trưởng không bỏ tàu. Vả lại, người ta thường nói "Sinh vi tướng, tử vi thần", thì trường hợp tôi không di tản cũng là chuyện bình thường.

Thưa Đô-Đốc, có nguồn tin nói rằng Đại-Úy Trần Văn Chánh, con của Đô-Đốc, đưa chiến hạm trở về để đón Đô-Đốc mà Đô-Đốc và gia đình cũng vẫn không chịu di tản. Đúng hay không, thưa Đô-Đốc?

Vâng. Đúng. Thời gian đó, Đại-Úy Chánh là Hạm-Trưởng HQ 601. Hôm 29 tháng 4 Chánh đưa Đô-Đốc Chung Tấn Cang, Đô-Đốc

Diệp Quang Thủy cùng gia đình của hai vị này từ Bộ-Tư-Lệnh Hải-Quân ra chiến hạm lớn đang hoạt động ngoài khơi Vũng-Tàu.

Hôm sau, Chánh đưa chiến hạm xuyên qua vùng bị địch chiếm, trở về Saigon, với ý định rước tôi và gia đình ra khơi. Nhưng vì gia đình tôi và tôi đã đồng ý ở lại với Ba Má tôi cho nên Chánh trở lại chiến hạm, họp thủy thủ đoàn và quyết định tháo ống cho chìm tàu rồi chia tay.

Lòng trung hiếu của Chánh làm tôi hãnh diện vô cùng. Và hành động của thủy thủ đoàn HQ 601 đã chứng tỏ Hải-Quân V.N.C.H. đã rèn luyện được tinh thần Vô Úy mãnh liệt trong hàng ngũ sĩ quan, hạ sĩ quan và thủy thủ.

Thưa, nếu Đô-Đốc vẫn còn là Tư-Lệnh Hải-Quân vào thời điểm cuối tháng 4 năm 1975, Đô-Đốc sẽ có những quyết định nào khác với những quyết định của Đô-Đốc Chung Tấn Cang hay không?

Nếu tôi vẫn còn giữ nhiệm vụ điều khiển Hải-Quân có lẽ tôi cũng lui quân về miền Tây cố thủ, để củng cố lực lượng và rước gia đình binh sĩ. Nếu quân V.N.C.H. lâm vào cảnh thế cùng lực tận thì rút dần ra Phú-Quốc để chờ đợi sự can thiệp của Liên-Hiệp-Quốc. Nếu đồng minh của mình cũng vẫn không giúp mình trong cảnh khốn cùng thì đành phải ra đi để bảo toàn lực lượng như các anh em Hải-Quân đã làm mà thôi.

Xin Đô-Đốc vui lòng cho biết những sự việc đã xẩy ra cho Đô-Đốc sau ngày 30 tháng 4 năm 1975.

Sau khi chiếm được Saigon, Cộng-Sản kêu gọi sĩ quan Quân-Lực V.N.C.H. ra trình diện. Vì đã giải ngũ, tôi không trình diện. Tôi lẫn tránh. Đến cuối tháng 6, Cộng-Sản lại ra thông cáo, buộc những sĩ quan đã giải ngũ cũng phải trình diện để đi học tập, đem theo tiền cơm một tháng.

Tôi trình diện tại ký túc xá Minh-Mạng. Tại đây tôi gặp Trung Tướng Dương Văn Đức và một số đông sĩ quan đã giải ngũ.

Hai ngày sau, Cộng-Sản chuyển Trung Tướng Đức và tôi đến Trung-Tâm Huấn-Luyện Quang-Trung cũ, do quân đội Bộ-Quốc-Phòng quản lý. Nơi đây tôi gặp lại tất cả Tướng Lãnh đã tập trung từ đợt trước. Chúng tôi ở đây gần một năm rồi bị chuyển bằng máy bay ra trại Yên-Bái, miền núi rừng Bắc Việt.

Tại Yên-Bái, chúng tôi lao động khổ sai, không được gia đình thăm nuôi.

Hai năm sau, chúng tôi bị chuyển đến trại Hà-Tây (Hà-Sơn-Bình), do công an Bộ-Nội-Vụ quản lý. Thời gian này chúng tôi được gia đình tiếp tế bằng bưu kiện. Nếu không có sự tiếp tế của gia đình thì người tù cải tạo của Cộng-Sản Bắc-Việt không thể sống được!

Sau 5 năm tại trại Hà-Tây, một số sĩ quan cấp Tướng – trong đó có tôi – được thả về Saigon, sau cuộc hội nghị đầu tiên giữa Tướng Vessy và Cộng-Sản Việt-Nam.

Sau khi nhận và đọc giấy ra trại tôi mới biết "cáo trạng" của tôi:

- *Bị can tội: Thiếu Tướng Đề-Đốc.*
- *Bị bắt ngày: 23-6-1975.*
- *Bị án: Phạt tập trung cải tạo.*
- *Tư tưởng: Chưa biểu hiện gì xấu.*
- *Tham gia học tập: Khai báo còn chung chung.*
- *Chấp hành nội quy: Chưa sai phạm gì lớn.*
- *Xếp loại cải tạo: Trung bình.*

Xin Đô-Đốc vui lòng cho biết, với bí quyết nào mà sau thời gian dài bị tù đày trong nhiều trại cải tạo, Đô-Đốc vẫn giữ được phong thái ung dung, thanh thản và một cơ thể khỏe mạnh như vậy?

Nhờ Trời ban phước cho nên sức khỏe của tôi cũng bình thường, da dẻ hồng hào, lưng còn thẳng, nhưng tóc đã bạc trắng. Con người không thể nào chống lại được sự tàn phá của thời gian; nhất là thời gian dài trong chốn lao tù Cộng-Sản. Nhiều người hỏi tôi thiền theo phương pháp nào mà được sắc thái đạo cốt tiên phong. Tôi không thiền theo phương pháp nào cả. Tôi thường nghe nói: "Tướng chuyển do tâm. Tâm trung xuất hình ư ngoại". Có lẽ tâm mình thoải mái nên vẻ mặt thấy vui tươi, hớn hở chứ không có bí quyết gì đâu.

Thưa, sau khi Đô-Đốc ra tù và sau khi Đô-Đốc đến Hoa-Kỳ, thân tình giữa đại gia đình Hải-Quân đối với Đô-Đốc có khác xưa hay không?

Sau khi tôi ra tù, rất nhiều bạn hữu cũ trong nước đến thăm; nhất là anh em Hải-Quân, Tuần-Giang, Hàng-Hải Thương-Thuyền. Ở nước ngoài có các bạn Hải-Quân như Đào, Thăng, Quỳnh, Dõng, Thơ, Minh, Hưng, Tươi, v. v...viết thư thăm hỏi và gửi quà cho tôi. Thư của các bạn đầy tình thân.

Khi đến Mỹ, các bạn Hải-Quân ở San Jose đến đón tôi tại phi trường San Francisco và mở tiệc liên hoan mừng tôi thoát khỏi gông cùm Cộng-Sản. Những bạn Hải-Quân ở Los Angeles, San Diego, Virginia, Houston, Seattle, Chicago, v. v...cũng mở tiệc mừng tôi đã đến được xứ tự do.

Sau ba tháng tái ngộ cùng các chiến hữu Hải-Quân, tôi nhận thấy, mặc dù Hải-Quân V.N.C.H. đã "tan hàng" gần 17 năm, nhưng Tinh Thần Hải-Quân vẫn còn vững trong mỗi người lính Hải-Quân V.N.C.H.. Tình thân thiết "huynh đệ chi binh" khiến cho Hải-Quân kết đoàn với nhau rất chặt chẽ trong hệ thống tôn ti trật tự của một đại gia đình. Trước tinh thần này, trước tâm tư/nguyện vọng này, tôi tin tưởng rằng không sớm thì muộn con cháu của chúng ta sẽ hợp lực cùng chúng ta hoặc thay thế chúng ta để khôi phục lại quân chủng Hải-Quân.

Thưa, Đô-Đốc có ý định viết hồi ký hay không?

Nếu viết hồi ký về Hải-Quân V.N.C.H. thì, tôi nhận thấy, cuốn Hải-Quân V.N.C.H. Ra Khơi, 1975 của Điệp-Mỹ-Linh và những bài trong đặc san Lướt Sóng, nhiều anh em Hải-Quân đã ghi lại những hoạt động của Hải-Quân một cách trung thực. Những quyển sách này có thể dùng làm tài liệu để bổ sung cho quyển Lịch Sử Hải-Quân V.N.C.H., trong đó Ban Lịch Sử của Bộ-Tư-Lệnh Hải-Quân đã ghi rõ những hoạt động hằng ngày của Hải-Quân, từ tổ chức cho đến hành quân.

Nếu viết hồi ký cho riêng tôi, tôi nghĩ từ trước đến nay công việc của tôi làm không có gì đặc sắc. Mọi việc đều do các chiến hữu đảm đương và hoàn thành. Tôi chỉ có ý kiến, xem xét, kiểm tra, đôn đốc. Thêm nữa, trí nhớ của tôi không được minh mẫn lắm. Hồi tưởng lại những sự kiện đã trải qua hằng hai ba mươi năm là một việc khó nhọc đối với tuổi già này. Viết hồi ký cũng cần có tài liệu chính xác để chứng minh những dữ kiện. Tôi chưa có phương tiện để làm việc này.

Thưa, Đô-Đốc nghĩ như thế nào về cuốn Chân Dung Tướng Ngụy?

Tác giả quyển Chân Dung Tướng Ngụy là một người Cộng-Sản. Mà người Cộng-Sản thì không bao giờ nói tốt cho một người không Cộng-Sản. Đó là nguyên tắc của họ. Vì vậy, trong cuốn Chân Dung Tướng Ngụy, tác giả dùng những lời lẽ không chính đáng để bôi nhọ bất cứ nhân vật nào thuộc chính quyền và Quân-Đội V.N.C.H.

Xin cảm ơn Đô-Đốc.

ÔNH VĨNH LỘC
Nguyên Trung Tướng Tổng-Tham-Mưu-Trưởng
Cuối Cùng của Quân-Lực Việt-Nam Cộng-Hòa

Xin Trung Tướng vui lòng cho biết: Tháng 4 năm 1975, Trung Tướng nhậm chức Tổng-Tham-Mưu-Trưởng ngày nào và sắc lệnh ấy do ai ký?
Sắc lệnh cử tôi vào chức vụ Tổng-Tham-Mưu-Trưởng chỉ được văn phòng Phủ Tổng Thống thông báo cho tôi – vị sĩ quan thâm niên nhất còn tại ngũ – vào chiều 29 tháng 4 -1975 chứ tôi chưa hề thấy cho nên không biết ai đã ký sắc lệnh đó.

Thưa, sau đó có phải Trung Tướng chỉ định hoặc bổ nhiệm Đại-Tá Nguyễn Văn Tấn, Trưởng Khối An-Ninh Hải-Quân, vào chức vụ Tư-Lệnh Hải-Quân hay không?
Theo quân luật, bất cứ thời bình hay thời chiến, sĩ quan nào cấp bậc cao nhất hay thâm niên nhất, đương nhiên tạm quyền chỉ huy đơn vị mà đơn vị trưởng của đơn vị đó tử trận, đào nhiệm hay vắng mặt. Đại-Tá Tấn ở vào trường hợp này.

Thưa, "nắm" chức Tổng-Tham-Mưu-Trưởng Quân-Lực V.N.C.H. vào giờ phút nguy ngập nhất của cuộc chiến, Trung Tướng có kỳ vọng nhiều vào Hải-Quân hay không?
Lúc đó Không-Quân đã bỏ đi hết rồi; chỉ còn Hải-Quân là có đủ phương tiện để làm được một cái gì cho đất nước. Tôi ước mơ được bàn bạc với Đô-Đốc Cang để Lực-Lượng Hải-Quân tập trung tại Phú-Quốc và Côn-Sơn, làm thành hai đầu cầu, cùng với Cần-Thơ, tạo thành một tam-giác-sắt có thể đón nhận làn sóng di tản để khởi đầu một cuộc kháng chiến hữu hiệu và lâu dài.

Thưa, lúc đó Trung Tướng có liên lạc với Đô-Đốc Cang hay không?

Chiều 29 tháng 4, tôi muốn gặp Đô-Đốc Cang để bàn về phương cách đưa chính phủ hoặc những nhân vật đầu não của chính phủ về miền Tây; nhưng không hiểu tại sao cuộc gặp gỡ đó không thực hiện được.

Thưa, lúc đó Trung Tướng có nghĩ đến phương cách khác hay không?

Tối 29 tháng 4, tôi gọi Không-Quân, xin phi cơ chuyển chính phủ xuống miền Tây, với hy vọng là mình có thể cầm cự để thương thuyết với Việt-Cộng. Nhưng...(Trung Tướng Vĩnh Lộc lắc đầu, không nói tiếp!)

Khi có ý định đưa chính phủ xuống miền Tây, Trung Tướng có liên lạc với Thiếu Tướng Nguyễn Khoa Nam không ạ?

Khoảng 7 giờ 30 hay 8 giờ tối 29, tôi điện thoại cho Tướng Nam. Tôi mong được trao danh dự Quân-Đội vào tay Tướng Nam; vì, với tư cách Tổng-Tham-Mưu-Trưởng Quân-Đội, nhưng tôi không còn bất cứ phương tiện nào trong tay để xử dụng cả. Giọng Tướng Nam rất bình thản: "Đàn anh đã giao cho thì đàn em xin nhận. Tôi sẽ cố gắng hết sức để làm được công việc đó."

Theo tôi, với ba Sư-Đoàn Bộ-Binh – Sư-Đoàn 21, Sư-Đoàn 7 và Sư-Đoàn 9 – cùng với Không-Lực tại Bình-Thủy và Lực- Lượng Hải-Quân, Tướng Nam có thể giữ vững Vùng IV trong một thời gian, chờ chính phủ xuống...(Trung Tướng Vĩnh Lộc lại lắc đầu, tiếp) Tướng Nam là nạn nhân của kỷ luật Quân-Đội!

Xin Trung Tướng vui lòng cho biết những diễn tiến chung quanh Trung Tướng kể từ khi Trung Tướng nhậm chức Tổng-Tham-Mưu-Trưởng cho đến khi Trung Tướng đến Bộ-Tư-Lệnh Hải-Quân để được di tản.

Tôi đến tòa nhà chính Bộ-Tổng-Tham-Mưu vào trưa 29. Tòa nhà trống trơn, không một bóng người. Những phương tiện liên lạc và chỉ huy không còn nguyên vẹn.

Lúc đó tôi không điên rồ đến độ nghĩ rằng mình sẽ lật được thế cờ. Nhưng tôi đã cố gắng hết sức mình, vận dụng mọi khả năng và phương tiện để mong một biến chuyển mới lạ thuận lợi cho Quân-Đội V.N.C.H. và Quê Hương.

Sau khi hay tin Bộ-Tổng-Tham-Mưu có người phụ trách, những sĩ quan cấp nhỏ thuộc Đại-Đội ứng chiến tại Bộ-Quốc-Phòng, các đơn vị quanh vùng quân khu thủ đô như Dĩ-An, Gò-Vấp, v. v...đã liên lạc về Tổng-Tham-Mưu, xin chỉ thị nhập vào đơn vị tác chiến nào gần nhất để tiếp tục chiến đấu. Một đơn vị Biệt-Kích Dù xin tăng cường chiến xa. Vài đơn vị Biệt-Động-Quân xin thêm đạn và mìn chống chiến xa, v. v...Một pháo đội 105 ly, không biết thuộc đơn vị nào, "trôi dạt" vào sân cờ Bộ-Tổng-Tham-Mưu cho nên được giao trách nhiệm phản pháo quanh phi trường Tân-Sơn-Nhất. Giọng nói của họ rất cương quyết và tinh thần chiến đấu rất cao, khiến tôi nghĩ rằng đó là sự báo hiệu của một phép lạ!

Với mục đích khơi động và kêu gọi tinh thần ái quốc, tinh thần kỷ luật của binh sĩ thuộc tất cả quân, binh chủng, tôi liên lạc với Tư-Lệnh Không-Quân và Tư-Lệnh Hải-Quân để hai vị đó cùng tôi lên đài truyền hình. Nhưng hai vị ấy không còn tại nhiệm sở nữa cho nên tôi phải đơn độc ra nhật lệnh kêu gọi binh sĩ!

Tôi phải dùng đến khí giới cuối cùng là Tâm-Lý-Chiến, mong những quân nhân còn đang chiến đấu hãy cố ngăn bước tiến của địch để chính phủ đủ thời gian tìm một lối thoát bằng đường lối chính trị.

Khoảng 9 giờ tối, Đại Tướng Vanuxem, thuộc quân đội Pháp, điện thoại trực tiếp cho tôi, xin tự đặt dưới quyền chỉ huy của Tổng-Tham-Mưu-Trưởng Quân-Lực V.N.C.H. và tình nguyện làm tất cả những gì mà Quân-Đội V.N.C.H. muốn Ông làm trong giờ phút đó.

Yếu khu Tân-Sơn-Nhất xin phi cơ không yểm để ngăn chận một đoàn quân xa Việt-Cộng từ phía Tây Bắc. Căn cứ Bình-Thủy gửi lên một phi tuần. Nhưng sau mười phút phi tuần ấy bay trên tòa nhà chính mà Bộ Tổng-Tham-Mưu vẫn không thể tìm được sĩ quan điều không, đành cho lệnh phi tuần đó trở về Bình-Thủy. Tuy nhiên, sự hiện diện của các khu trục cơ V.N.C.H. trên vòm trời Saigon lúc đó như đã tẩy sạch bầu không khí ô nhiễm và hoen ố do năm phi cơ Việt-Cộng lấy cắp tại Phan-Rang, rồi do Trung-Úy Không-Quân V.N.C.H. Nguyễn Thành Trung huấn luyện và hướng dẫn, về đại náo phi trường Tân-Sơn-Nhất vào chiều hôm trước. Lúc đó, Không-Quân V.N.C.H. đã bỏ lỡ cơ hội nghìn năm, gửi phi cơ săn giặc F5 lên nghênh chiến.

Sau đó, nhờ tìm được vài sĩ quan truyền tin, Bộ-Tổng-Tham-Mưu liên lạc với Tướng Nguyễn Khoa Nam. Sau khi biết rõ tình hình thủ đô, Tướng Nam rất bình tĩnh, nhận trọng trách trước Quân-Đội và lịch sử.

Sáng 30 tháng 4, Trung-Tâm Huấn-Luyện Quang-Trung báo cáo không ngăn chận nổi đoàn quân xa Bắc Việt từ hướng Tây Bắc lấn sang. Dĩ-An cũng cho biết một đơn vị đã bị địch xâm nhập. Những đơn vị khác cũng lần lượt báo cáo là không còn chống đỡ được nữa!

Đại Tướng Vanuxem vào tận tòa nhà chính báo tin rằng Tổng Thống Dương Văn Minh đang soạn bản văn đầu hàng! Đại Tướng

Vanuxem nhờ tôi liên lạc để Ông được gặp Tướng Minh, tìm cách ngăn chặn hành động này. ⁽¹⁾

Sau khi nghe Đại Tướng Vanuxem cho biết Tổng Thống Minh sẽ đầu hàng, tôi thấy tôi không được Tổng Thống Dương-Văn-Minh hỏi ý kiến về quyết định này và như vậy có nghĩa là nhiệm vụ chiến đấu của tôi xem như không còn! Tôi cùng với Trung Tướng Trần Văn Trung, Tổng-Giám-Đốc Nha Chiến-Tranh Chính-Trị và Đại-Tá Nguyễn Ngọc Nhận đến Bộ-Tư-Lệnh Hải-Quân tìm phương tiện di tản!

Xin Trung Tướng vui lòng cho biết lý do nào Trung Tướng gợi ý và khuyến khích tôi thực hiện cuốn tài liệu về Hải-Quân?

Từ năm 1987, trong dịp ra mắt tác phẩm Bước Chân Non của chị, tôi đã đề cập đến các mặt trận của những nhà văn Đông-Âu – tiêu biểu là nhà văn Milan Kundura. Từ đó đến nay, Hung-Gia-Lợi, Tiệp-Khắc, Đông Đức, Ba-Lan, Lỗ, Bảo và ngay cả Nga-Sô nữa, đã đứng lên phá tan xiềng xích gông cùm. Sau bao nhiêu năm mất lòng tin vào Cha Cố hay Thượng Tọa, giờ đây, mỗi khi nhắc đến quốc gia, cộng đồng chỉ còn hướng về những nhà văn, nhà báo như nhân dân Tiệp-Khắc đã thân thương trao hết cho Havel vậy.

Tướng Đôn nói đến ngày 1 tháng 11, Tướng Mậu nói đến ông Diệm và gia đình họ Ngô, ông Nguyễn Xuân Vinh nói đến đời phi công...Tôi nghĩ không ai du nhập vào hồn Thánh-Tổ Trần-Hưng-Đạo cho bằng chị; vì chị là vợ một hậu duệ của Ngài. Chị có thể nói tất cả những gì liên quan đến Hải-Quân mà không ai có thể trách cứ rằng chị lơ lửng, ở vào một lập trường "passe partout"; bởi vì ai cũng thấy những gì chị viết đều có hương vị sóng nước, biển khơi.

Nếu Dương Thu Hương kết tội những cán bộ thụ hưởng nhưng vẫn đề cao đảng tịch thì ai cũng thấy rằng bao lần chị lên án những bê bối, những lạm của người thừa hành "phe ta" mà tuyệt nhiên chị không nghi ngờ hay yếu lòng tin vào chính nghĩa sáng ngời của Người Quốc-Gia. Người Quốc-Gia chiến đấu mà không man rợ.

Xin cảm ơn Trung Tướng đã có lời khen. Xin Trung Tướng cho biết nhận xét của Trung Tướng về vai trò của Hải-Quân Việt-Nam trong cuộc chiến và những ngày cuối của cuộc chiến?

Nói đến Hải-Quân V.N.C.H. là nói đến một quân chủng mà cho đến thời gian cuối cùng của cuộc chiến vẫn còn là một phương tiện quốc tế để có thể tính được chuyện lâu dài cho đại cuộc.

Trong sử liệu nước ta, đời Lê xuôi Nam, bình Chiêm với một đôi chiến thuyền; Chúa Nguyễn Ánh bôn ba nay Phú-Quốc, Cần-Thơ, mai Xiêm-La, Côn-Sơn, mốt Qui-Nhơn, Thị-Nại trên những chiếc thuyền mong manh...Rồi từ cuối thập niên 50 đến giữa thập niên 60, thay vì được thả dù hoạt động trên đất Bắc mà địa thế hiểm trở và ngặt nghèo quá xa, khó được cơ duyên trở về lại căn cứ dưới vỹ tuyến 17, những đơn vị "Nhất khứ hề bất phục phản" này có thể hoạt động hiệu quả hơn nếu những cuộc hành quân đó được thực hiện bằng tiềm thủy đỉnh Hoa-Kỳ hoặc PT của Hải-Quân V.N.C.H.

Từ năm 1964 trở đi, sự leo thang tuần tự với những phi vụ không tập chừng mực cho ta thấy vô hiệu, vì không thay đổi được chiều hướng chiến tranh. Tư-Lệnh Đệ Thất Hạm-Đội Hoa-Kỳ được chỉ định thống lĩnh cuộc chiến, không phải chỉ phối hợp khơi khơi như vậy. Có lẽ cuộc phong tỏa Hải-Phòng và Sihanoukville vào thời điểm đó là một quyết định hợp lý. Nếu trọng tâm cuộc chiến Việt-Nam được đặt vào các chiến thuyền đổ bộ để những đơn vị thiện chiến của ta tấn công miền Bắc thì hình thái của chiến trận nhất định sẽ hoàn toàn thay đổi. Số thương vong có thể giảm thiểu đến sáu, bảy mươi phần trăm và cải thiện được bộ mặt tệ hại của thập niên 70!

Đó, cái duyên sóng nước gắn liền với vận mệnh nước ta. Sử của ta quả thật do những chiến sĩ Hải-Quân viết nên mà tồn tại.

Xin cảm ơn Trung Tướng.

(1)- Chi tiết này được chính Đại Tướng Vanuxem nhắc lại trong cuốn "L'Agonie du Vietnam" do Ông viết, năm 1977.

ÔNG LÊ QUANG MỸ
Nguyên Đại-Tá Tư-Lệnh Hải-Quân Đầu Tiên
(Hai tuần trước khi Ông lâm chung)

Xin Đại-Tá vui lòng cho biết Đại-Tá nghĩ như thế nào về cuộc di tản của Hải-Quân V.N.C.H.?

Vào thời điểm đó, Hải-Quân không thể nào làm khác; vì theo tổ chức quốc phòng, Hải-Quân là một lực lượng trừ bị! Đã là lực lượng trừ bị thì không thể nào Hải-Quân ở lại đương đầu với Việt-Cộng được trong khi những lực lượng khác đã tan rã hoặc rút đi.

Tôi chỉ tiếc một điều là từ lâu Bộ-Quốc-Phòng đã không khai thác tiềm năng của Hải-Quân, không xử dụng đúng mức một lực lượng tinh nhuệ và hùng hậu nhất nhì trong vùng biển Thái-Bình-Dương.

Xin cảm ơn Đại-Tá.

ÔNG RICHARD LEE ARMITAGE
Nguyên Phụ-Tá Tổng-Trưởng Quốc-Phòng Hoa-Kỳ

Xin Ông vui lòng cho biết nhiệm vụ của Ông tại Việt-Nam vào khoảng tháng 3 và tháng 4 năm 1975.

Tháng 3 năm 1975, tôi sang Việt-Nam với tư cách riêng. Tháng 4, theo yêu cầu của Phụ-Tá Tổng-Trưởng Quốc-Phòng Hoa-Kỳ – ông Erich Von Marbod – tôi tháp tùng Ông, trở lại Việt-Nam để di chuyển quân cụ và dân chúng trong trường hợp Bắc Việt tiếp tục tấn công.

Ngày 28 tháng 4, Phó-Đề-Đốc Đinh Mạnh Hùng cùng Ông bay lên cầu Bình-Lợi, Biên-Hòa. Xin Ông vui lòng cho biết nhiệm vụ của Ông và tình hình lúc ấy như thế nào?

Phó-Đề-Đốc Hùng rủ tôi cùng đi với Ông đến căn cứ Hải-Quân Long-Bình để thị sát và cũng để khích lệ tinh thần binh sĩ ở đó.

Áp lực của Bắc quân rất nặng. Căn-Cứ Hải-Quân đã bị tấn công lúc sáng sớm và đang chờ đợi một cuộc tấn công khác có thể xảy đến bất cứ lúc nào. Chứng tích xâm lăng của Bắc quân còn trên đường, ngay cổng trại.

Tôi cũng thấy từng suối người tuôn về Saigon. Điều đó cho thấy Việt-Cộng về rất gần cho nên đồng bào hoảng sợ, đi tìm sự bảo vệ từ phía Việt-Nam Cộng-Hòa.

Sau đó Đô-Đốc Hùng và tôi trở về Saigon bằng xe Jeep và tôi đã phúc trình tất cả lên ông Von Marbod.

Xin Ông vui lòng cho biết khái quát về kế hoạch của Hoa-Kỳ nhằm giúp Hải-Quân Việt-Nam và gia đình di tản vào thời gian cuối cuộc chiến?

Tôi nghĩ kế hoạch Hoa-Kỳ giúp Hải-Quân Việt-Nam di tản rất hạn hẹp. Hoa-Kỳ chỉ chuẩn bị một cách tổng quát cho một cuộc di tản với nhân số phỏng định chứ không có kế hoạch tỉ mỉ. Chương trình giúp Hải-Quân Việt-Nam được phát họa vào giờ phút chót.

Chúng tôi khuyên Hải-Quân Việt-Nam đưa gia đình vào tạm trú tại các Căn-Cứ Hải-Quân. Nếu một biến động nào xảy đến, gia đình và người thân của Hải-Quân sẽ được đưa ra biển để bảo toàn sinh mạng.

Lúc đó, vì chính phủ Hoa-Kỳ chưa dự trù một phương kế nào cho Hải-Quân Việt-Nam cả, cho nên tôi chỉ thông báo với Hải-Quân Việt-Nam rằng: Nếu tình thế bắt buộc hãy cố gắng đến Côn-Sơn, tôi sẽ gặp tất cả ở đó.

Mọi quyết định liên quan đến Hạm-Đội Việt-Nam từ Côn-Sơn đến Phi-Luật-Tân đều do những biến chuyển tình hình lúc đó tạo nên chứ không hề có một sự chuẩn bị nào cả.

Xin Ông làm ơn cho biết Ông có những liên hệ mật thiết nào với Hải-Quân Việt-Nam hay không?

Có. Nhiều lắm. Khi còn phục vụ trong quân chủng Hải-Quân Hoa-Kỳ, tôi được dịp sát cánh với Hải-Quân Việt-Nam tại những đơn vị tác chiến như Duyên-Đoàn 35 ở Vĩnh-Bình, Giang-Đoàn 54 Tuần-Thám ở Tây-Ninh, Duyên-Đoàn 21 ở Tam-Quan. Tôi cũng là cố vấn huấn luyện các khóa sĩ quan đặc biệt Hải-Quân (Naval OPS Adviser). Các khóa đặc biệt này dành cho tất cả sĩ quan thuộc các quân/binh chủng khác được biệt phái sang Hải-Quân.

Thưa, có bao nhiêu chiến hạm thuộc Đệ Thất Hạm-Đội Hoa-Kỳ trợ giúp Hạm-Đội Hải-Quân Việt-Nam trong hải phận quốc tế?

Hai chiến hạm Hoa-Kỳ đã hộ tống Hải-Quân Việt-Nam đến Phi-Luật-Tân; đó là không kể những tiếp-liệu-hạm đã tiếp tế nhiên liệu. Một trong hai chiếm hạm đó là USS Kirk.

Thưa Ông, sau cuộc chiến, Hải-Quân Việt-Nam trao trả lại cho Hải-Quân Hoa-Kỳ bao nhiêu chiến hạm? Bây giờ những chiến hạm đó được xử dụng như thế nào?

Tôi nghĩ rằng khoảng 31 chiến hạm, kể cả những chiến hạm bị đánh chìm. Những chiến hạm khiển dụng được trao cho Hải-Quân Phi-Luật-Tân.

Nhiều người thuộc Hải-Quân Việt-Nam cho tôi hay rằng Ông nói tiếng Việt rất lưu loát và Ông có tên Việt-Nam là Phú, đúng không, thưa Ông?

Hồi đó tôi nói được tiếng Việt. Bây giờ, sau 15 năm không xử dụng, tôi không biết vốn liếng tiếng Việt của tôi còn được bao nhiêu nữa.

Những người bạn Việt-Nam đặt tên Việt cho tôi là Trần Văn Phú.

Trần: Họ của Đức Thánh-Tổ Hải-Quân, Trần Hưng Đạo.
Văn: Chữ đệm cho tên đàn ông.
Phú: Giàu sang, do dịch nghĩa từ tên thật của tôi, Richard, cũng đọc là Rich.

Xin Ông cho biết, Ông nghĩ như thế nào về Hải-Quân V.N.C.H. trong cuộc chiến và những ngày cuối của cuộc chiến?

Tôi nghĩ về Hải-Quân V.N.C.H. như thế nào hẳn mọi người đều biết rồi. Tôi tin tưởng và ngưỡng phục họ. Tôi ao ước được tiếp tục chiến đấu bên cạnh họ.

Xin cảm ơn Ông.

ÔNG ĐẶNG CAO THĂNG
Nguyên Phó-Đề-Đốc Tư-Lệnh Hải-Quân
Vùng IV Sông-Ngòi

Đêm 29 tháng 4, trên đường từ Cần-Thơ ra biển, Đô-Đốc nghe Tướng Nguyễn Khoa Nam gọi trên máy truyền tin, nhưng Đô-Đốc không trả lời. Xin Đô-Đốc vui lòng cho biết Đô-Đốc nghĩ như thế nào về quyết định đó?

Tôi nghĩ quyết định đó là một sự nông nổi ngay lúc đó. Trước đó một phút hoặc sau đó một phút có thể tôi đã quyết định một cách khác.

Xin cảm ơn Đô-Đốc.

ÔNG LÂM QUANG THI
Nguyên Trung Tướng Tư-Lệnh
Mặt-Trận Tiền-Phương Quân-Đoàn I

Xin Trung Tướng vui lòng cho biết nhận xét của Trung Tướng về quân chủng Hải-Quân trong cuộc chiến và những ngày cuối của cuộc chiến?

Trước tháng 3 năm 1975 tôi xem thường Hải-Quân lắm, ngoại trừ những Giang-Đoàn Xung-Phong thuộc Vùng IV Sông Ngòi.

Thời gian làm Tư-Lệnh Sư-Đoàn 9 Bộ-Binh, từ năm 1965 đến 1968, một lần, chính tôi điều động thiết vận xa, Bộ-Binh và các Giang-Đoàn Xung-Phong mở mặt trận lớn tại Vĩnh-Bình. Trận đó mình đánh hay, đánh đẹp vô cùng. Cũng từ trận đó, tôi nhận thấy các Giang-Đoàn Xung-Phong là những đơn vị thiện chiến, không thể thiếu được ở sông rạch.

Khi mặt trận miền Trung bột phát tôi mới thấy vai trò của Hải-Quân là quan trọng. Hải-Quân nặng về truyền thống. Truyền thống Hải-Quân rất đẹp và tinh thần kỷ luật của Hải-Quân rất cao. Tôi kính phục Hải-Quân từ đó.

Xin cảm ơn Trung Tướng.

ÔNG HỒ VĂN KỲ THOẠI
Nguyên Phó-Đề-Đốc
Tư-Lệnh Hải-Quân Vùng I Duyên Hải

Qua cuộc di tản miền Trung, xin Đô-Đốc vui lòng cho biết vài kinh nghiệm bản thân.

Qua cuộc di tản đó ai cũng rút tỉa được nhiều kinh nghiệm. Nhưng về kinh nghiệm bản thân, tôi thấy khi lâm chiến, một cấp Tướng Hải-Quân không bao giờ nên chỉ huy từ trên bờ mà phải từ một chiến hạm hay chiến đỉnh. Một điều quan trọng nữa là không bao giờ cho phép sĩ quan tùy viên rời xa mình.

Thật ra không phải sau cuộc chiến tôi mới nhận thấy được những điều đó. Nhưng, lúc ở Đà-Nẵng, thấy những vị Tướng khác còn ở trên bờ và tới lui họp hành liên miên tại Bộ-Chỉ-Huy Vùng I Duyên-Hải, tôi không đành bỏ họ để ra tàu!

Xin cảm ơn Đô-Đốc.

CHƯƠNG X

NHỮNG VỊ ANH HÙNG HẢI-QUÂN VIỆT-NAM CỘNG-HÒA*

Từ 30 tháng 4 năm 1975

* Sắp theo mẫu tự tên của từng nhân vật

Biệt-Hải Nguyễn Văn Kiệt

Ông Nguyễn Văn Kiệt gia nhập khóa 4 Người Nhái, năm 1970. Qua được một nửa chương trình thụ huấn, vì lý do gia đình, Ông xin rút lui. Khi trở lại nhập học khóa 5 Người Nhái, Ông Kiệt đã khởi sự lại từ đầu với "Tuần lễ địa ngục" và tốt nghiệp năm 1971.

Biệt-Hải Nguyễn Văn Kiệt đã phục vụ tại những đơn vị sau đây:
- Biệt-Hải thuộc Sở Phòng-Vệ Duyên-Hải, Nha Kỹ-Thuật.
- Toán Năm Căn, phối hợp với người Nhái Hoa-Kỳ, xâm nhập và phá vỡ công binh xưởng Việt-Cộng và giải thoát tù binh.
- Toán sưu tầm tin tức tình báo.
- Đội Xung-Kích Biệt-Hải, toán Hải-Cẩu.

Những ân thưởng của Quân-Lực V.N.C.H. và Quân Đội Hoa-Kỳ:
- Chiến-Công Bội-Tinh
  (Meritorious Unit Commendation)
- U.S. Navy Cross
- Biệt-Công Bội-Tinh
- Ba Anh-Dũng Bội-Tinh với ngôi sao đồng
- Hai Chiến-Thương Bội-Tinh
- Bằng khen của Tư-Lệnh Đệ Thất Hạm-Đội Hoa-Kỳ

Những hoạt động đáng kể nhất:
- 72 lần đổ bộ ra Bắc
- Giải thoát hai phi công Hoa-Kỳ
- Cứu phi công Việt-Nam trên đường di tản – từ HQ 502

Ngoài sự việc cứu sống phi công Việt-Nam trước mấy ngàn đôi mắt thán phục của đồng bào trên HQ 502, Người Nhái Nguyễn Văn Kiệt còn có những hoạt động âm thầm được William C. Anderson viết thành sách và được đạo diễn Peter Markle thực hiện thành phim, với tựa đề BAT 21, do Gene Hackman, Danny Glover, Jerry Reed và Michael Ng – trong vai người đàn ông Việt-Nam – thủ diễn.

Chuyện phim BAT 21 được quay tại Sabah, Borneo và Malaysia, dựa theo những dữ kiện có thật sau đây – ngoại trừ đoạn kết bị đạo diễn thay đổi vài chi tiết:

Đầu tháng 4 năm 1972, một phi cơ Hoa-Kỳ bị bắn rơi trong vùng kiểm soát của Việt-Cộng. Phi công thoát chết. Trong gần một tuần lễ, toán cứu vớt Hoa-Kỳ thực hiện hai cuộc hành quân chớp nhoáng, với mục đích cứu viên phi công, nhưng đều thất bại; vì quanh khu vực đó Việt-Cộng đặt rất nhiều hỏa tiễn SAM. Cuối cùng, Biệt-Hải và Người Nhái Việt-Mỹ tuyển chọn tình nguyện quân để đảm nhiệm phần việc cứu tù.

Ông Kiệt, ông Trâm, ông Châu và ông Tất, thuộc toán Hải-Cẩu, tình nguyện. Đại-Úy Thọ là trưởng toán. Phía Người Nhái Hoa-Kỳ có Đại-Úy Thomas R. Norris và một sĩ quan cao cấp liên lạc tình báo.

Sáng 11 tháng 4 năm 1972, khoảng 9 giờ, Toán cứu cấp được đưa đến bãi đáp trực thăng thuộc Căn-Cứ Yểm-Trợ Đà-Nẵng. Tại đây, hai chiếc trực thăng đưa Toán ra Quảng-Trị. Đến Quảng-Trị, tất cả đến phòng họp của Quân-Đoàn I. Đại-Úy Thọ, Đại-Úy Norris và sĩ quan tình báo Mỹ vào họp.

Bấy giờ là ngày thứ bảy sau khi người phi công bị bắn rơi.

Vì hệ thống phòng không của Việt-Cộng dày đặc, Toán cứu cấp không thể xử dụng phi cơ mà phải dùng quân xa để vào vị trí đã định. Sau 30 phút, Toán rời quân xa, sang M113. Khoảng một giờ sau, M113 đưa Toán đến vùng giáp tuyến với địch. Tại đây, Toán vào một hầm trú ẩn bằng xi-măng trên ngọn đồi nhỏ, cạnh quốc lộ 9 và sông Cam-Lộ.

Tối 11 tháng 4, Toán chia làm hai tổ, đi sâu vào lòng đất địch khoảng 25 dặm. Nửa đêm Tổ của ông Kiệt, ông Trâm và ông Tất hướng về quốc lộ 9. Tổ của Đại-Úy Thọ, ông Châu và hai người Mỹ đến sát bờ sông Cam-Lộ. Nhiệm vụ của mọi người là yên lặng, lắng nghe và chờ đợi ông phi công tìm về hướng của họ.

Trong sự im lặng rợn người, tất cả nghe tiếng nước khua nhẹ.

Gần sáng, sương còn dày đặc, ông phi công đã lần dò ra khỏi vùng mà suốt đêm qua hai tổ đã đợi chờ. Vì vậy, tổ của ông Kiệt nhận trách nhiệm lục soát, tìm cho ra ông phi công.

Để thi hành lệnh một cách tốt đẹp, tổ của ông Kiệt quay về hướng Nam, dọc sông Cam-Lộ. Đại-Úy Thọ chỉ định ông Kiệt làm tiền-sát-viên.

Sau khi vượt khỏi ngọn đồi, nơi đóng quân của một đơn vị bạn, tổ của ông Kiệt thấy ông phi công đang đứng dưới nước, sát bờ, mang áo phao màu cam, đầu trùm một cái nón có lưới để ngụy trang và tay lăm lăm khẩu P.38.

Khi ông Kiệt và ông phi công thấy nhau, ông Kiệt nhanh trí gọi Đại-Úy Thọ và Đại-Úy Norris để tránh ngộ nhận. Đại-Úy Norris đến gần, trao đổi mật hiệu với ông phi công. Sau đó, tổ của ông Kiệt được lệnh đưa ông phi công về đơn vị bạn, nơi ngọn đồi.

Trưa 12 tháng 4, dường như đã nhận biết ông phi công đã vượt thoát vùng kiểm soát của mình, Việt-Cộng ào ạc pháo kích lên ngọn đồi, khiến Đại-Úy Thọ, sĩ quan tình báo Mỹ và nhiều quân nhân bị thương. Tất cả được tản thương bằng M113. Trong chuyến tản thương đó, không ai hiểu tại sao hạ sĩ nhất Châu lại theo Đại-Úy Thọ về hậu cứ.

Còn lại ông Kiệt, ông Trâm, ông Tất và Đại-úy Norris.

6 giờ chiều, những người còn lại bàn thảo kế hoạch cho công tác kế tiếp: Cứu một phi công Hoa-Kỳ khác – Lt. Col. Hambleton – cũng bị bắn rơi trong vùng đất địch.

Ông Trâm và ông Tất từ chối tham gia chuyến công tác đó, vì không muốn bị một sĩ quan Hoa-Kỳ chỉ huy. Ông Kiệt chấp nhận, vì nhận thấy đó là công tác khẩn thiết, đầy nhân đạo. Về sau, ông Trâm trở lại với ông Kiệt; ông Tất trở lên ngọn đồi.

Tối 12 tháng 4, Đại-Úy Norris đề nghị xuống bờ sông Cam-Lộ chờ, với hy vọng Trung-Tá Hambleton sẽ men ra bờ sông như ông phi công đã được cứu thoát. Suốt đêm chờ đợi. Hoài công.

Sáng sớm 13 tháng 4, ông Kiệt, ông Trâm và Đại-Úy Norris dùng thuyền nan chèo sâu vào đất địch. Đi được khoảng ba cây số, ông Trâm tỏ ra thất vọng vì nghĩ rằng chuyến công tác này có vẻ ít gay cấn. Cả ba người phải trở lại ngọn đồi để ông Trâm trở lên hầm trú ẩn.

Sau đó, ông Kiệt và Đại-Úy Norris chèo về hướng Nam thêm vài cây số nữa thì bị đơn vị Thiết-Giáp ngộ nhận, "quạt" hằng loạt đại liên 50! Đại-Úy Norris liên lạc ngay với đơn vị Thiết-Giáp để xác nhận. Ông Kiệt và Đại-Úy Norris quay trở ra vì ngại bị bắn nhầm nữa.

12 giờ đêm 13 tháng 4, Đại-Úy Norris và ông Kiệt tiếp tục kế hoạch, chỉ với một chiếc xuồng nhỏ, hai chiếc dầm, hai áo phao và một cái mền. Cả hai chèo xuồng theo dòng Cam-Lộ về hướng Bắc. Suốt đoạn đường, Đại-Úy Norris và ông Kiệt nghe tiếng quân xa di chuyển và tiếng người.

Hừng đông 14 tháng 4, bên phải là đồng ruộng bên trái là rừng rậm, ông Kiệt và Đại-Úy Norris phát hiện cầu Đùi lờ mờ trong sương. Nhìn kỹ một lúc, ông Kiệt và Đại-Úy Norris thấy ba tên Việt-Cộng đang đi qua đi lại canh gác. Ông Kiệt và Đại-Úy Norris tấp xuống vào bờ trái, cách cầu Đùi khoảng 150 thước. Nhờ sương mờ, địch không phát hiện được sự hiện diện của hai Biệt-Hải.

Ông Kiệt và Đại-Úy Norris tấp xuồng vào bờ và quay mũi xuồng về hướng Nam. Bất ngờ ông Kiệt và Đại-Úy Norris thấy Trung-Tá Hambleton đang đứng dưới sông, khoát nước rửa mặt, cách chỗ hai người độ 50 thước. Cùng lúc đó Trung-Tá Hambleton cũng thấy Đại-Úy Norris và ông Kiệt. Ông Kiệt vội ra dấu cho Trung-Tá Hambleton giữ yên lặng rồi cho xuồng cặp sát mé nước, cạnh Trung-Tá Hambleton.

Trong khi ông Kiệt lao nhanh xuống nước, chụp lấy bản đồ hành quân mà Trung-Tá Hambleton để cạnh mé nước thì Đại-Úy Norris dìu Trung-Tá Hambleton đến xuồng, tròng áo phao vào và đặt Ông nằm xuống, phủ mền lên. Lúc đó trong người Trung-Tá Hambleton chỉ còn một máy liên lạc, một bản đồ và một la-bàn. Trung-Tá Hambleton bị thương nhẹ nơi tay.

Trời sáng hẳn. Ông Kiệt và Đại-Úy Norris hối hả xuôi Nam theo dòng Cam-Lộ. Chèo theo dòng sông được một đoạn, cả hai thấy một đại bác 76 ly 2 bên bờ, nòng súng hướng về phía Nam.

Đang chèo bên bờ phải, gặp cồn cát, ông Kiệt và Đại-Úy Norris vội lách sang bờ trái để khỏi mắc cạn thì nghe tiếng gọi: *"Ê, lại đây!"* giọng Bắc. Đại-Úy Norris và ông Kiệt quay lui và thấy ba tên Việt-Cộng đang đi bộ bên bờ trái, về hướng Đông. Người đi đầu và người đi cuối mang AK47. Ông Kiệt và Đại-Úy Norris ra dấu sẵn sàng ứng chiến. Nhưng, nhờ thân người của Đại-Úy Norris không cao lớn lắm và cũng nhờ cả hai đều ngụy trang bằng bà ba đen cho nên ba tên Việt-Cộng đi luôn, không nghi ngờ gì cả.

Vừa thoát khỏi ba tên Việt-Cộng, xuồng lại vào vùng hỏa lực mạnh của địch. Ông Kiệt và Đại-Úy Norris tấp xuồng vào bờ. Trong khi Đại-Úy Norris liên lạc truyền tin xin Không-Quân Hoa-Kỳ yểm trợ, ông Kiệt lấy lá cây ngụy trang cho Trung-Tá Hambleton.

Chỉ vài phút sau, bốn Phantom đến oanh kích ngay tọa độ Đại-Úy Norris đã cho. Phòng không của địch bắn lên dữ dội. Trước khi rời vùng oanh kích, một Phantom thả hai trái khói mù xuống ngay địa điểm mà ông Kiệt, Đại-Úy Norris và Trung-Tá Hambleton đang ẩn trốn.

Sau đợt không tập, Pháo-Binh được gọi, "cày" vùng đất địch. Lẫn trong khói mù, Đại-Úy Norris và ông Kiệt chèo nhanh về hướng Nam.

Xế trưa 14 tháng 4, ông Kiệt, Đại-Úy Norris và Trung-Tá Hambleton về đến ngọn đồi trong sự hân hoan của các đơn vị Thiết-Giáp/Biệt-Động-Quân Biên Phòng/Biệt-Kích 81 Dù và hai Biệt-Hải Trâm và Tất.

Ông Hoàng Cơ Minh
Phó-Đề-Đốc Tư-Lệnh Hải-Quân Vùng II Duyên-Hải
kiêm Tổng-Trấn Qui-Nhơn
kiêm Tư-Lệnh Chiến Trường Bình-Định

Ông Hoàng Cơ Minh sinh năm 1935 tại Hà Nội; xuất thân trường trung học Chu-Văn-An. Trước khi gia nhập khóa 5 sĩ quan Hải-Quân Nha-Trang, Ông học dang dở tại Đại-Học Khoa-Học Hà-Nội.

Sau khi tốt nghiệp với cấp bậc Thiếu-Úy Hải-Quân, Ông ghi danh học Luật và lấy được hai chứng chỉ.

Đơn vị đã phục vụ:
- Hạm trưởng HQ 116.
- Chỉ Huy Trưởng Phân Đội IV Trục Lôi Hạm.
- Chỉ Huy Trưởng Hải Đội I.
- Chỉ Huy Phó Trung Tâm Huấn Luyện Hải Quân Nha Trang.
- Sĩ quan tùy viên quân sự Tòa Đại Sứ V.N.C.H. tại Nam Hàn.
- Tham Mưu Phó Chiến Tranh Chính Trị Bộ Tư Lệnh Hải Quân.
- Chỉ Huy Trưởng Trường Tham Mưu Cao Cấp, Đà Lạt.
- Tư Lệnh Lực Lượng Thủy Bộ – Lực Lượng Đặc Nhiệm 211.
- Tư Lệnh Hải Quân Vùng II Duyên Hải kiêm Tư Lệnh Lực Lượng Đặc Nhiệm 213.2.
- Tối 31 tháng 3-1975, Tướng Phạm Văn Phú – Tư Lệnh Quân Đoàn II – chỉ định Phó Đề Đốc Hoàng Cơ Minh kiêm chức vụ Tư Lệnh mặt trận tiền phương Quân Đoàn II, thay thế Tướng Phan Đình Niệm ở chức vụ Tư Lệnh chiến trường Bình Định. (1)

- Tối 1 tháng 4-1975, lúc 11:00, Tổng Thống Nguyễn Văn Thiệu ký nghị định chỉ định Phó Đề Đốc Hoàng Cơ Minh kiêm Tổng Trấn Qui Nhơn trong nhiệm vụ phối trí các lực lượng V.N.C.H. để tái chiếm Qui Nhơn. (2)

Tu nghiệp:
- U.S. Naval Post graduate School, Caliafornia.
- Tốt nghiệp Chỉ Huy Tham Mưu Cao Cấp – Dalat.

Ân thưởng:
- Huy chương cao quý nhất do Quốc Hội và Tổng Thống Đại Hàn ban tặng. (3)

Thành tích:

Sau tháng 04-1975, ông Hoàng Cơ Minh thành lập Mặt Trận Quốc Gia Thống Nhất Giải Phóng Việt Nam (Q.G.T.N.G.P.V.N.). Mặt Trận Q.G.T.N.G.P.V.N. ra đời ngày 30 tháng 4 năm 1980. Mặt Trận Q.G.T.N.G.P.V.N. thực hiện được hai cuộc hành quân: Đông Tiến I và Đông Tiến II. (4) Trong cuộc hành quân Đông Tiến II, phục quốc quân của Mặt Trận Q.G.T.N.G.P.V.N. – do chính Ông chỉ huy – đụng độ nặng với Việt Cộng và Lào Cộng. Phục quốc quân bị thiệt hại nặng! Một số kháng chiến quân tự sát. Cựu Phó Đề Đốc Hoàng Cơ Minh bị thương và cũng tự sát để được chết cạnh những kháng chiến quân của ông, tại Saranavan! (5)

1-2-4-5.- *Hải Quân V.N.C.H. Ra Khơi, 1975 của Điệp Mỹ Linh*
3 - *Website Việt Tân*

Ông Đặng Hữu Thân *
Hải-Quân Thiếu-Tá
Liên-Đoàn-Trưởng Liên-Đoàn Sinh-Viên Sĩ-Quan Hải-Quân

Ông Đặng Hữu Thân xuất thân trường trung học Võ-Tánh Nha-Trang. Khi còn theo học Võ-Tánh tên của Ông là Đặng Hữu Thản. Sau khi gia nhập khóa 12 Sĩ-Quan Hải-Quân Nha-Trang, Ông đổi lại là Đặng Hữu Thân.

Ông Đặng Hữu Thân phục vụ tại nhiều đơn vị Hải-Quân và được tu nghiệp tại Hoa-Kỳ.

Chức vụ cuối cùng của Ông trong quân chủng Hải-Quân là Liên-Đoàn-Trưởng Liên-Đoàn Sinh-Viên Sĩ-Quan Hải-Quân. Sau đó, Ông đắc cử nghị viên Hội-Đồng Tỉnh Khánh-Hòa.

Sau ngày 30 tháng 4, ông Đặng Hữu Thân thành lập Mặt-Trận Dân Quân Cứu Quốc.

Uy thế cá nhân của Ông rất cao. Tổ chức của Ông hoạt động mạnh và được mọi giới hưởng ứng. Có thể nói Mặt-Trận Dân-Quân Cứu Quốc là mối lo ngại lớn lao của Việt-Cộng lúc bấy giờ. Vì lẽ đó, bằng mọi giá, Việt-Cộng phải đập tan tổ chức của Ông.

Sau khi bị bắt và bị kêu án chung thân khổ sai, ông Đặng Hữu Thân bị đưa về trại tù A30. Tại đây, Ông bị nhốt chung với những người tù mang án nặng, trong một trại giam riêng biệt, cạnh cổng gác chính.

Trại giam này được bao bọc bằng nhiều lớp kẽm gai; ngay như mấy vách đất cũng được luồn kẽm gai vào giữa. Không ai được tiếp xúc với nhóm tù biệt giam này.

Tuy giam Ông trong nhà tù kiên cố như vậy, Việt-Cộng vẫn lo ngại. Bất cứ một biến chuyển chính trị nào, dù lớn hay nhỏ, dù xảy ra trong nước hay ở hải ngoại, Việt-Cộng cũng đem Ông vào *conex* cùm lại!

Dù thất thế và bị hao mòn vì những đêm bị cùm và những ngày lao động khổ sai, ông Đặng Hữu Thân cũng không dấu được nét bất khuất trong đôi mắt nhìn thẳng, vẻ hiên ngang trên khuôn mặt ngẩng cao. Ông vẫn bước những bước chắc nịch với đôi vai ngang như lúc Ông dẫn đầu Liên-Đoàn Sinh-Viên Sĩ-Quan Hải-Quân diễn hành vào dịp Quốc-Khánh 1972!

Nhưng…chỉ một thời gian sau, mọi người tù đều buồn nản và thất vọng, vì người hùng Đặng Hữu Thân hết bị cùm, được thăm nuôi và được cán bộ tin tưởng nhiều! Khi được cán bộ và quản giáo tin tưởng, ông Đặng Hữu Thân tìm mọi cách xa lánh hẳn các bạn tù, khiến mọi người nghĩ rằng Ông đã thấm đòn!

Ngày 3 tháng 9 năm 1980, tin ông Đặng Hữu Thân trốn trại làm mọi người sửng sốt, xúc động và lo lắng. Tất cả bạn tù đều mong Ông trốn thoát để làm được một chút gì cho Quê-Hương.

Ông Đặng Hữu Thân trốn trại cùng với ông Quý, ông Thắng và ông Xuân. Sau khi thoát khỏi trại, bốn người chia hai ngã. Ông Quý và ông Thắng về một nẻo. Ông Thân và ông Xuân đi một hướng.

Ông Xuân có chân trong một tổ chức chính trị Z, nhờ vậy ông Xuân biết đường về Cao Nguyên. Mục đích của ông Xuân và ông Thân là tìm đến lực lượng FULRO – *Front Unifié pour la Libération des Races Opprimés*. Trên đường đi, ông Xuân bị trật chân, sự di chuyển chậm lại. Ông Thân không nỡ bỏ ông Xuân!

Ngày 26 tháng 9 năm 1980, hai mươi ba ngày căng thẳng trong từng mạch máu, trong từng ý niệm thời gian, bạn tù thấy ông Đặng Hữu Thân từ trên xe bị cán bộ "tống" xuống!

Vẫn đôi vai ngang bướng bỉnh, vẫn gương mặt đượm nét bất cần, ông Đặng Hữu Thân chấp nhận bản án tử hình của "tòa án nhân dân" Cộng-Sản với thái độ bình thản như Nguyễn Thái Học năm nào bị Pháp đưa lên đoạn đầu đài tại Yên-Bái!

* Ảnh do khóa 12 SQ/HQ/NT cung cấp

Ông Lê Anh Tuấn
Hải-Quân Thiếu-Tá
Chỉ-Huy-Trưởng Giang-Đoàn 43 Ngăn-Chận

Ông Lê Anh Tuấn sinh ngày 12 tháng 12 năm 1943; xuất thân trường trung học Chu-Văn-An. Ông học hết năm thứ ba Đại-Học Luật-Khoa thì gia nhập khóa 14 sĩ-quan Hải-Quân Nha-Trang.

Là người em út của một vị Tướng đầy uy quyền – Trung Tướng Lê Nguyên Khang – nhưng ông Lê Anh Tuấn không xin về những đơn vị ít nguy hiểm mà Ông lại tình nguyện về các đơn vị tác chiến. Đơn vị cuối cùng do Ông chỉ huy là Giang-Đoàn 43 Ngăn-Chận, đóng tại Tuyên-Nhơn.

Ông Nguyễn Anh Tuấn đã tuẫn tiết trên một chiến đỉnh, bên sông Vàm-Cỏ-Tây gần kinh Thủ-Thừa, thuộc tỉnh Long-An, vào khuya 30 tháng 04 rạng ngày 01-05-1975!

CHƯƠNG XI

LỜI CHÂN TÌNH của "THỦY THỦ KHÔNG SỐ QUÂN"

Là một ngòi bút không chuyên nghiệp, nhưng tôi lại rất say mê viết về sự hào hùng/lòng dũng cảm cũng như những đau thương, những thống hận của Người Lính Việt Nam Cộng Hòa (V.N.C.H.) trong cuộc chiến giữa chính thể V.N.C.H. và Cộng Sản Việt Nam, từ năm 1954 đến 1975.

Lý do tôi say mê viết về Lính không những vì Bố của các con tôi – Cố Hải Quân trung tá Hồ Quang Minh – là Lính mà em tôi, em của Minh và bạn học của tôi thời thơ dại cũng đều là Lính.

Vì thích viết về Lính, cho nên, cách nay khá lâu, Hội Sử Học đã nhờ tôi viết Sơ Lượt Về Lịch Sử Hải Quân V.N.C.H.; và gần đây, Hội Sử Học lại nhờ tôi biên khảo về những quân nhân Hải Quân có nhiều công trạng trong cuộc chiến vừa qua, tôi nhận lời ngay.

Sau khi nhận lời giúp Hội Sử Học, tôi mới nhận ra được nhiều trở ngại mà tôi phải trực diện. Đó là – cũng như đa số di dân thế hệ thứ nhất – quân nhân Hải quân V.N.C.H. không còn trẻ nữa; nhiều vị tuổi khá cao, không nhớ được nhiều và nhiều vị không còn nữa!

Sau thời gian dài tra cứu tài liệu và nhờ sự giúp đỡ tận tình của Đại Gia Đình Hải Quân, phần tài liệu đã xong; nhưng tôi biết vẫn còn nhiều thiếu sót.

Trong phần tài liệu này, cấp bậc được nêu cùng với tên của mỗi quân nhân là cấp bậc sau cùng của quân nhân đó; vì vậy, khi viết về những vị đã qua đời, tôi không dùng chữ "cố", cũng như tôi không dùng chữ "cựu/nguyên" khi viết về các vị khác.

Tài liệu này được chia làm 3 phần:
1. Các vị Tư Lệnh Hải Quân, được sắp theo thời gian các vị đó đảm nhận chức vụ.
2. Các vị Phó Đề Đốc Hải Quân, được sắp theo mẫu tự tên của từng vị.
3. Những vị sĩ quan cấp Tá Hải Quân, được sắp theo mẫu tự tên của từng vị.

Hội Sử Học cũng yêu cầu tôi viết vài dòng về Điệp Mỹ Linh, nhưng tôi rất ngại ngùng; vì Điệp Mỹ Linh chỉ là "ngòi bút bất đắc dĩ"! Thật vậy, thời mới lớn, khi đàn Accordéon và hát trong Ban Ca Nhạc Bình Minh, do Ba tôi – Cụ Điệp Linh Nguyễn Văn Ngữ – thành lập để phụ trách phần văn nghệ cho đài phát thanh Nha Trang, tôi chỉ ước mơ được trở thàng nghệ sĩ trình diễn; nhưng Ba Má tôi không cho phép!

Thấy tôi buồn, Ba tôi – bút hiệu Điệp Linh, cộng tác với báo Sóng Thần, Đuốc Thiêng và vài báo khác – khuyến khích và dạy tôi...cầm bút.

Sau khi lập gia đình, Minh không muốn tôi viết/đàn/hát; thế là tôi trở thành "Thủy Thủ không số quân", được tháp tùng theo các đơn vị tác chiến do Minh chỉ huy.

Trong các cuộc hành quân hỗn hợp, thấy rõ sự can cường, sự hy sinh liều lĩnh của Người Lính V.N.C.H. lòng tôi dâng lên niềm thương cảm và tôi "lén" viết những bài tường thuật ngăn ngắn, gửi đến các báo với nhiều bút hiệu khác nhau – để Minh khỏi nhận ra tôi là tác giả!

Trước khi dừng bút, tôi xin trân trọng cảm ơn quý độc giả thích đọc bài/truyện của tôi; xin cảm ơn Hội Sử Học đã tin tưởng tôi; xin cảm ơn Đại Gia Đình Hải Quân lúc nào cũng yểm trợ ngòi bút của tôi; và tôi cũng xin chân thành biết ơn Ba tôi – người đã dạy tôi đàn/hát/viết văn.

Và tôi cũng xin gửi theo đây lời xin lỗi những vị/website/tài liệu nào tôi đã trích dẫn mà quên ghi chú.

Trân trọng,

Điệp Mỹ Linh
www.diepmylinh.com

QUÂN NHÂN HẢI-QUÂN VIỆT-NAM CỘNG-HÒA LẬP NHIỀU CHIẾN CÔNG

trong cuộc chiến

giữa

Chính Thể Việt Nam Cộng Hòa và Cộng Sản Việt Nam

1954 – 1975

CÁC VỊ TƯ LỆNH
HẢI QUÂN VIỆT NAM CỘNG HÒA

Hải Quân Đại Tá Lê Quang Mỹ

Ông Lê Quang Mỹ sinh ngày 27 tháng 02 năm 1926; xuất thân khóa 2 trường Võ Bị tại Huế với cấp bậc Thiếu Úy Bộ Binh. Ông xin và được chấp thuận chuyển sang Hải Quân.

Ông gia nhập khóa 1 trường sĩ quan Hải Quân Nha Trang; tốt nghiệp với cấp bậc Trung Úy – cấp bậc cao nhất của sĩ quan Hải Quân Việt Nam lúc bấy giờ.

Đơn vị đã phục vụ:
- Chiến hạm Jeanne d'Arc và Savorgnan de Brazza của Pháp.
- Chỉ Huy Trưởng Hải Đoàn 21 Xung Phong.
- Chỉ huy Lực Lượng Hải Quân tại Vùng IV Chiến Thuật tham gia chiến dịch Hoàng Diệu.
- Phụ tá Tổng Tham Mưu Trưởng – đặc trách về Hải Quân – cho Tướng Lê Văn Tỵ.
- Tư Lệnh đầu tiên của Hải Quân – từ ngày 20 tháng 8 năm 1955 đến tháng 8 năm 1957 – kiêm Tư Lệnh đầu tiên của Thủy Quân Lục Chiến.
- Thị trưởng thị xã Đà Nẵng.
- Thanh Tra tại Bộ Tổng Tham Mưu.

Tu nghiệp:
- U.S. Naval Postgraduate School.

Thành tích:

Chỉ huy Hạm Đội Hải Quân V.N.C.H. ra Phú Quốc để xác định các đảo Poulo Panjang, Poulo Tang và Poulo Wai trong vịnh Thái Lan thuộc chủ quyền của V.N.C.H.

Chỉ huy chiến dịch Rừng Sát dẹp tan quân Bình Xuyên.

Chỉ huy nhiều đơn vị Hải Quân hành quân yểm trợ các chiến dịch: Hồng Nhạn, Đinh Tiên Hoàng, Hoàng Diệu, Nguyễn Huệ, v.v… để bình định các vùng sông ngòi.

Đề Đốc Trần Văn Chơn

Ông Trần Văn Chơn sinh ngày 24 tháng 09 năm 1920 tại Vũng Tàu. Ông đỗ thủ khoa khóa I sĩ quan Hải Quân Nha Trang.

Trước khi được tuyển nhận vào trường sĩ quan Hải Quân Nha Trang, Ông đã tốt nghiệp Cơ Khí Hàng Hải tại trường Ecole Rosel – sau được đổi tên là Ecole Technique Special; rồi lại được đổi thành Trường Kỹ Thuật. Ông cũng tốt nghiệp khóa Vô Tuyến Truyền Tin Hàng Hải. Ông là sĩ quan, rồi trở thành Thuyền Trưởng Hàng Hải Thương Thuyền.

Đơn vị đã phục vụ:
- Chỉ Huy Phó Hải Đoàn Xung Phong tại Vĩnh Long.
- Chỉ Huy Phó Hải Đoàn Xung Phong Ninh Giang – tại Bắc Việt – về sau, Hải Đoàn Ninh Giang được chuyển vào Nam, căn cứ tại Mỹ Tho.
- Hạm Trưởng HQ 226.
- Chỉ Huy Trưởng Giang Lực.
- Tư Lệnh Hải Quân, từ tháng 08 năm 1957 đến tháng 08 năm 1959.
- Phụ Tá Tổng Giám Đốc Bảo An và Dân Vệ cho Đại Tá Dương Ngọc Lắm; hai đơn vị này về sau được cải danh là Địa Phương Quân và Nghĩa Quân.
- Chỉ Huy Trưởng Lực Lượng Tuần Giang – về sau được cải danh là Liên Đoàn Tuần Giang.
- Đáo nhiệm Tư Lệnh Hải Quân, từ 31 tháng 10 năm 1966 đến tháng 11 năm 1974.

Tu nghiệp:
- U.S. Naval War College, Newport, Rhode Island.
- Sau khi mãn tù Cộng Sản và được sang Mỹ theo diện H.O., ông trở lại trường đại học và tốt nghiệp ngành Interdisciplinary Studies tại San Jose/Evergreen Community College rồi chuyển qua San Jose State University, học về Political Science.

Ân thưởng:
- Bảo Quốc Huân Chương đệ tam đẳng.
- 01 Anh Dũng Bội Tinh với nhành dương liễu.
- 01 Chiến Thương Bội Tinh.
- 02 Legion of Merit with Combat Distinguishing của Hoa Kỳ.
- 01 Certificate of Recommendation tại San Jose.
- 01 Certificate of Special Congressional Recognition của U.S. House of Representatives.

Thành tích:

Ông có sáng kiến và đôn đốc việc xây dựng Tượng Đức Thánh Tổ Trần Hưng Đạo tại Bến Bạch Đằng, Saigon.

Trận Hải Chiến Hoàng Sa giữa Hải Quân V.N.C.H. và Hải Quân Trung Cộng xảy ra vào thời điểm Đề Đốc Trần Văn Chơn là Tư Lệnh Hải Quân lần thứ hai.

Ông là sĩ quan cao cấp nhất của Hải Quân V.N.C.H. bị Cộng Sản Việt Nam cầm tù hơn 12 năm.

Ông được Hải Quân Hoa Kỳ mời tham dự buổi lễ đặt tên cho Khu Trục Hạm tối tân USS Zumwalt ngày 19 tháng 10 năm 2013, tại Bath Iron Work, tiểu bang Maine.

Ông cũng là một trong những thành viên danh dự trong Board of Advisors, gồm những nhân vật nổi tiếng như Bộ Trưởng Hải Quân William le Ball III, Đô Đốc Tư Lệnh Hải Quân Hoa Kỳ Gary Roughead, T.N.S. John S. McCain III, v.v... của chiến hạm USS Zumwalt DDG 1000.

Đô Đốc Tư Lệnh Hải Quân Hoa Kỳ – Zumwalt – từng là Cố Vấn cho Tư Lệnh Trần Văn Chơn trong thời kỳ chiến tranh Việt Nam.

Mời xem tin này tại link:

http://usszumwalt.org/#!committee-and-board-of-advisors/puz9w

Hải Quân Đại Tá Hồ Tấn Quyền

Ông Hồ Tấn Quyền sinh ngày 01 tháng 11 năm 1927, tại Đà Nẵng; xuất thân khóa 1 trường sĩ quan Hải Quân Nha Trang.

Trước khi gia nhập Hải Quân, Ông đã tốt nghiệp từ trường Hàng Hải Thương Thuyền với bằng Thuyền Trưởng.

Đơn vị đã phục vụ:
- Chỉ Huy Trưởng Hải Đoàn 25 Xung Phong.
- Chỉ Huy Hải Quân trong Chiến Dịch Sóng Tình Thương – giai đoạn I.
- Hạm Trưởng HQ 535.
- Chỉ Huy Trưởng Hải Khu Đà Nẵng – về sau được cải danh là Vùng I Duyên Hải và Chỉ Huy Trưởng được đổi thành Tư Lệnh Hải Quân Vùng.
- Tham Mưu Trưởng Hải Quân.
- Tư Lệnh Hải Quân, từ ngày 06 tháng 08 năm 1959 đến tháng 10 năm 1963.

Thành tích:

Chỉ huy chiến dịch Sóng Tình Thương để tái chiếm và bình định vùng Năm Căn, Cà Mau.

Thành lập Lực Lượng Hải Thuyền.

Thành Lập Liên Đội Người Nhái – về sau được cải danh là Liên Đoàn Người Nhái.

(1)

Hải Quân Đại Tá Trần Văn Phấn

Ông Trần Văn Phấn sinh năm 1920; tốt nghiệp khóa 1 trường sĩ quan Hải Quân Nha Trang, năm 1952.

Trước khi được tuyển chọn vào Hải Quân, Ông đã tốt nghiệp từ trường Hàng Hải Thương Thuyền.

Sau khi tốt nghiệp từ trường sĩ quan Hải Quân Nha Trang, Ông được tạm trú và thực tập trên chiến hạm Arromanches của Pháp.

Đơn vị đã phục vụ:
- Đơn vị tác chiến Hải Quân đầu tiên tại Bắc Việt, năm 1953.
- Đơn vị trưởng nhóm đầu tiên của Hải Đoàn 21 Xung Phong, miền Nam.
- Thực tập trên nhiều chiến hạm của Pháp.
- Chỉ Huy Trưởng Hải Đoàn 24 Xung Phong.
- Hạm Trưởng Tuần Duyên Hạm.
- Chỉ Huy Trưởng Hải Khu Đà Nẵng – về sau được cải danh là Vùng I Duyên Hải.
- Chỉ Huy Trưởng Hải Trấn.
- Tham Mưu Trưởng Bộ Tư Lệnh Hải Quân.
- Tư Lệnh Hải Quân, ngày 26 tháng 04 năm 1965 đến tháng 09 năm 1966.
- Tùy viên quân sự tòa đại sứ Việt Nam tại Thái Lan.

Tu nghiệp:
- Căn cứ Hải Quân Hoa Kỳ – Olongapo – tại Phi Luật Tân.
- Joint and Combined School at Okinawa, Nhật.
- U.S. Naval War College.

1.- Tài liệu và hình từ Website Nguyen Văn Hieu. Q.L./V.N.C.H. – A.R.V.N. và từ nhiều vị sĩ quan H.Q./V.N.C.H.

Đề Đốc Lâm Ngươn Tánh

Ông Lâm Ngươn Tánh sinh năm 1928 tại Sadec; xuất thân khóa 1 trường sĩ quan Hải Quân Nha Trang.

Trước khi được tuyển nhận vào trường sĩ quan Hải Quân Nha Trang, Ông đã tốt nghiệp từ trường Hàng Hải Thương Thuyền.

Đơn vị đã phục vụ:

- Hạm Trưởng HQ 534; HQ 330; HQ 226; HQ 03.
- Chỉ Huy Trưởng Giang Khu miền Tây – về sau được cải danh là Vùng IV Sông Ngòi.
- Chỉ Huy Trưởng Bộ Chỉ Huy Hải Lực.
- Tham Mưu Trưởng Hải Quân.
- Giám Đốc Hải Quân Công Xưởng.
- Đáo nhiệm Tham Mưu Trưởng Hải Quân.
- Phụ tá – về Hải Quân – cho Tham Mưu Phó Hành Quân Bộ Tổng Tham Mưu.
- Chỉ Huy Trưởng trường đại học Chiến Tranh Chính Trị Dalat.
- Tư Lệnh Phó Hải Quân.
- Chủ Tịch tiểu ban Bài Trừ Tham Nhũng trong Hải Quân.
- Tư Lệnh Hải Quân, từ tháng 11 năm 1974 đến tháng 03 năm 1975.
- Phụ Tá Quốc Vụ Khanh cho Thứ Trưởng Bộ Xã hội – bác sĩ Phan Quang Đán.

Tu nghiệp:
- U.S. Postgraduate School.
- U.S. Naval War College.

Ân thưởng:
- Bảo Quốc Huân Chương đệ tứ đẳng.

Thành tích:
Chỉ huy các đơn vị Hải Quân tham dự chiến dịch Sóng Tình Thương; chiến dịch Đồng Tháp Mười; chiến dịch Rừng Sát, v.v...

Phó Đô Đốc Chung Tấn Cang

Ông Chung Tấn Cang sinh ngày 22 tháng 07 năm 1926 tại Gia Định, Saigon; tốt nghiệp khóa 1 trường sĩ quan Hải Quân Nha Trang.

Trước khi được tuyển nhận vào trường sĩ quan Hải Quân, Ông đã tốt nghiệp từ trường Hàng Hải Thương Thuyền.

Đơn vị đã phục vụ:
- Chỉ huy Hải Đoàn 21 XungPhong.
- Hạm Trưởng HQ 533; HQ 330; HQ 114.
- Chỉ Huy Trưởng Trung Tâm Huấn Luyện Hải Quân Nha Trang.
- Chỉ Huy Trưởng Bộ Chỉ Huy Giang Lực.
- Tư Lệnh Hải Quân, từ tháng 11 năm 1963 đến tháng 04 năm 1965.
- Trưởng Ban Hội Đồng Lãnh Đạo Quốc Gia.
- Phụ tá đặt biệt – về Hải Quân – cho Tổng Tham Mưu Trưởng.
- Chỉ Huy Trưởng Trường Đại Học Quân Sự – về sau được cải danh là Trường Chỉ Huy và Tham Mưu.
- Phụ Tá Bộ Trưởng Quốc Phòng kiêm Chủ Tịch Ủy Ban Quốc Gia bài trừ tham nhũng.
- Tư Lệnh Biệt Khu Thủ Đô kiêm Tổng Trấn Saigon - Gia Định.
- Đáo nhiệm Tư Lệnh Hải Quân, từ tháng 03 năm 1975 đến tháng 04 năm 1975.

Tu nghiệp:
- U.S. Naval Amphibious Base Coronado, San Diego.
- U.S. Naval War College, New Port.

Thành tích:

Khi còn mang cấp bậc Hải Quân Đại Tá, ông Chung Tấn Cang và Hải Quân Trung Tá Khương Hữu Bá đã cùng Tư Lệnh Không Quân Nguyễn Cao Kỳ và Trần Văn Minh ký tên vào Hiến Chương Vũng Tàu – 1st Constitution of the Republic of South Vietnam. (1)

Vào thời gian sôi động nhất của cuộc chiến, Ông cho thành lập Lực Lượng Đặc Nhiệm 99, đặt dưới quyền chỉ huy của Hải Quân Đại Tá Lê Hữu Dõng. Nếu có đảo chánh, Lực Lượng 99 sẽ hỗ trợ cho những Lực Lượng khác chống đảo chánh; đồng thời Lực Lượng 99 cũng bảo vệ an ninh những hải trình huyết mạch quanh thủ đô Saigon như sông Lòng Tào, sông Vàm Cỏ, sông Soài Rạp để chiến hạm của Hải Quân V.N.C.H. cũng như thương thuyền có thể lưu thông và cũng để đề phòng trường hợp Việt Cộng cắt quốc lộ 4. (2)

Ông chỉ thị Hạm Đội Hải Quân tận dụng tối đa phương tiện để tiếp cứu và di chuyển đồng bào cũng như quân bạn từ Vùng I và Vùng II Duyên Hải về Saigon và Phú Quốc. (3)

Sau khi Vùng I và Vùng II bị bỏ ngỏ, Ông muốn tận dụng phương tiện của Hải Quân để đưa gia đình binh sĩ ra tạm trú tại Phú Quốc rồi đưa binh sĩ trở lại miền Tây – Vùng IV Sông Ngòi – chiến đấu. (4)

Khi ý định đưa binh sĩ về Vùng IV Sông Ngòi không thành, Ông được cựu cố vấn của Hải Quân V.N.C.H. – ông Richard Lee Armitage – đề nghị nên đưa toàn Hạm Đội ra Côn Sơn. (5)

Sau khi Tướng Dương Văn Minh đầu hàng Cộng Sản Việt Nam, từ Côn Sơn, cựu Tư Lệnh Chung Tấn Cang chỉ thị Hạm Đội Hải Quân trực chỉ Phi Luật Tân. (6)

1.- Tư liệu của tiến sĩ Khương Hữu Lộc.
2-3-4-5-6.- Hải Quân V.N.C.H. Ra Khơi, 1975 của Điệp Mỹ Linh.

CÁC VỊ PHÓ ĐỀ ĐỐC

Phó Đề Đốc Nguyễn Thanh Châu*

Ông Nguyễn Thanh Châu sinh vào tháng 08 năm 1933 tại Long An; tốt nghiệp khóa 3 trường sĩ quan Hải Quân Nha Trang.
Đơn vị đã phục vụ:
- Chỉ Huy Phó Căn Cứ Hải Quân Tiên Sa, Đà Nẵng.
- Chỉ Huy Trưởng Căn Cứ Hải Quân Tiên Sa, Đà Nẵng.
- Nhận lãnh tại Hoa Kỳ và trở thành Hạm Trưởng HQ 8.
- Trưởng Khối Huấn Luyện/Trung Tâm Huấn Luyện Hải Quân Nha Trang.
- Chỉ Huy Phó Trung Tâm Huấn Luyện Hải Quân Nha Trang.
- Chỉ Huy Trưởng Trung Tâm Huấn Luyện Hải Quân Nha Trang.

*Wikipedia

Phó Đề Đốc Nguyễn Hữu Chí

Ông Nguyễn Hữu Chí sinh năm 1931, tại Nam phần; xuất thân khóa 3 trường sĩ quan Hải Quân Nha Trang.

Trước khi được tuyển chọn vào khóa 3 sĩ quan Hải Quân, Ông đã tốt nghiệp từ trường Hàng Hải Thương Thuyền vời bằng Thuyền Trưởng.

Ngoài binh nghiệp, Ông còn là một nhà thơ – bút hiệu Hữu Phương – rất được mến mộ.

Đơn vị đã phục vụ:
- Chỉ Huy Phó Hải Đoàn 21 Xung Phong.
- Hạm Trưởng HQ 405.
- Trưởng phòng nhân viên.
- Chỉ Huy Trưởng Lực Lượng Hải Tuần.
- Chỉ Huy Trưởng Duyên Khu IV – về sau được cải danh là Vùng IV Duyên Hải và danh từ Chỉ Huy Trưởng được đổi thành Tư Lệnh Hải Quân Vùng.
- Phu Tá Tư Lệnh Hải Quân Hành Quân Lưu Động Biển – danh từ khác là Lực Lượng Duyên Phòng hoặc Lực Lượng Đặc Nhiệm 213.

Tu nghiệp:
- U.S. Naval Post Graduate School, California.
- U.S. Naval War College, Newport, Rhode Island.
- Trường Cao Đẳng Quốc Phòng.

Thành tích:

Chỉ huy Hải Quân tham gia các chiến dịch bình định lãnh thổ tại Cà Mau, U Minh và Thới Bình.

Tác giả 3 tập thơ: Luống Biển, Neo Tuổi Vàng, Tâm Sự Người Đi Biển và 3 tập thơ sáng tác tại Hoa Kỳ, chưa kịp xuất bản: Kiếp Lưu Đày I, II, III.

Phó Đề Đốc Vũ Đình Đào *

Ông Vũ Đình Đào sinh năm 1931 tại Hải Phòng; xuất thân khóa 3 trường sĩ quan Hải Quân Nha Trang.

Trước khi gia nhập khóa 3 sĩ quan Hải Quân, Ông đã tốt nghiệp từ trường Hàng Hải Thương Thuyền với bằng Thuyền Trưởng.

Đơn vị đã phục vụ:
- Hạm Trưởng HQ 331; HQ 403.
- Đáo nhiệm Hạm Trưởng HQ 331; HQ 403.
- Trưởng Phòng III Bộ Tư Lệnh Hải Quân.
- Nhận lãnh tại Hoa Kỳ và trở thành Hạm Trưởng HQ 11.
- Chỉ Huy Phó Bộ Chỉ Huy Hải Lực.
- Chỉ Huy Trưởng Bộ Chỉ Huy Hải Lực – về sau Hải Lực được cải danh là Hạm Đội; danh từ Chỉ Huy Trưởng được đổi thành Tư Lệnh.
- Tham Mưu Phó hành quân Bộ Tư Lệnh Hải Quân.
- Tư Lệnh Vùng IV Sông Ngòi.
- Tư Lệnh Vùng III Duyên Hải kiêm Tư Lệnh Lực Lượng Đặc Nhiệm 213.3

Tu nghiệp:
- U.S. Naval Post Graduate School, California.
- U.S. Naval War College, Newport, Rhode Island.

Ân thưởng:
- Bảo Quốc Huân Chương Đệ Tứ Đẳng.
- 01 Hải Quân Huân Chương.
- 01 Anh Dũng Bội Tinh ngôi sao vàng.
- 01 Danh Dự Bội Tinh hạng nhất.
- 01 Chỉ Đạo Bội Tinh cấp Sư Đoàn.
- 01 Tham Mưu Bội Tinh hạng nhất.
- 01 Huấn Vụ Bội Tinh hạng nhất, 01 Dân Vụ Bội Tinh hạng nhất, 01 Quân Phong Bội Tinh hạng nhất, 01 Chiến Dịch Bội Tinh, 01 Quân Vụ Bội Tinh hạng nhì và 01 Hải Vụ Bội tinh hạng nhất.

Thành tích:

Chỉ huy Hải Quân tham dự các chiến dịch: Sóng Tình Thương, Trần Hưng Đạo 18, Trần Hưng Đạo 19 và Trần Hưng Đạo 20.

*Tư liệu từ Giám Lộ Nguyễn Bá Nghiệp. Hình chụp khi Phó Đề Đốc Vũ Đình Đào còn là Trung Tá.

Phó Đề Đốc Đinh Mạnh Hùng

Ông Đinh Mạnh Hùng sinh năm 1932 tại Hà Nội; tốt nghiệp thủ khoa khóa 2 sĩ quan Hải Quân Nha Trang.

Trước khi được tuyển chọn vào Hải Quân, Ông đã tốt nghiệp từ trường Hàng Hải Thương Thuyền với bằng Thuyền Trưởng.

Đơn vị đã phục vụ:
- Sĩ quan đệ tam Trục Lôi Hạm Geranium.
- Hạm Phó HQ 330.
- Hạm Trưởng HQ 225.
- Nhận lãnh tại Hoa Kỳ và trở thành Hạm Trưởng HQ 115.
- Hạm Trưởng HQ 405.
- Chỉ Huy Trưởng Hải Đoàn 25 Xung Phong.
- Tham Mưu Phó Hành Quân Bộ Tư Lệnh Hải Quân.
- Quyền Tham Mưu Trưởng Bộ Tư Lệnh Hải Quân.
- Chỉ Huy Trưởng Bộ Chỉ Huy Hải Lực.
- Chỉ Huy Trưởng Trung Tâm Huấn Luyện Hải Quân Nha Trang
- Tư Lệnh Lực Lượng Thủy Bộ.
- Phụ Tá Tư Lệnh Hải Quân Hành Quân Lưu Động Sông kiêm Chỉ Huy Trưởng Bộ Chỉ Huy Hành Quân Lưu Động Sông.

Tu nghiệp:
- U.S. Naval Postgraduate school, California.
- U.S. Naval War College, Newport, Rhode Island.
- Trường Cao Đẳng Quốc Phòng.
- Khóa Quản Trị Quốc Phòng, Hoa Kỳ.

Ân Thưởng:
- Đệ ngũ đẳng Bảo Quốc Huân Chương.
- 01 Hải Quân Huân Chương
- 05 Anh Dũng Bội Tinh.
- 01 Hải Vụ Bội Tinh.

Thành tích:

Chỉ huy Hải Quân tham dự các chiến dịch: Đinh Tiên Hoàng, Hoàng Diệu, Sóng Tình Thương để bình định Năm Căn, Cà Mau.

Hành quân bình định Miền Tây.

Chỉ huy các cuộc hành quân Trần Trần Hưng Đạo trong sông.

Phó Đề Đốc Nghiêm Văn Phú*

Ông Nghiêm Văn Phú sinh năm 1928 tại Hà Đông, Bắc Việt; xuất thân khóa 2 trường sĩ quan Hải Quân Nha Trang.

Trước khi được tuyển nhận vào khóa 2 trường sĩ quan Hải Quân Nha Trang, Ông đã tốt nghiệp từ trường Hàng Hải Thương Thuyền.

Đơn vị đã phục vụ:
- Nhiều Hải Đoàn Xung Phong.
- Chỉ Huy Trưởng Hải Lực.
- Tư Lệnh Hải Lực.
- Tư Lệnh Lực Lượng Tuần Thám – danh xưng khác là Lực Lượng Đặc Nhiệm 212.

Tu nghiệp:
- Trường Chỉ Huy và Tham Mưu Fort Leavenwworth, Kansas, Hoa Kỳ.

*Wikipedia

Phó Đề Đốc Đặng Cao Thăng

Ông Đặng Cao Thăng sinh năm 1929 tại Nam Định, Bắc Việt; tốt nghiệp khóa 1 trường sĩ quan Hải Quân Pháp, tại Brest, với cấp bậc Hải Quân Thiếu Úy. Ông và các bạn cùng khóa được thực tập trên Tuần Dương Hạm Jeanne D'Arc của Pháp trước khi trở về phục vụ cho Hải Quân V.N.C.H..

Trước khi được tuyển nhận vào trường sĩ quan Hải Quân Brest, Ông đã bị động viên vào trường sĩ quan trừ bị Nam Định. Sau đó, Ông được chuyển vào trường sĩ quan trừ bị Thủ Đức, học về Pháo Binh, Công Binh và Truyền Tin. Ông ra trường với cấp bậc Chuẩn Úy.

Đơn vị đã phục vụ:
- Sĩ quan đệ tam HQ 113.
- Hạm Trưởng HQ 112; HQ 327; HQ 05.
- Giám Đốc Quân Huấn tại Trung Tâm Huấn Luyện Hải Quân Nha Trang.
- Chỉ Huy Trưởng Trung Tâm Huấn Luyện Hải Quân Nha Trang.
- Chỉ Huy Phó Bộ Chỉ Huy Hải Lực.
- Tham Mưu Trưởng Bộ Tư Lệnh Hải Quân.
- Giám Đốc Hải Quân Công Xưởng.
- Tư Lệnh Phó Hải Quân.
- Sĩ quan tùy viên quân sự Tòa Sại Sứ V.N.C.H. tại Nam Hàn.
- Tư Lệnh Hải Quân Vùng IV Duyên Hải.
- Tư Lệnh Lực Lượng Đặc Nhiệm 213.
- Tư Lệnh Hải Quân Vùng IV Sông Ngòi kiêm Tư Lệnh Hạm Đội Đặc Nhiệm 21.

Tu nghiệp:
- U.S. Naval War College, Newport, Rhode Island.

Phó Đề Đốc Hồ Văn Kỳ Thoại

Ông Hồ Văn Kỳ Thoại sinh năm 1933 tại Cần Thơ; xuất thân khóa 4 trường sĩ quan Hải Quân Nha Trang.

Đơn vị đã phục vụ:
- Hộ Tống Hạm Glaive và Hộ Tống Hạm Mousquet của Hải Quân Pháp.
- Hạm trưởng HQ 04.
- Thực tập trên Đệ Thất Hạm Đội Hoa Kỳ.
- Hải Đội Trưởng Hải Đội Hộ Tống Hạm.
- Trưởng Phòng Truyền Tin Hải Quân.
- Sĩ quan tùy viên cho Tổng Thống V.N.C.H. Ngô Đình Diệm.
- Trưởng phòng nhân viên và hành chánh Hải Quân
- Chỉ Huy Trưởng Trung Tâm Huấn Luyện Bổ Túc Saigon
- Chỉ Huy Trưởng Căn Cứ Hải Quân Nha Trang và Duyên Khu II.

- Chỉ Huy Trưởng Vùng II Duyên Hải
- Chỉ Huy Trưởng Sở Phòng Vệ Duyên Hải
- Tư Lệnh Hải Quân Vùng I Duyên Hải kiêm Tư Lệnh Liên Đoàn Đặc Nhiệm 213.1.

Tu nghiệp:
- U.S. Naval Postgraduate School, California.
- Khóa cao cấp Quản Trị Nhân Viên tại Pentagon, U.S.A.

Ân thưởng:
- Bảo Quốc Huân Chương đệ tứ đẳng.
- 01 Hải Quân Huân Chương đệ nhất đẳng.
- 01 Biệt Công Bội Tinh.
- 08 Anh Dũng Bội Tinh: 05 với nhành dương liễu, 01 ngôi sao vàng, 01 ngôi sao bạc, 01 ngôi sao đồng.
- 01 Hải Dũng Bội Tinh với mỏ neo vàng.
- 02 Bronze Star with combat V của Hải Quân Hoa Kỳ.

Thành tích:

Chỉ huy những công tác trên vỹ tuyến 17 của Sở Phòng Vệ Duyên Hải.

Chỉ huy cuộc hành quân tấn công, phá hủy mật khu Vũng Rô.

Trực tiếp chỉ thị Hải Quân Đại Tá Hà Văn Ngạc – sĩ quan chỉ huy chiến thuật (O.T.C.) – ra lệnh cho các chiến hạm của Hải Quân V.N.C.H. tại Hoàng Sa khai hỏa, tấn công chiến hạm của Hải Quân Trung Cộng, ngày 19 tháng 01, năm 1974.

Tác giả quyển Hồi Ký Can Trường Trong Chiến Bại.

Phó Đề Đốc Diệp Quang Thủy *

Ông Diệp Quang Thủy sinh ngày 27 tháng 11 năm 1932; xuất thân khóa 3 trường sĩ quan Hải Quân Nha Trang.

Trước khi được tuyển nhận vào trường sĩ quan Hải Quân Nha Trang, Ông đã tốt nghiệp từ trường Võ Bị Quốc Gia Dalat, cấp bậc Thiếu Úy.

Đơn vị đã phục vụ:
- Hạm Trưởng HQ 7.
- Sĩ quan tùy viên cho Tổng Thống Ngô Đình Diệm.
- Chỉ Huy Trưởng Lực Lượng Hải Tuần.
- Chỉ Huy Trưởng Vùng III Sông Ngòi kiêm Chỉ Huy Trưởng Đặc Khu Rừng Sát.
- Tham Mưu Trưởng Bộ Tư Lệnh Hải Quân.

*Wikipedia

NHỮNG VỊ SĨ QUAN CẤP TÁ

Hải Quân Đại Tá Khương Hữu Bá (1)

Ông Khương Hữu Bá sinh năm 1930; tốt nghiệp khóa 2 trường sĩ quan Hải Quân Nha Trang.

Trước khi được tuyển nhận vào khóa 2 Hải Quân, Ông đã tốt nghiệp từ trường sĩ quan Hàng Hải Thương Thuyền.

Đơn vị đã phục vụ:
- Chỉ Huy Trưởng Hải Đoàn 25 Xung Phong.
- Nhận lãnh tại Hoa Kỳ và trở thành Hạm Trưởng HQ 404.
- Chỉ Huy Trưởng Lực Lương Hải Thuyền kiêm Chỉ Huy Trưởng Duyên Lực.
- Tham Mưu Phó Hành Quân Bộ Tư Lệnh Quân Hải Quân.
- Chỉ Huy Trưởng Trung Tâm Huấn Luyện Hải Quân Nha Trang.
- Chánh Thanh Tra Bộ Tư Lệnh Hải Quân.
- Tư Lệnh Hải Quân Vùng IV Duyên Hải kiêm Đặc Khu Trưởng đặc khu Phú Quốc.

Tu nghiệp:
- Cao Đẳng Quốc Phòng.
- U.S. Postgraduate School – General Line.
- U.S. Naval War College, Newport, Rhode Island.

Ân thưởng:
- Bảo Quốc Huân Chương đệ tứ đẳng.
- 01 Hải Quân Huân Chương đệ nhất đẳng.
- 01 Danh Dự Bội Tinh đệ nhất đẳng.
- 01 Hải Vụ Bội Tinh đệ nhất đẳng.
- 01 Anh Dũng Bội Tinh với nhành dương liễu.

Thành tích:

Hải Quân Trung Tá Khương Hữu Bá và Hải Quân Đại Tá Chung Tấn Cang đã cùng Tư Lệnh Không Quân Nguyễn Cao Kỳ và Trần Văn Minh ký tên vào Hiến Chương Vũng Tàu – 1st Constitution of the Republic of South Vietnam. Năm 1974, Cao Miên đưa một chiến hạm và một tàu dò tìm dầu hỏa vào lãnh hải Việt Nam, thuộc Vùng IV Duyên Hải. Hải Quân Đại Tá Khương Hữu Bá phúc trình sự việc lên Đề Đốc Tư Lệnh Trần Văn Chơn. Sau khi được Đề Đốc Tư Lệnh Trần Văn Chơn cấp thuận, Đại Tá Bá điều động 3 chiến hạm của Hải Quân V.N.C.H. đang công tác trong lãnh hải Vùng IV Duyên Hải đến nơi hai chiếc tàu của Cao Miên đang hoạt động; đồng thời Đại Tá Bá gửi công hàm ngoại giao đến Tư Lệnh Vùng của Cao Miên, yêu cầu 2 chiếc tàu của Cao Miên phải rời lãnh hải của V.N.C.H. trong vòng 24 tiếng đồng hồ. Hai chiếc tàu của Cao Miên dò tìm dầu hỏa trong lãnh hải của V.N.C.H. phải rút lui.

1.- Tư liệu của tiến sĩ Khương Hữu Lộc.

Hải Quân Đại Tá Lê Hữu Dõng

Ông Lê Hữu Dõng sinh năm 1937; tốt nghiệp khóa 8 trường sĩ quan Hải Quân Nha Trang.

Đơn vị đã phục vụ:
- Sĩ quan đệ tam HQ 330.
- Hạm Phó HQ 02.
- Hạm Trưởng HQ 609; HQ 07; HQ 13.
- Chỉ Huy Phó Hải Đoàn 22 Xung Phong.
- Chỉ Huy Trưởng Hải Đoàn 22 Xung Phong.
- Chỉ Huy Trưởng Liên Giang Đoàn 25 - 29 Xung Phong.
- Chỉ Huy Trưởng Liên Giang Đoàn 23 - 31 Xung Phong.
- Tư Lệnh Phó kiêm Tham Mưu Trưởng Hải Quân Vùng IV Sông Ngòi.
- Tư Lệnh Phó kiêm Tham Mưu Trưởng Hải Quân Vùng II Duyên Hải.
- Đáo nhiệm Tư Lệnh Phó kiêm Tham Mưu Trưởng Hải Quân Vùng IV Sông Ngòi.
- Tư Lệnh Phó kiêm Tham Mưu Trưởng Lực Lượng Tuần Thám.
- Tư Lệnh Lực Lượng Đặc Nhiệm 99.

Tu Nghiệp:
- Khóa Landing Force Training Command tại Hoa Kỳ.
- Chỉ Huy Tham Mưu cao cấp tại Long Bình.

Ân Thưởng:
- Đệ ngũ đẳng Bảo Quốc Huân Chương với nhành dương liễu.
- Đệ tứ đẳng Bảo Quốc Huân Chương.
- 02 Hải Quân Huân Chương.
- 02 Hải Dũng Bội Tinh.
- 06 Anh Dũng Bội Tinh với nhành dương liễu.

Thành tích:
Tiếp cứu Tiểu Đoàn 52 Biệt Động Quân tại Đức Hòa – Đức Huệ.

Chỉ huy liên Giang Đoàn 22 – 24 Xung Phong phối hợp với Sư Đoàn 5 Bộ Binh hành quân dài hạn tại Dầu Tiếng và mật khu Tam Giác Sắt.

Năm Mậu Thân, 1968, cho đơn vị án ngữ từ sông Bassac đến cầu Cái Răng, chận đường tiến quân của 2 tiểu đoàn Việt Cộng muốn vượt sông để tấn công Cần Thơ.

Khoảng giữa tháng Ba 1975, Lực Lượng Đặc Nhiệm 99 phối hợp với Giang Đoàn 40 Ngăn Chặn giải tỏa quận Tân Trụ, thuộc tỉnh Long An. Sau đó, tại kinh Thủ Thừa, Long An, Lực Lượng 99 đụng độ nặng với một đơn vị của công trường 7 Việt Cộng. Vì không thể chống trả với hỏa lực như vũ bão từ đoàn chiến đỉnh, Việt Cộng đành "chém vè". (1)

Chiều 30-04-1975, HQ 402 – một Hải Vận Hạm đang được sửa chữa tại Hải Quân Công Xưởng, với hơn hai ngàn quân dân trên tàu – được trung úy cơ khí Cao Thế Hùng "đưa" đến ngã ba sông Soài Rạp thì HQ 402 chỉ quay vòng vòng! Nghe lời kêu cứu từ HQ 402 trên máy truyền tin, Đại Tá Dõng từ một PBR nhập hạm và hướng dẫn HQ 402 ra đến biển. (2)

1-2.- Hải Quân V.N.C.H. Ra Khơi, 1975 của Điệp Mỹ Linh.

Hải Quân Trung Tá Trịnh Hòa Hiệp (1)

Ông Trịnh Hòa Hiệp tốt nghiệp khóa 7 trường sĩ quan Hải Quân Nha Trang.

Đơn vị đã phục vụ:
- Sĩ quan đệ tam HQ 04.
- Thuyền Trưởng PT – Patrol Torpedo Boat.
- Duyên Khu I – về sau Duyên Khu I được cải danh thành Vùng I Duyên Hải.
- Chỉ Huy Phó Trung Tâm Huấn Luyện Hải Quân Saigon.
- Chỉ Huy Trưởng Căn Cứ Biệt Hải.
- Chỉ Huy Trưởng Khối Huấn Luyện Biệt Hải.
- Lực Lượng Hải Tuần
- Chỉ Huy Trưởng Liên Đoàn Người Nhái.
- Sau khi tốt nghiệp khóa Hành Quân Đổ Bộ tại Hoa Kỳ, Ông đáo nhiệm chức vụ Chỉ Huy Trưởng Liên Đoàn Người Nhái cho đến ngày 30-04-1975.

Tu nghiệp:
- Khóa I Biệt Hải.
- Khóa UDT – Underwater Demolition Team – tại Hoa Kỳ.
- U.S. Postgraduate School, California.
- Khóa Hành Quân Đổ Bộ tại Hoa Kỳ.
- Tham Mưu Trung Cấp Long Bình.

(1) Chi tiết từ: Cựu Hải Quân đại tá Nguyễn Văn Thiện, nguyên Hải Quân trung tá Hà Đắc Vinh, cựu Hải Quân trung tá Nguyễn Văn Quang, cựu Hải Quân thiếu tá Phan Tấn Hưng.

Hải Quân Trung Tá Nguyễn Văn Hoa

Ông Nguyễn Văn Hoa sinh năm 1934; xuất thân khóa 7 trường sĩ quan Hải Quân Nha Trang.

Trước khi được tuyển nhận vào Hải Quân, Ông đã tốt nghiệp từ trường Việt Nam Hàng Hải Thương Thuyền với bằng Thuyền Trưởng cận duyên và viễn duyên. Ông phục vụ trên thương thuyền Pháp và thương thuyền Việt Nam

Đơn vị đã phục vụ:
- Sĩ quan đệ tam kiêm sĩ quan mật mã HQ 401.
- Hạm Phó HQ 04; HQ 329.
- Nhận lãnh tại Hoa Kỳ và trở thành Hạm Phó HQ 06.
- Hạm Trưởng HQ 330.
- Sĩ quan Thanh Tra Vùng I Duyên Hải.
- Chỉ Huy Trưởng Liên Giang Đoàn 23 - 31 Xung Phong.
- Chỉ Huy Trưởng liên Giang Đoàn 25 - 29 Xung Phong.
- Quận Trưởng quận Phú Quốc – Dương Đông.
- Tham Mưu Trưởng Lực Lượng Thủy Bộ.

Tu nghiệp:
- Đến U.S. Naval Amphibious School, Coronado, San Diego, để trình bày kinh nghiệm hành quân trong sông.
- Chỉ Huy Tham Mưu, Long Bình.

Ân thưởng:
- Đệ ngũ đẳng Bảo Quốc Huân Chương.
- 01 Chiến Thương Bội Tinh.
- 02 Anh Dũng Bội Tinh cấp Quân đội.
- 19 Anh Dũng Bội Tinh cấp Quân Đoàn, Sư Đoàn, và Trung Đoàn,
- 01 Chương Mỹ Bội Tinh, 01 Hải Quân Huân Chương, 01 Danh Dự Bội Tinh, 01 Tham Mưu Bội Tinh, 01 Kỹ Thuật Bội Tinh, 01 Huấn Vụ Bội Tinh, 01 Quân Vụ Bội Tinh, Hải Vụ Bội Tinh, 01 Không Vụ Bội Tinh, 01 Chiến Dịch Bội Tinh, 01 Cảnh Sát Bội Tinh, 01 Dân Vụ Bội Tinh, 01 Xây Dựng Nông 01 Thôn Bội Tinh, 01 Xã Hội Bội Tinh.

Thành tích:
Chỉ huy đơn vị Hải Quân tham gia chiến dịch Hồng Nhạn, chiến dịch Sóng Tình Thương.

Sau 30-04-1975, bị Cộng Sản Việt Nam cầm tù ngoài Bắc 10 năm. Năm 1986 ông cùng gia đình vượt biển đến Hoa Kỳ.

Hải Quân Đại Tá Dư Trí Hùng*

Ông Dư Trí Hùng sinh năm 1933. Ông xuất thân khóa 2 trường sĩ quan Hải Quân Pháp, tại Brest, năm 1955. Sau đó, Ông thực tập hải nghiệp trên Tuần Dương Hạm Jeanne d'Arc trong một năm.

Đơn vị đã phục vụ:
- Hạm Phó HQ 05.
- Hạm Trưởng: HQ 225; HQ 114; HQ 402; HQ 500; HQ 12.
- Trưởng phòng 4 Bộ Tư Lệnh Hải Quân.
- Chỉ Huy Trưởng Hải Đội II.
- Chỉ Huy Trưởng Trung Tâm Huấn Luyện Hải Quân Nha Trang.

Tu nghiệp:
- Lớp thực tập rà mìn tại Charleston, South Corolina.
- Bổ túc thực hành về Quản Trị vật liệu tại Trung Tâm Tiếp Liệu Hải Quân Hoa Kỳ, Guam.
- U.S. Postgraduate School, Monterey, California.
- U.S. Naval War College, tại Newport, Rhodes Island.

Ân thưởng:
- Bảo Quốc Huân Chương đệ ngũ đẳng kèm Anh Dũng Bội Tinh với nhành dương liễu.
- 01 Hải Quân Huân Chương.
- 01 Huấn Vụ Bội Tinh.
- 01 Hải Vụ Bội Tinh.

Thành tích:

Chỉ huy Hải Quân tham dự chiến dịch Năm Căn, giai đoạn I.

Chỉ huy Hải Quân đuổi bắt và đánh chìm một tàu Việt Cộng chuyển vũ khí từ Bắc vào Hòn Hèo, Nha Trang, thuộc hải phận Vùng II Duyên Hải, vào Tết Mậu Thân, 1968.

.-Rất tiếc! Khi biến cố 30 tháng 04-1975 xảy ra, Hải Quân Đại Tá Dư Trí Hùng đang theo học tại U.S. Naval War College, tại Newport, Rhodes Island và bị kẹt lại tại Hoa Kỳ, cho nên ông không còn được tấm ảnh nào của ông.

Hải Quân Đại Tá Đỗ Kiểm

Ông Đỗ Kiểm sinh năm 1933, tại Hà Nội; xuất thân khóa 3 trường Hải Quân Pháp tại Brest.

Đơn vị đã phục vụ:
- Hạm trưởng HQ 537; HQ 331; HQ 06; HQ 07.
- Hiệu Trưởng trường sĩ quan Hải Quân Nha Trang.
- Tư Lệnh Phó Bộ Chỉ Huy Hạm Đội.
- Tư Lệnh Vùng IV Duyên Hải.
- Tham Mưu Trưởng Hành Quân Sông.
- Tham Mưu Phó Hành Quân Bộ Tư Lệnh Hải Quân.

Tu nghiệp:
- U.S. Naval Postgraduate school, California.
- Chỉ Huy Tham Mưu cao cấp, Dalat.

Ân thưởng:
- Đệ tứ đẳng Bảo Quốc Huân Chương.
- Đệ nhất đẳng Hải Quân Huân Chương.
- 07 Anh Dũng Bội Tinh: 01 ngôi sao vàng với nhành dương liễu, 03 ngôi sao bạc, 03 ngôi sao đồng.
- 01 Đệ nhất Danh Dự Bội Tinh, 01 Tham Mưu Bội Tinh, 01 Kỹ Thuật Bội Tinh, 01 Hải Vụ Bội Tinh, 01 Huấn Luyện Bội Tinh và 01 Chiến Công Bội Tinh.

Thành tích:
Hành quân Rừng Sát và chiến dịch Sóng Tình Thương.
Chỉ Huy Phó hành quân tảo thanh các hải đảo.
Đồng Chỉ Huy Trưởng hành quân hỗng hợp Việt Mỹ Sea Float.
Chỉ Huy Trưởng hành quân Trần Hưng Đạo – Năm Căn.
Chỉ Huy Trưởng hành quân tảo thanh sông Giang Thành – Kinh Vĩnh Tế.
Chỉ Huy Trưởng hành quân Campuchia – khu vực Nam.
Chủ tịch Ủy Ban Liên Hợp 3 quốc gia: Việt, Mỹ, Cao Miên để tiếp tế Campuchia.
Đặc trách soạn thảo và thi hành kế hoạch di tản Hải Quân V.N.C.H., tháng Tư, 1975.

Hải Quân Đại Tá Ngô Khắc Luân

Ông Ngô Khắc Luân sinh năm 1933; xuất thân khóa 2 trường sĩ quan Hải Quân Nha Trang.

Đơn vị đã phục vụ:
- Sĩ quan hải hành rồi trở thành Hạm Phó YMS Belladone của Pháp.
- Hạm Trưởng HQ 12; LSIL 328; HQ 02; HQ 502.
- Chỉ Huy Trưởng Hải Khu Vũng Tàu – về sau được cải danh là Vùng III Duyên Hải.
- Chỉ Huy Trưởng Hải Khu Đà Nẵng – về sau được cải danh là Vùng I Duyên Hải.
- Trưởng phòng II kiêm phụ tá Hành Quân Bộ Tư Lệnh Hải Quân.
- Phó hiệu trưởng Trung Tâm Huấn Luyện Hải Quan Nha Trang.
- Chỉ Huy Trưởng liên Giang Đoàn 25-26 Xung Phong.
- Trưởng phòng I Bộ Tư Lệnh Hải Quân.
- Tư Lệnh Vùng III Sông Ngòi.
- Chỉ Huy Trưởng Hải Đội II – danh từ khác là Hải Đội chuyển vận.
- Biệt phái sang Cao Miên với chức vụ Chỉ Huy Trưởng Task Force 210.
- Chỉ Huy Trưởng Bộ Chỉ Huy Tiếp Vận Hải Quân.

Tu nghiệp:
- Mine warfare school, South Carolina.
- Tham Mưu School Point Loma, San Diego, California.
- Instructor School, San Diego, California.
- English School, Lackland, Texas.
- U.S. Postgraduate School, Monterey, California.
- U.S. Naval War College Newport, Rhode Island.

Ân thưởng:
- Đệ Ngũ đẳng Bảo quốc Huân Chương.
- 01 Hải Vụ Bội Tinh.
- 12 Anh Dũng Bội Tinh: 05 ngôi sao vàng, 02 ngôi sao đồng, 3 với nhành dương liễu, 02 ngôi sao bạc
- 01 Chiến Thương Bội Tinh.
- 01 Hải Quân Huân Chương.
- 01 Legion of Merit do Tổng Thống Hoa Kỳ – Richard Milhous Nixon – ban thưởng.

Thành tích:

Chỉ huy tất cả đơn vị tác chiến Hải Quân thuộc Vùng III Sông Ngòi tham dự các cuộc hành quân dài hạn vùng Rừng Sát.

Hải Quân Đại Tá Nguyễn Văn May

Ông Nguyễn Văn May sinh năm 1933; xuất thân khóa 5 trường sĩ quan Hải Quân Nha Trang.

Trước khi được tuyển nhận vào khóa 5 trường sĩ quan Hải Quan Nha Trang, Ông đã tốt nghiệp từ trường Việt Nam Hàng Hải Thương Thuyền.

Đơn vị đã phục vụ:
- Hải Đoàn 21 Xung Phong.
- Chỉ Huy Trưởng Giang Đoàn 23 Xung Phong.
- Chỉ Huy Trưởng Giang Đoàn 25 Xung Phong.
- Hạm Trưởng HQ 328; HQ 116.
- Phó trưởng phòng 3 Bộ Tư Lệnh Hải Quân.
- Hạm Trưởng HQ 11.
- Chỉ Huy Trưởng Liên Giang Đoàn 26 - 32 Xung Phong.
- Chỉ Huy Trưởng Liên Đoàn I Tuần Thám – 212.1.
- Phụ Tá Tư Lệnh Hành Quân Trần Hưng Đạo 18.
- Tư Lệnh Phó Vùng III Duyên Hải.
- Chỉ Huy Trưởng Hải Đội II – Hải Đội Tuần Dương.
- Tư Lệnh Hải Quân Vùng V Duyên Hải.

Tu nghiệp:
- U.S. Naval Postgraduate School, California.
- Chỉ Huy Tham Mưu.

Ân thưởng:
- Bảo Quốc Huân Chương đệ ngũ đẳng.
- 03 Anh Dũng Bội Tinh: 02 ngôi sao vàng, 01 ngôi sao bạc.
- 01 Bronze Star của Hoa Kỳ.

Thành tích:

Hành quân Trần Hưng Đạo 18 thường xuyên phối hợp với Bộ Binh thuộc các tỉnh Kiên Giang, Kiến Phong, Mộc Hóa, v.v... để chống trả hoặc càn quét sự xâm nhập của Việt Cộng dọc biên giới Miên Việt.

Hành quân Trần Hưng Đạo 18 cũng phối hợp với các đơn vị tác chiến Hải Quân để bảo vệ an ninh thủy trình cho các đoàn thương thuyền từ Nam Vang đến Tân Châu hay ngược lại.

Điều động các chiến hạm biệt phái cũng như những đơn vị Hải Quân trực thuộc Bộ Tư Lệnh Vùng V Duyên Hải phối hợp với Địa Phương Quân để săn lùng, tiêu diệt địch quân và yểm trợ các chiến hạm chở dầu tiếp tế cho Căn Cứ Hải Quân Năm Căn.

Hải Quân Trung Tá Hồ Quang Minh (1)

Ông Hồ Quang Minh sinh năm 1938; xuất thân khóa 8 trường sĩ quan Hải Quân Nha Trang.

Đơn vị đã phục vụ:
- Hải Đoàn 25 Xung Phong.
- Sĩ quan đệ tam HQ 327.
- Chỉ Huy Trưởng Duyên Đoàn 26.
- Đại diện Hải Quân Vùng II Duyên Hải, tại Qui Nhơn.
- Chỉ Huy Phó Giang Đoàn 23 Xung Phong.
- Chỉ Huy Trưởng Giang Đoàn 30 Xung Phong.
- Chỉ Huy Trưởng Giang Đoàn 26 Xung Phong.
- Chỉ Huy Trưởng Liên Đoàn V Tuần Thám – Liên Đoàn Đặc Nhiệm 212.5.
- Thực tập Hạm Trưởng, HQ 2.
- Chỉ Huy Trưởng Liên Đoàn I Đặc Nhiệm của Lực Lượng Tuần Thám.

Tu nghiệp:
- Chỉ Huy Tham Mưu cao cấp, Long Bình

Ân thưởng:
- Bảo Quốc Huân Chương với nhành dương liễu.
- 25 Anh Dũng Bội Tinh: 19 nhành dương liễu, 04 ngôi sao vàng, 02 ngôi sao đồng.
- 03 Chiến Thương Bội Tinh.
- 03 Navy Commendation Medal with Combat V của Hoa Kỳ.

Thành tích:
Tham dự Chiến dịch Sóng Tình Thương.

Chỉ huy Duyên Đoàn 26 Tấn công sào huyệt của Việt Cộng tại Vĩnh Hy.

Chỉ huy Duyên Đoàn 26 bắt 2 ghe lớn của Trung Cộng chở nhiều vũ khí.

Chỉ huy liên Giang Đoàn 30 - 24 Xung Phong hành quân hỗn hợp với nhiều đơn vị Hoa Kỳ và Việt Nam để yểm trợ cuộc hành quân dài hạn Tam Giác Sắt, giai đoạn II.

Chỉ huy Giang Đoàn 26 Xung Phong hiệp cùng Sư Đoàn 21 Bộ Binh và các đơn vị bạn hành quân dài hạn và luân phiên chịu trách nhiệm an ninh cũng như yểm trợ các đồn dọc theo sông rạch thuộc U Minh Thượng, U Minh Hạ, sông Trèm Trẹm, sông Cái Lớn và vùng biên giới Miên Việt thuộc Tân Châu, Hồng Ngự.

Phối hợp hành quân để yểm trợ và chuyên chở người Việt từ Cao Miên về Việt Nam.

(1) Theo youtube Chân Dung Người Lính V.N.C.H. do Bán Nguyệt San Xây Dựng – Texas – thực hiện.

Hải Quân Đại Tá Hà Văn Ngạc *

Ông Hà Văn Ngạc sinh năm 1935; xuất thân khóa 5 trường sĩ quan Hải Quân Nha Trang.

Đơn vị đã phục vụ:
- Hạm Trưởng HQ 225; HQ 451; HQ 09.
- Chỉ Huy Trưởng Giang Đoàn 25 Xung Phong.
- Chỉ Huy Trưởng Giang Đoàn 22 Xung Phong.
- Tham Mưu Trưởng Vùng IV Duyên Hải.
- Chỉ Huy Trưởng Hải Đội IV Duyên Phòng.
- Chỉ Huy Trưởng Trung Tâm Hành Quân Bộ Tư Lệnh Hải Quân.
- Tham Mưu Phó Hành Quân Bộ Tư Lệnh Hải Quân.
- Chỉ Huy Trưởng Hải Đội III Tuần Dương – Hải Đội Đặc Nhiệm Hoàng Sa.
- Phụ tá về Hải Quân cho Trung Tướng Phan Trọng Chinh – Chỉ Huy Trưởng Trường Chỉ Huy & Tham Mưu Liên Quân tại Long Bình.

Tu nghiệp:
- U.S. Naval Oceanographic Office.
- U.S. Naval Postgraduate School.

Đã tham dự:
- Hội nghị Liên Hiệp Quốc lần thứ IV về Đồ Bản khu vực Á Châu và Viễn Đông tại Tehran, Iran.

Ân thưởng:
- Certificate of Achievement Awarded for Outstanding United States-Vietnamese Naval Support for the 2nd Battalion, 3rd Infantry Brigade.
- Bằng Tưởng Lục cấp Quân Đoàn.

Thành tích:

Với chức vụ Chỉ Huy Trưởng Hải Đội Đặc Nhiệm Hoàng Sa, trong trận hải chiến với Trung Cộng tại Hoàng Sa, ngày 19 tháng 01 năm 1974, Hải Quân Đại Tá Hà Văn Ngạc thi hành chỉ thị của Phó Đề Đốc Hồ Văn Kỳ Thoại để ra lệnh cho các chiến hạm của Hải Quân V.N.C.H. khai hỏa – trước khi bị chiến hạm của Trung Cộng tấn công.

Hải Quân Đại Tá Hà Văn Ngạc còn là tác giả của 03 phần tài liệu: Tìm Hiểu Về Quần Đảo Hoàng Sa, Những Diễn Biến Đưa Tới Trận Hải Chiến Hoàng Sa, Tường Thuật Trận Hải Chiến Lịch Sử Hoàng Sa.

Tư liệu từ tiến sĩ Hà Mạnh Chí.

Hải Quân Đại Tá Nguyễn Xuân Sơn

Ông Nguyễn Xuân Sơn sinh năm 1935; tốt nghiệp khóa 4 Trường sĩ quan Hải Quân Nha Trang.

Đơn vị đã phục vụ:
- Thuyền Trưởng HQ 537
- Hạm Trưởng HQ 330; HQ 03; HQ 04.
- Nhận lãnh từ Hoa Kỳ và trở thành Hạm Trưởng HQ 09
- Tham Mưu Phó Nhân Viên Bộ Tư Lệnh Hải Quân.
- Chỉ Huy Trưởng Vùng III Duyên Hải.
- Tư Lệnh Hạm Đội.

Tu nghiệp:
- U.S. Naval Postgraduate school, California.
- U.S. Naval War College, Rhode Island.

Ân thưởng:
- Đệ ngũ đẳng Bảo Quốc Huân Chương.
- 02 Anh Dũng Bội Tinh: 01 với nhành dương liễu; 01 với ngôi sao vàng.

Thành tích:
Hành quân vào mật khu Ba Động, cửa sông Bà Lai.
Hành quân vào mật khu Lăng Cô, Bà Rịa.
Hành quân Liên Quân, yểm trợ những đoàn tàu thuyền tiếp tế PnomPenh.
Tham Mưu Trưởng Bộ Tư Lệnh Hành Quân Liên Quân Hoa Kỳ, Việt Nam và Cao Miên trong công tác yểm trợ các đoàn công voa tiếp tế NamVang.

Hải Quân Đại Tá Nguyễn Văn Thiện

Ông Nguyễn Văn Thiện sinh năm 1936. Ông đỗ thủ khoa khóa 7 trường sĩ quan Hải Quân Nha Trang.

Đơn vị đã phục vụ:
- Sĩ quan đệ tam HQ 400.
- Sĩ quan tùy viên cho Tư Lệnh Hải Quân Trần Văn Chơn.
- Sĩ quan đệ tứ rồi trở thành Hạm Phó HQ 07.
- Hạm Phó: HQ 226; HQ 401; HQ 114.
- Hạm Trưởng: HQ 602; HQ 05; HQ 1; HQ 5; B6 – Lực Lượng Hải Tuần.
- Chỉ Huy Phó kiêm Tham Mưu Trưởng Bộ Chỉ Huy Vùng IV Duyên Hải.
- Chỉ Huy Trưởng Liên Giang Đoàn 23 – 31 Xung Phong.
- Chỉ Huy Trưởng Liên Giang Đoàn 21 – 33 Xung Phong.
- Tư Lệnh Phó kiêm Tham Mưu Trưởng Bộ Tư Lệnh Hải Quân vùng III Sông Ngòi.
- Chỉ Huy Trưởng Hải Đội II – Hải Đội Chuyển Vận.
- Tư Lệnh Phó Bộ Tư Lệnh Hạm Đội.
- Tư Lệnh Hải Quân Vùng IV Duyên Hải kiêm Tư Lệnh Lực Lượng Đặc Nhiệm 213.4 kiêm Đặc Khu Trưởng Đặc Khu Phú Quốc.

Tu nghiệp:
- Khóa Anti Submarine warfare, Anti Air warfare, tại Hoa Kỳ
- Chỉ Huy Tham Mưu Cao Cấp.

Ân thưởng:
- Đệ ngũ đẳng Bảo Quốc Huân Chương.
- 01 Hải Quân Huân Chương
- 01 Hải Vụ Bội Tinh với ngôi sao Bắc Đẩu.
- 01 Chiến Thương Bội Tinh.
- 01 Tham Mưu Bội Tinh, 01 Dân Vụ Bội Tinh, 01 Chiến Dịch Bội Tinh, 01 Kỹ Thuật Bội Tinh, 01 Không Vụ Bội Tinh, 01 Quân Vụ Bội Tinh.
- 09 Anh Dũng Bội Tinh: 02 với nhành dương liễu, 02 ngôi sao vàng, 03 ngôi sao bạc, 02 ngôi sao đồng.

Thành tích:
Chỉ huy các đơn vị tác chiến Hải Quân hành quân hỗn hợp với Thủy Quân Lục Chiến Việt Nam, Sư Đoàn 21 Bộ Binh, Thủy Quân Lục Chiến Hoa Kỳ và Lực Lượng Thủy Bộ Hoa Kỳ tại U Minh Thượng, U Minh Hạ, sông Bồ Đề, Vị Thanh, Hỏa Lựu và sông Cái Lớn.

Hải Quân Trung Tá Nguyễn Văn Tòng

Ông Nguyễn Văn Tòng sinh năm 1932; tốt nghiệp khóa 7 trường sĩ quan Hải Quân Nha Trang.

Đơn vị đã phục vụ:
- Sĩ quan đệ tam HQ 225.
- Chỉ Huy Phó Giang Đoàn 26 Xung Phong.
- Hạm Phó rồi trở thanh Hạm Trưởng HQ 331.
- Chỉ Huy Phó Giang Đoàn 24 Xung Phong.
- Chỉ Huy Phó Giang Đoàn 21 Xung Phong.
- Trưởng Ban Hành Quân Phòng 3 Bộ Tư Lệnh Hải Quân.
- Trưởng Ban Địa Ốc và Vận Chuyển Phòng 4 Bộ Tư Lệnh Hải Quân.
- Trưởng Phòng II Bộ Tư Lệnh Hải Quân Vùng IV Sông Ngòi.
- Phó Trưởng Phòng II Bộ Tư Lệnh Hải Quân.
- Chỉ Huy Trưởng Giang Đoàn 32 Xung Phong
- Chỉ Huy Trưởng Liên Đoàn II Thủy Bộ.
- Chỉ Huy Trưởng Liên Đoàn I Tuần Thám.
- Tham Mưu Trưởng Bộ Tư Lệnh Hải Quân Vùng III Sông Ngòi.
- Tư Lệnh Phó kiêm Tham Mưu Trưởng Bộ Tư Lệnh Hải Quân Biệt Khu Thủ Đô.

Tu nghiệp:
- Khóa Phân Phối về Tiếp Vận, Bộ Tổng Tham Mưu.
- Khóa Tham Mưu Đại Học Quân Sự Dalat.
- Khóa Tình Báo, Trường Cây Mai, Cholon.
- Chỉ Huy Tham Mưu, Long Bình.
- Khóa Tình Báo Cao Cấp thuộc Trường Tình Báo Thái Bình Dương của Hoa Kỳ tại Okinawa, Nhật.

Ân thưởng:
- Bảo Quốc Huân Chương đệ ngũ đẳng.
- 06 Anh Dũng Bội Tinh: 01 với nhành dương liễu; 02 ngôi sao vàng; 01 ngôi sao bạc; 02 ngôi sao đồng.

Thành tích:
Chỉ huy Giang Đoàn 26 Xung Phong tham dự hành quân cấp Sư Đoàn tại Kiến Phong để yểm trợ Tiểu Đoàn I Nhảy Dù.

Tham gia chiến dịch Sóng Tình Thương.

Hành quân Trần Hưng Đạo, tại Neak Lương, Cao Miên.

CHƯƠNG XII

NHỮNG DÒNG KÝ ỨC *

Hầu hết Hải-Quân Việt-Nam được huấn luyện tại Trung-Tâm Huấn-Luyện sĩ quan Hải-Quân Nha-Trang, trường Hải-Quân Pháp tại Brest, hoặc Trung-Tâm Huấn-Luyện Cam-Ranh. Sau khi ra đơn vị phục vụ một thời gian, vì nhu cầu, nhiều người – cả sĩ quan, hạ sĩ quan và thủy thủ – được sang Hoa-Kỳ tu nghiệp, hoặc được sang Guam, Phi-Luật-Tân và Mỹ để lãnh tàu.

Những dòng ký ức sau đây do quý vị sĩ quan viết lại, với mục đích giới thiệu đến độc giả những quân trường quốc tế/những hải cảng sầm uất/những niềm vui/nỗi buồn của những người yêu biển qua nhiều hải trình khác nhau.

Đặc biệt trong lần tái bản này có bài viết của cựu Hải-Quân Đại-Úy Hoàng Quốc Tuấn – thuộc thế hệ di tản thứ hai.

Bất cứ cuộc hành quân nào, Hải-Quân cũng gồm có sĩ quan, hạ sĩ quan và thủy thủ. Nhưng... cái dở của tôi là – trong phần Những Dòng Ký Ức – tôi chưa thuyết phục được một vị hạ sĩ quan hay một vị thủy thủ nào nhận lời viết lại đoạn hải hành của quý vị ấy cả.

Xin quý độc giả cảm thông.

* Sắp theo mẫu tự tên của tác giả.

HỒI KÝ LÃNH TÀU

NGUYỄN NGỌC QUỲNH

Lời giới thiệu: Cựu Hải-Quân Đại-Tá Nguyễn Ngọc Quỳnh xuất thân khóa II Trường Hải-Quân Pháp tại Brest. Mời độc giả hãy cùng "Người Lính Biển chuyên nghiệp" Nguyễn Ngọc Quỳnh khơi lại những kỷ niệm sống thật ở những khía cạnh tốt đẹp nhất trong đời Hải-Quân.

Lãnh tàu là điều mơ ước của nhiều lính biển, kể cả kẻ viết bài này. Đó là dịp tốt để thực hiện mộng hải hồ, vượt đại dương, khám phá nhiều chân trời mới lạ và cũng là dịp du lịch nước ngoài miễn phí.

Nhưng, lệnh chỉ định lãnh tàu đến với tôi không đúng lúc. Vì, lúc đó, ngày 5 tháng 2 năm 1962, tôi đang ở San Diego, chờ ngày hồi hương. Sau một năm du học và gần tám năm hải vụ liên tục, tôi không mơ gì hơn là trở về với gia đình và phục vụ ở đơn vị bờ một thời gian. Nhưng đã trót vướng vào nghiệp hải hồ, tôi không thể từ chối một chuyến lênh đênh nữa.

Chiến hạm tôi sắp lãnh là Dương-Vận-Hạm Cam-Ranh HQ 500. Ngày bàn giao được dự trù vào giữa tháng 4. Trong khi chờ đợi, tôi theo học các khóa huấn luyện về hành quân thủy bộ tại Coronado; vì hành quân thủy bộ là nhiệm vụ chính của các Dương-Vận-Hạm.

Khi tôi tới Hải-Quân Công-Xưởng San Francisco thì thủy thủ đoàn từ Việt-Nam đã đến vào ngày hôm trước. Tôi rất mừng khi gặp họ và được sống lại trong bầu không khí của một đơn vị Hải-Quân Việt-Nam sau một năm xa cách. Tôi cũng mừng vì có một bộ-tham-mưu và thủy thủ đoàn khá hùng hậu.

Bộ-tham-mưu gồm có các anh Nguyễn Ngọc Rắc, Đinh Vĩnh Giang, Lê Văn Thì; Đặng Trần Du, Hạm-Trưởng và Hoàng Nam, Cơ Khí Trưởng. Mặc dù từ nhiều đơn vị khác nhau tới, chỉ trong một vài ngày chúng tôi đã tạo được tinh thần đồng đội và tình tương thân. Đó là yếu tố cần thiết giúp chúng tôi vượt qua những khó khăn, mệt nhọc trong những ngày tháng sắp tới.

Chiến hạm lúc đó sắp hoàn tất chương trình tái trang bị sau một thời gian dự trữ bao kín (mothball). Chúng tôi làm quen với chiến hạm và tiếp tay vào việc tái trang bị. Hải-Quân Hoa-Kỳ biệt phái một toán huấn luyện lưu động để giúp đỡ nhân viên chiến hạm từ lúc đó cho tới khi chiến hạm rời bến, đưa chúng tôi hồi hương. Chúng tôi học hỏi được rất nhiều nhờ sự chỉ dẫn tận tình của toán huấn luyện lưu động này. Mặc dù nhiều nhân viên chiến hạm khá thành thạo tiếng Anh, nhưng sự liên lạc giữa hai bên trong vài tuần đầu cũng khá... mỏi tay, vì phải bổ túc bằng "thủ hiệu quốc tế!"

Lễ trao chiến hạm được tổ chức trọng thể, với sự có mặt của đại diện hai chính quyền Việt-Mỹ. Phía Việt-Nam là một vị đặc sứ từ Tòa Đại-Sứ Việt-Nam Cộng-Hòa tại Washington, D.C. Phía Hoa-Kỳ là Đô-Đốc Tư-Lệnh Hải-Khu 12. Nhiều phóng viên báo chí và truyền hình Hoa-Kỳ đến làm phóng sự.

Ngay sau lễ bàn giao, chiến hạm bắt đầu tuần lễ huấn luyện trắc nghiệm và làm quen (Shakedown Training). Đúng như nghĩa tiếng Mỹ, trong tuần lễ này chiến hạm bị "quần" rất kỹ, từ nhân viên đến máy móc và dụng cụ, xem có gì trục trặc để bổ khuyết, tu chỉnh. Toán huấn luyện lưu động rất hài lòng về sự hăng hái và khả năng học hỏi của thủy thủ đoàn; nhưng cũng rầu về thói coi thường các biện pháp an toàn của lính biển Việt-Nam.

Trong một lần thực tập tác xạ phòng không, một viên đạn đại bác 20 bị tịt ngòi, nằm trong buồng súng. Biện pháp an toàn là xịt nước lạnh lên thép súng, phủ một tấm bố lên súng rồi nhân viên tránh xa ra, chờ một chốc cho đạn nguội mới lấy ra. Nhưng, khi nhân viên đang phủ tấm bố lên thì anh Trung-Sĩ hỏa đầu vụ đi ngang; có lẽ vì kinh nghiệm chiến đấu của anh trên sông ngòi với đại liên, anh cho rằng biện pháp an toàn đó là "bày đặt, mất thì giờ", anh bèn phóng tới, mở ngay cơ bẩm, móc viên đạn nóng ra ném ngay xuống biển!

Lần khác, trong cuộc thực tập tiếp tế dầu ngoài biển giữa hai chiến hạm đang chạy song song, nhân viên phải tập cách tháo ống dẫn dầu khẩn cấp, phòng khi có nguy cơ hỏa hoạn hoặc địch sắp tấn công. Một lần, dây cột đầu ống dầu không tháo ra được, phải cắt đứt ở phía ngoài thành tàu chừng hơn một sải tay. Huấn luyện viên Mỹ đang giúp một nhân viên cột giây an toàn, mang áo phao, nón nhựa để ra cắt, thì, một "đấng" Hạ Sĩ mình trần trùng trục, không mũ, không phao, leo ra ngoài thành tàu để cắt một cách rất...anh hùng! Sĩ quan phụ trách chỉ biết "khóc thét" vì ngăn không kịp!

Sau tuần huấn luyện, những sửa chữa cần thiết được làm ngay tại San Francisco; phần còn lại sẽ được thực hiện tại San Diego.

Chiến hạm rời vịnh San Francisco vào một buổi sáng đẹp trời. Cầu Golden Gate nổi bật trên nền trời xanh thẫm, điểm một vài cánh hải âu trắng. Nhớ lại mấy tuần trước, chúng tôi qua cầu để ra khơi thực tập, cầu chìm trong sương mù hoặc mưa bụi. Tiếng còi báo sương mù the thé hòa với tiếng gió ù ù và dòng nước triều chảy xiết khiến cầu có vẻ "đáng sợ" hơn nhiều. Đây là cảm giác mà khi lái xe trên mặt cầu phẳng phiu, thẳng tắp, khó mà hình dung ra được.

So với tuần lễ huấn luyện *Shakedown*, hải trình đi San Diego thật êm ả, dễ chịu. Hải hành dọc theo bờ biển California vào giữa mùa Xuân thấy cảnh trí rất đẹp. Chắc không ai trong chúng tôi nghĩ rằng có ngày mình sẽ nhận nơi này làm quê hương thứ hai.

Đến San Diego chúng tôi tiếp tục sửa chữa, trang bị, huấn luyện và chuẩn bị hành trình hồi hương. Chương trình huấn luyện gồm một tuần huấn luyện tổng quát và một tuần huấn luyện chuyên về hành quân thủy bộ.

Phần huấn luyện chính xác được đặt nặng vào sự chính xác hải hành/chính xác tác xạ, v. v…Qua tuần này, mọi người mới nhận thấy từ trước tới nay mình làm việc quá đại khái. Sở dĩ Hải-Quân Hoa-Kỳ đòi hỏi độ chính xác cao vì kinh nghiệm chiến tranh cho họ thấy đó là vấn đề sinh tử. Chẳng hạn như khi chiến hạm hải hành qua một bãi mìn – có thể là một vùng biển rộng hàng chục hải lý – phải theo đúng lối đã rà mìn. Lối này thường hẹp, nếu "lạng quạng" ra ngoài một chút là có thể về trình diện Đại-Hải Long-Vương.

Hành quân thủy bộ có vẻ mới lạ đối với chúng tôi; vì, tuy nhiều người trong chúng tôi đã phục vụ trên các tàu đổ bộ, có lẽ chưa ai được huấn luyện đầy đủ và kỹ lưỡng về chiến thuật này. Chúng tôi tập ủi bãi ngày/ủi bãi đêm/ủi bãi với cầu nổi/ủi bãi với một máy/ủi bãi không dùng tay lái/ủi bãi không neo/ủi bãi chính xác, v. v…

Để tiến vào bãi đổ bộ, tàu phải chạy theo một hành lang rất hẹp, nếu lệch ra ngoài có thể đụng vào chiến hạm bạn ở hành lang bên cạnh, hoặc lạc vào khu chưa rà mìn. Chiến hạm còn phải ủi bãi đúng từng phút. Giờ giấc phải chặt chẽ như vậy vì trước khi tàu vào bãi, hải pháo và phi cơ bạn phải tác xạ cho địch không ngóc đầu dậy được mà bắn chận tàu. Tác xạ này chỉ ngừng đúng bốn phút trước khi tàu chạm bãi. Nếu tàu vào sớm, sẽ "ăn" đạn của bạn; nếu vào muộn, địch sẽ ngóc đầu dậy để tấn công ta. Tất cả công tác khó khăn đó được thực hiện tại bờ biển lạ, thường là vào ban đêm, không có hải đăng.

Chúng tôi ủi bãi chính xác đến độ các huấn luyện viên Mỹ phải ngạc nhiên. Có lẽ vì nghĩ rằng tôi "ăn may" cho nên họ yêu cầu các sĩ quan khác làm thử, và ai cũng đạt kết quả tốt. Chúng tôi được sắp hạng cao hơn các chiến hạm Mỹ cùng tập dượt trong tháng đó. Đạt được thành quả tốt đẹp đó có lẽ nhờ sự cố gắng của tất cả nhân viên chiến hạm: Từ người giữ tay lái đến người điều chỉnh tốc độ máy, từ người xử dụng *radar* đến người xác định vị trí trên bản đồ, v. v… Ai nấy đều muốn tỏ cho huấn luyện viên Mỹ thấy rằng lính biển Việt-Nam, nếu được huấn luyện và có phương tiện thì cũng không kém ai.

Ngoài nỗ lực chung, cũng phải kể đến một vài cái "tủ" hay mẹo vặt, hay nói một cách văn chương là một vài "sáng kiến độc đáo" của chúng tôi. Thí dụ như nếu chỉ dùng *radar*, chiến hạm sẽ khó chạy đúng trục của hành lang đổ bộ. Khi tới gần bãi, dù trong đêm tối, với ống dòm, tôi cũng cố tìm ra một vài dấu vết đặc biệt của dãy cột điện trên bờ, hiện lờ mờ trong ánh sáng của thành phố San Diego ở chân trời xa, và nhờ đó điều chỉnh được chính xác hơn vào mấy phút chót. Thử lại một vài lần thấy đúng, tôi bèn bỏ nhỏ cho các sĩ quan cái "tủ" đó. Các huấn luyện viên Mỹ không hề biết có sự "huấn luyện" nội bộ bí mật này.

Để bảo toàn an ninh, chiến hạm phải che tối hoàn toàn để địch ở trên bờ không trông thấy, kể cả khi mở cửa đổ bộ ra. Một huấn luyện viên Hoa-Kỳ đứng trên bờ sẽ quan sát kỹ lưỡng về điểm này. Để kiểm soát chu đáo, một nhân viên chiến hạm có sáng kiến là cho tiểu đỉnh chạy quanh tàu trước khi tàu tiến vào bãi để xem còn sót ánh đèn nào ló ra không. Nhờ vậy tránh được nhiều khuyết điểm mà đứng trên tàu không thấy được.

Điểm đặc biệt là những "tủ" này do nhân viên các cấp, các ngành tìm ra. Do đó chúng tôi "khám phá" một điều là: Dân Việt-Nam không biết có thông minh hơn các dân tộc khác hay không, nhưng chắc chắn là "khôn vặt" hơn.

Khi hoàn tất giai đoạn huấn luyện, chúng tôi mới thấy thấm mệt. Có nhiều ngày liên tiếp chúng tôi phải dậy thật sớm để tập từ trước khi mặt trời mọc, rồi thức đến khuya để tập đổ bộ ban đêm. Nhiều đêm chỉ ngủ độ năm tiếng, rồi ngày làm việc khoảng mười sáu tiếng, mà vẫn tỉnh táo, nếu không là dễ xảy ra tai nạn.

Sang giai đoạn sửa chữa và tiếp liệu, chúng tôi mới nghĩ tới chuyện đi bờ, giải trí, mua sắm, nghỉ ngơi.

Tuy nói là "nghỉ ngơi" nhưng chúng tôi cũng rất bận rộn trong việc sửa chữa và tiếp liệu; vì phải hoàn tất trước ngày khởi hành hồi hương. Không những chiến hạm cần có đủ vật liệu và thực phẩm cho một hải trình dài một phần ba vòng trái đất, trong khoảng 50 ngày, mà còn phải dự phòng đồ tiếp liệu, nhất là cơ phận thay thế, về lâu dài; vì đây là Dương-Vận-Hạm đầu tiên của Hải-Quân Việt-Nam cho nên Trung-Tâm Tiếp-Liệu chưa có đủ vật liệu riêng cho loại tàu này.

Có hai điều khó: Một là số lượng nói trên vượt ra ngoài cấp số quy định. Hai là kho tiếp liệu địa phương không đủ để cung cấp kịp thời những vật liệu mà tàu xin cấp. Với sự giúp đỡ của toán huấn luyện lưu động, chúng tôi tạm thỏa mãn được nhu cầu bằng cách này hay bằng cách khác. "Cách khác" ở đây có nghĩa là ra ngoài thể thức hợp lệ của

Hải-Quân Hoa-Kỳ. Hai lối thông dụng nhất là *"midnight requisition"* (tạm dịch là xin cấp phát nửa đêm) và "ngoại giao".

"Xin cấp phát nửa đêm" là tìm cách lấy vật liệu mà không theo đúng thủ tục cấp phát hoặc không được phép. Nói nôm na là "thuổng" hay "cầm nhầm". Cần phải nói ngay là thuổng cho chiến hạm dùng chứ không phải làm của riêng. Mặc dầu vậy, lúc đầu chúng tôi cũng không dám làm vì sợ bị túm thì mang tiếng. Nhưng sau, chính toán huấn luyện lưu động khuyến khích và "huấn luyện" chúng tôi, vì cách này cũng rất thịnh hành trong Hải-Quân Hoa-Kỳ. (Nếu vị nào không tin, xin xem phim *Operation Pettycoat*, do Tony Curtis đóng vai một sĩ quan có biệt tài về "xin cấp phát nửa đêm") Chẳng hạn như chiến hạm có bốn LCVP mà không có bệ đặt để tu bổ, mặc dù theo cấp số có thể xin Hải-Quân Công-Xưởng thực hiện. Vì quá cận ngày, không thể làm kịp, toán huấn luyện lưu động đã xúi chúng tôi lấy ngay bệ có sẵn của Hải-Quân Công-Xưởng San Diego để trên cầu tàu.

Họ "đạo diễn" như sau: Khoảng nửa đêm, chờ cho xe của sĩ quan trực Hải-Quân Công-Xưởng vừa đi tuần qua, nhân viên điện khí lên tắt đèn cầu tàu, nhân viên vận chuyển khuân bệ xuống chiến hạm, nhân viên giám lộ đứng trên cao canh chừng.

Phương pháp "ngoại giao" được thực hiện bằng ngân khoảng tiếp tân của chiến hạm và cũng được toán huấn luyện lưu động cổ võ. Những buổi tiếp tân hoặc bữa ăn thân mật được tổ chức để cảm ơn toán huấn luyện lưu động đã giúp đỡ chiến hạm, nhưng các giới chức có thẩm quyền về sửa chữa hoặc tiếp liệu cũng được mời. Nhờ vậy, nhiều thủ tục cấp phát hoặc thực hiện công tác được dễ dàng và mau chóng hơn nhiều. Chúng tôi gọi đây là "hối lộ hợp pháp". Cũng nhờ phương pháp này chúng tôi chiếm cảm tình của các sĩ quan một chiến hạm bên cạnh và họ đã "đáp lễ" bằng một cầu thang nhẹ bằng nhôm mà nhân viên vận chuyển từng mơ ước; vì khiêng nhẹ hơn và đỡ nguy hiểm hơn những cầu thang bằng sắt.

Một trong những chuẩn bị quan trọng cho chuyến hồi hương là hàng hải. Thái-Bình-Dương là đại dương lớn nhất và không một ai trong chúng tôi có nhiều kinh nghiệm về các bến và vùng biển này. Với đoạn đường hơn 8,000 hải lý và với tốc độ trung bình non mười hải lý một giờ, cộng với thời gian ghé bến ba lần, hải trình sẽ dài hơn một tháng rưỡi. Khởi hành gần cuối tháng Sáu, chúng tôi sẽ tới miền Tây Thái-Bình-Dương vào hạ tuần tháng Bảy, đúng vào mùa bão lớn ở vùng biển này.

Huấn thị hải hành và khí tượng về đoạn đường sắp đi là một chồng sách dày cộm mà tôi biết sẽ không đủ thời giờ đích thân ngồi đọc từng chi tiết và nhiều chi tiết không thể bỏ qua được. Và đây là lúc thấy sự lợi ích của sự phân nhiệm. Theo thường lệ trên chiến hạm, nội vụ và quân kỷ là phần nhiệm của Hạm-Phó. Hải hành được giao cho sĩ quan đệ tam. Biết khả năng của mỗi sĩ quan tôi thấy cần vượt ra ngoài thông lệ đó. Anh Du, Hạm-Phó, là một trong những "cây" hải hành cao thủ của Hải-Quân; trong khi đó tính "đại từ bi" của anh có lẽ không hợp với nhiệm vụ "ông Ác" của trưởng ban nội vụ. Do đó, anh Du và anh Rắc vui vẻ hoán chuyển chức vụ trưởng ban hải hành và trưởng ban nội vu với nhau. Cả hai tỏ ra xuất sắc trong chức vụ mới này.

* *
*

Đoạn đường San Diego – Pearl Harbor dài mười một ngày với thời tiết và biển khá đẹp. Trước khi khởi hành, chúng tôi nhận được chỉ thị phải báo cáo nếu trông thấy loé sáng trên trời đêm khi tới gần Hạ-Uy-Di. Tuy chỉ thị không nói rõ, nhưng tôi biết lúc đó Hoa-Kỳ đang trắc nghiệm những vụ nổ nguyên tử trên thượng tầng khí quyển. Những vụ nổ này có thể chận đứng sự truyền luồng sóng điện trong một thời gian.

Một đêm, tôi đang ngủ trong phòng ngủ hải hành (*sea cabin*) ngay dưới đài chỉ huy, thì anh Rắc, sĩ quan đương phiên, báo cáo là thấy ánh sáng lóe trên trời về hướng Tây Nam. Khi tôi lên đến đài chỉ huy thì chỉ còn thấy một đóm sáng nhỏ, nhưng cả nền trời bắt đầu chuyển sang màu cam giống như ráng chiều, mặc dù lúc là khoảng hai giờ sáng. Chúng tôi thấy có một cảm giác lạ lùng và rùng rợn! Sau này, khi anh Rắc qua đời vì bệnh ung thư máu, tôi mới nhớ lại vụ thấy ánh sáng nguyên tử và thắc mắc không rõ có phải vì ảnh hưởng phóng xạ nguyên tử hay không!

Theo lệnh hải hành, chiến hạm chỉ ghé Pearl Harbor ba ngày. Nhưng bơm nhớt của tàu bị nóng, cần sửa chữa ngay. Lúc đó là đầu tháng Bảy, tài khóa cũ đã hết mà ngân khoản sửa chữa dành cho tài khóa mới chưa được chấp thuận, cho nên Hải-Quân Công-Xưởng Pearl Harbor đề nghị chúng tôi ở lại thêm ba hoặc bốn ngày nữa. Vậy là chúng tôi được nghỉ tại Hạ-Uy-Di một tuần lễ.

Trong thời gian chúng tôi ở Hạ-Uy-Di, cụ Mai Thọ Truyền, hội trưởng Hội Phật-Giáo Việt-Nam, có ghé qua trên đường công du. Chúng tôi mời Cụ tới thăm chiến hạm và dùng cơm chay. Khi nghe nói lễ trao chiến hạm tại San Francisco, ngoài vị Tuyên-Úy Công-Giáo còn có một Tu-Sĩ Phật-Giáo tới làm lễ, Cụ không tán thành, cho rằng việc cầu an cho chiến hạm, tức là một chiến cụ, không thích hợp với giáo lý của đạo Phật. Chúng tôi phải giải thích rằng đây là lễ cầu an cho thủy thủ đoàn chứ không phải cho chiến hạm.

Sau bảy ngày xả hơi, chúng tôi rời thiên đường hạ giới để tiếp tục hải trình hồi hương với chặng đường dài nhất. Vì thấy đoạn đường tương đối dài, tôi phân vân không biết có nên theo đường trực hành để tới Guam cho đỡ dài, hay theo đường tà hành cho giản tiện, nghĩa là cứ theo đúng một hướng, thì có lệnh phải đi chếch lên phía Tây Bắc, tới gần quần đảo Midway rồi hãy đổi hướng để trực chỉ Guam. Chỉ thị này được ban hành có lẽ để chiến hạm tránh xa vùng thử bom nguyên tử ở phía Nam Midway. May thay, hải trình này lại rất gần đường trực hành, cho nên tuy phải đi vòng mà đường lại ngắn hơn. (Xin lỗi quý vị không quen thuộc với khoa hàng hải, vì phải đọc những lý luận lẩm cẩm này của dân đi biển).

Đối với hầu hết chúng tôi, đoạn đường Hạ-Uy-Di – Guam, mười bảy ngày, có lẽ là đoạn đường dài nhất trong cuộc đời lênh đênh của mình. Nếu Hải-Quân giúp chúng tôi học được đức kiên nhẫn thì đây là bài học dài nhất. Để phá tan sự nhàm chán và buồn tẻ của cuộc sống hằng ngày, không trông thấy gì khác hơn là chân trời phẳng lặng bốn phía, ngoài việc trực phiên hải hành và tu bổ chiến hạm, chúng tôi phải kiếm ra những việc khác. Hữu ích nhất là việc học. Các sĩ quan và hạ sĩ quan thâm niên chia nhau huấn luyện nhân viên về chuyên môn cũng như văn hóa. Anh văn và toán là hai môn mà nhiều nhân viên muốn học.

Nhờ sàn tàu rộng, có nhiều trò giải trí và thực phẩm đầy đủ cho nên cuộc sống cũng dễ chịu. Môn giải trí đặc biệt có tính cách truyền thống Hải-Quân là lễ xuyên-nhật-đạo. Chiến hạm vượt qua đường đổi ngày vào khoảng một phần ba đoạn đường đi Guam. (Lịch thêm một ngày khi tàu vượt qua đường đổi ngày) Trên sàn chính có căng một sợi giây tượng trưng cho nhật đạo, hai bên có một số nhân viên hóa trang làm binh cua, lính cá của Đại-Hải Long-Vương. Nhân viên nào chưa hề qua đường đổi ngày – bằng tàu chứ không phải bằng máy bay – sẽ bị đám binh cua, lính cá xịt nước đầy mình rồi rắc bột và đẩy cho chui qua giây nhật đạo giữa tiếng reo hò của bạn bè. Sau đó mỗi người được cấp một bằng xuyên-nhật-đạo do Đại-Hải Long-Vương ban. Lễ này có lẽ đã phỏng theo lễ xuyên-xích-đạo mà Hải-Quân các nước thường làm.

Đây là những thành tích mà thủy thủ thường tự hào. Ngoài nhật đạo và xích đạo, người ta còn ghi thành tích khi vượt qua ba mũi đất cực Nam (tức mũi Hảo-Vọng ở Phi-Châu, mũi Horn thuộc Nam Mỹ và mũi Tây Nam ở Úc) khi tới Nam Cực bằng tiềm thủy đỉnh lặn dưới lớp băng.

Ban hải hành, các sĩ quan trực phiên và tôi có môn giải trí là hàng hải thiên văn. Vì hải hành xa bờ và dụng cụ hải hành điện tử hơi thô sơ, chúng tôi tin vào hải hành bằng tinh tú hơn. Hằng ngày, đều đặn như một nghi lễ, chúng tôi định vị trí rạng đông, vị trí mặt trời, vị trí hoàng hôn và một đôi khi vị trí đêm bằng mặt trăng.

Làm điểm rạng đông và hoàng hôn tương đối chính xác nhất và cũng thơ mộng nhất; vì đây là lúc chúng tôi đo và ngắm trăng sao. Các nhà thiên văn quan sát tinh tú bằng con mắt khoa học; các văn nhân, thi sĩ ngắm sao bằng con mắt lãng mạn; dân hải hồ nhìn trăng sao bằng cả hai con mắt đó. Chúng tôi dùng kính lục phân để đo cao độ tinh tú, rồi tính toán và kẻ đường vị trí, trong khi đó vẫn mơ ước lấy được *"ngàn sao trên trời, kết thành chuỗi ngọc em đeo"*. Khi tìm sao trời trong các nhóm Tiểu-Hùng-Tinh, Song-Nam, Nam-Tào hay các hành tinh, để đo cao độ, chúng tôi thường nghĩ đến cuốn *Les Lettres de Mon Moulin* với chú mục đồng thả hồn lên bầu trời lấp lánh sao đêm...

Chúng tôi nhìn vết bọt trắng sau lái tàu để phỏng tính độ giạt và cũng tưởng tượng đó là những bông hoa biển nở sau gót con tàu. Người thủy thủ không lấy mộng làm thực, hoặc lấy thực làm mộng, nhưng trong tâm trí họ, thực và mộng đã giao duyên với nhau.

Một môn giải trí khác được chúng tôi thực tập vài ba ngày một lần là nhiệm sở tác chiến, nhiệm sở phòng tai – cứu hỏa/cứu thương/cứu thủy – nhiệm sở đào thoát, v. v... Đây vừa là nhu cầu an ninh vừa là một cách làm cho đời sống hằng ngày trên chiến hạm bớt đơn điệu. Cũng để tránh đơn điệu, chúng tôi luôn luôn thay đổi đề tài thực tập và thay đổi giờ tập.

Một trò tiêu khiển khá phổ thông là đem quà mua được ra ngắm nghía và khoe nhau. Nhiều người cho rằng thủy thủ sống đời giang hồ nên ít chung tình. Thật là oan Thị Kính! Cứ nhìn mấy chàng lính biển nâng niu mấy hộp phấn son, quần áo, kể cả...đồ lót nữa, mới thấy rằng *"càng đi xa anh càng nhớ em"*. Các thủy thủ "bố trẻ con" thì say sưa chơi thử đồ chơi mua về cho con, say sưa đến độ không biết bố khoái hơn hay con khoái hơn!

Nhờ những trò giải trí vừa kể, chúng tôi đã vượt qua đoạn đường dài nhất mà không cảm thấy buồn chán. Thời tiết tốt đều, biển khá đẹp, xứng đáng với tên Thái-Bình-Dương, khiến cho chuyến đi này khá hứng thú.

Khi gần tới Guam, thời tiết trở nên xấu. Đây là lúc cần định vị trí thiên văn hơn hết để đáp bờ cho chính xác thì mây mù đã đuổi trăng sao và mặt trời đi chơi chỗ khác. Mưa rào khắp nơi khiến màn ảnh *radar* trắng xóa, không còn thấy bờ đâu nữa. Hải trình như vậy vào ban đêm, giữa vùng biển lạ, nhiều đảo nhỏ - quần đảo Mariana - và dòng nước chảy mạnh, quả là vất vả. Kể ra, chúng tôi có thể chạy chậm lại để chờ sáng mới bắt đầu đáp bờ cũng được, nhưng coi bộ ai cũng nóng lòng tới bến sau một chặng đường khá dài, nên đành chịu khó vận dụng hết kinh nghiệm hải hành chính xác để tiến tới Guam ngay trong đêm đó.

Sáng sớm, khi tàu tới ngoại cảnh thì trời đẹp trở lại. Ở đây hải đồ nội cảng được bỏ trắng vì lý do an ninh.

Khi chiến hạm cặp bến, một đoàn trẻ em thuộc gia đình Hải-Quân Mỹ đón tiếp chúng tôi bằng những chuỗi hoa đeo cổ (lei) và các vũ điệu Hạ-Uy-Di. Họ đón tiếp nồng hậu và đưa chúng tôi đi xem thắng cảnh. Đáng kể nhất là Trung-Tâm Kiểm-Báo miền Tây Thái-Bình-Dương. Trung tâm này được đặt tại đây vì vùng này là nơi xuất phát của hầu hết các trận bão tiến về phía Phi-Luật-Tân, Việt-Nam, Trung-Hoa hoặc Nhật-Bản. Nhờ có phương tiện đầy đủ như máy bay, đài *radar*, hệ thống liên lạc với các đài khí tượng, v.v…Trung tâm phát giác các trận bão mới phát sinh, đặt tên cho chúng, theo dõi, tiên đoán hướng đi, tốc độ và thông báo cho các quốc gia và tàu bè chạy trong vùng. Chính những bản tin khí tượng này đã bảo vệ Hải-Quân chúng ta hằng năm trong mùa bão. Cuộc thăm viếng này được chúng tôi chú tâm đặc biệt, vì đoạn đường sắp tới nằm trong vùng bão và mùa bão cũng bắt đầu. Chúng tôi đã học hỏi khá nhiều về những trận bão giết người này.

Sau ba ngay nghỉ bến, chúng tôi đến Guam với thời tiết đẹp. Nhưng chỉ nửa ngày sau đã được báo tin có một trận bão phát sinh ở phía trước chúng tôi và được khuyến cáo chạy chậm lại một chút để tránh biển xấu. Chính trận bão này đã tàn phá miền Trung Phi-Luật-Tân trước khi chúng tôi tới. Mới chạy chậm được hơn một ngày thì lại có tin một trận bão khác mới ra đời và theo sau gót chiến hạm. Chúng tôi phải tăng vận tốc để giữ khoảng cách giữa hai trận bão. Sau khi được nghe giảng dẫn tường tận về các trận bão nhiệt đới tại Trung-Tâm Kiểm-Báo với tất cả những gì đáng sợ về chúng, để rồi đi vào vùng này, chúng tôi có cảm tưởng như đi đêm vào nghĩa địa sau khi nghe kể chuyện ma! Và bây giờ lại có hai con ma kèm *sandwich* chúng tôi nữa. Tuy nhiên đây chưa phải là điều đáng sợ. Điều mà chúng tôi e ngại nhất là khi chui qua eo San Benardino để vào nội hải Phi-Luật-Tân mà con ma sau đuổi kịp và con ma trước nằm chềnh ềnh gần đó thì hết lối chạy.

Cũng may, khi chúng tôi tới gần Phi-Luật-Tân thì trận bão trước đã tan, còn trận bão sau đã *bye bye*, chạy vòng lên hướng Bắc. Nhìn vết tàn phá của trận bão trước tại Phi, với nhiều tàu bè bị đưa lên cạn hoặc nhận chìm, mới thấy hú vía.

Chiến hạm ghé Subic Bay ba ngày trước khi về Saigon. Đây là chuyến tàu vét cho những ai còn nặng nợ với *Navy Exchange*, cũng như đối với ban tiếp liệu của chiến hạm vì đây là căn cứ tiếp liệu cuối cùng của Hải-Quân Mỹ trước khi chúng tôi hồi hương.

Đoạn đường chót của hải trình hồi hương cũng là đoạn đường ngắn nhất. Tại Subic cũng như trên đoạn đường này chúng tôi phải làm sạch sẽ trong ngoài và sơn phết lại chiến hạm để về Saigon với bộ mặt bảnh bao hơn. Tuy là đoạn đường ngắn nhất nhưng ai nấy đều có vẻ nóng lòng, hồi hộp chờ mong ngày tới quê nhà,

Để mọi người khỏi sốt ruột, anh Du, trưởng ban hải hành hằng ngày thông báo cho mọi người qua hệ thống phóng thanh các chi tiết về vị trí, khoảng đường còn lại và ngày giờ phỏng định đến bến. Khi anh báo rằng sắp trông thấy bờ biển Việt-Nam vùng Phan-Thiết, mọi người đều đổ lên sàn chính để canh. Khi mới trông thấy bờ ai nấy đều reo hò. Có lẽ ngày xưa, khi Columbus thấy Châu-Mỹ, thủy thủ đoàn cũng chỉ mừng đến thế là cùng!

Vì lý do kỹ thuật và thời tiết, chiến hạm về đến Saigon trễ hơn giờ dự trù chừng bốn tiếng, khi cập cầu trời đã tối. Dòng nước không thuận tiện, mà trong lòng lại hồi hộp khi thấy thân nhân nóng lòng chờ đợi trên bờ, chúng tôi cảm thấy khá vất vả. Tuy nhiên trong lòng ai cũng vui, và người vui nhất có lẽ là tôi, vì đã trở về sau hơn một năm rưỡi xa nhà.

Hải trình dài nhất trong cuộc đời binh nghiệp của chúng tôi chấm dứt với hồi còi giải tán nhiệm sở vận chuyển. Tính ra chiến hạm đã vượt qua khoảng chín ngàn hải lý, trong 52 ngày, xuyên qua đại dương lớn nhất, sâu nhất và cũng … thiên đàn nhất. Nhưng đối với tôi, cái nhất…nhất là thủy thủ đoàn và bộ-tham-mưu chiến hạm. Đó là niềm hãnh diện của tôi trong suốt thời gian nhận lãnh chiến hạm, huấn luyện và hoạt động với Hải-Quân Hoa-Kỳ. Tinh thần trách nhiệm và cầu tiến của nhân viên chiến hạm đã khiến toán huấn luyện Hải-Quân Hoa-Kỳ phải nể vì. Trước khi chia tay tại San Diego, vị sĩ quan trưởng toán huấn luyện lưu động đã nói với tôi: *"Ông có thể tự hào là đã có một thủy thủ đoàn học hỏi nhanh và thực hành rất đúng. Thú thật với ông, khi tôi mới gặp họ ở San Francisco, tôi không ngờ là họ lại có thể đạt được kết quả huấn luyện tốt đẹp như vậy."*

Lời khen trên được nhắc lại để riêng tặng tất cả nhân viên đã cùng tôi nhận lãnh Dương-Vận-Hạm Cam-Ranh, HQ 500, cách nay hơn một phần tư thế kỷ. Giờ đây một số đã vĩnh viễn nằm xuống, một số còn kẹt lại quê nhà, và số còn lại may mắn thoát ra được hải ngoại. Ước mong chúng ta sớm có ngày tái ngộ trên quê hương thanh bình và tự do để cùng nhau ôn lại những kỷ niệm vui buồn trong cuộc đời sông biển.

TRƯỜNG CAO-ĐẲNG HẢI-CHIẾN HẢI-QUÂN HOA-KỲ
(UNITED STATES NAVAL WAR COLLEGE)

LÂM NGƯƠN TÁNH

Lời giới thiệu: *Cựu Đề-Đốc Lâm Ngươn Tánh, nguyên Tư-Lệnh Hải-Quân V.N.C.H. xuất thân khóa I Hải-Quân Nha-Trang. Ông là một trong số rất ít sĩ quan cao cấp Hải-Quân Việt-Nam còn giữ được mối liên lạc mật thiết với Trường Cao-Đẳng Hải-Chiến Hải-Quân-Hoa-Kỳ.*

Bài biên soạn công phu sau đây của cựu Đề-Đốc Lâm Ngươn Tánh sẽ giúp độc giả thấu triệt được nhiều điều hữu ích về ngôi trường quân sự mà hầu hết các cấp lãnh đạo Hải-Quân V.N.C.H. đều đã theo học.

"Viribus Mare Victoria" (Chiến thắng của con người trên đại dương) là phương châm của một cơ quan huấn luyện cao cấp nhất trong Hải-Quân Hoa-Kỳ: Trường Cao-Đẳng Hải-Chiến (CĐHC) Hải-Quân Hoa-Kỳ.

Trường CĐHC tọa lạc trên bán đảo Coaster Harbor Island của thị xã Newport, nằm trong vịnh Narragansett thuộc Rhode Island, một tiểu bang nhỏ nhất của Hoa-Kỳ. Thị xã Newport, đặc biệt vào mùa Hè, là một địa danh nổi tiếng trong ngành du lịch, nhờ khí hậu tương đối mát mẻ; những bãi biển cát trắng, nước trong; và những lâu đài lộng lẫy như The Elms, The Breakers, The Marble House, Chateau-Sur-Mer, Rose Cliff, v. v... Newport cũng là nơi hội ngộ của những tay đua thuyền buồm quốc tế vào những dịp tổ chức America's Cup.

Trường CĐHC có đầy đủ tiện nghi về huấn luyện và tiếp vận cũng như tại hầu hết các Trung-Tâm Huấn-Luyện Hải-Quân Hoa-Kỳ. Viện Trưởng là những sĩ quan cấp Đô-Đốc thâm niên, hầu hết sau nhiệm kỳ chỉ huy Trường CĐHC, những vị này đều về hưu.

Được thành lập vào năm 1884, Trường CĐHC thoạt tiên được tổ chức để huấn luyện sĩ quan Hải-Quân Hoa-Kỳ theo học các khóa tham mưu (staff) và chỉ huy (command) dựa trên những căn bản chiến thuật và chiến lược hải chiến để tổ chức những cuộc hành quân

Đến năm 1956, Trường CĐHC mở thêm những khóa huấn luyện cho sĩ quan Hải-Quân quốc tế đồng minh của Hoa-Kỳ. Cơ cấu Trường CĐHC được hia thành hai khối:
- Trường Tham-Mưu Hải-Quân (Naval Staff College).
- Trường Chỉ-Huy Hải-Quân (Naval Command College – NCC).

Riêng về Trường Chỉ-Huy Hải-Quân thì có hai phần riêng biệt dành cho sĩ quan Hải-Quân Hoa-Kỳ (HQHK) thuần túy [1] và sĩ quan Hải-Quân Đồng-Minh [2].

Để có nhiều ý nghĩa liên quan mật thiết với Hải-Quân V.N.C.H., bài này được viết trên căn bản không gian và thời gian của kỷ niên 1965 và đặc biệt chú trọng nhiều hơn về Trường Chỉ-Huy Hải-Quân dành cho sĩ quan Hải-Quân đồng minh tại Trường CĐHC.

Trường CĐHC/HQHK huấn luyện những sĩ quan Hải-Quân cấp tá thâm niên, để chuẩn bị cho họ một căn bản chỉ huy dựa trên những lý thuyết chiến thuật và chiến lược quốc tế hiện đại.

Khóa học kéo dài 11 tháng, gồm những phần chính yếu như:
- Thuyết giảng về chiến thuật tác chiến của các quân binh chủng bạn có liên hệ đến hoạt động của Hải-Quân.
- Lập trận đồ và chỉ huy hạm đội tham chiến (War Games).
- Đi quan sát các cơ cấu quân sự quốc phòng thuộc hệ thống phòng thủ Hoa-Kỳ.
- Viếng những cơ sở kỹ nghệ chiến tranh trong nước và ngoài nước. (Field trips)
- Viết một bài luận án theo các đề mục tùy ý về quân sự, kinh tế, ngoại giao, v. v…

Khóa sinh đến Trường CĐHC như một sứ giả của quốc gia mình; vì tất cả khóa sinh đều được hưởng quy chế đặc miễn chính thức dành cho một ngoại giao đoàn quốc tế hợp lệ. Ngoài quyền tự do di chuyển, khóa sinh còn được tự do phát biểu ý kiến ngay tại quân trường vào những dịp khóa sinh hội thảo những đề tài trong chương trình huấn luyện và trong những dịp thuyết trình tại các trường trung học địa phương hay tại phòng Thương Mại Newport mà khóa sinh được Lions Club hoặc Rotary Club mời như một thuyết trình viên danh dự.

Những ý kiến mà khóa sinh đã phát biểu trong những dịp hội thảo – kể cả trong luận án – sẽ không được tiết lộ hoặc phổ biến nếu không có sự chấp thuận của tác giả.

Trong nhiều cuộc hội thảo chính thức, khóa sinh thẳng thắn chỉ trích chính sách ngoại giao của Hoa-Kỳ, đường lối Hoa-Kỳ viện trợ cho các quốc gia nhược tiểu và chính sách thương mại và trao đổi với quốc tế. Đến khi đàm đạo trong những dịp "trà dư tửu hậu" giữa khóa sinh và sĩ quan cán bộ HQHK, những chỉ trích về phương diện giáo dục và xã hội của Hoa-Kỳ lại được tiếp tục. Ý niệm chung của khóa sinh là: *"Chúng tôi đến đây với tư cách là đồng minh của Hoa-Kỳ để hấp thụ những kinh nghiệm quý báu của Hải-Quân Hoa-Kỳ trong những trận thế chiến đã qua; nhưng chúng tôi không hoàn toàn đồng đồng ý trên nhiều vấn đề mà quốc gia của chúng tôi có nhiều ưu điểm hơn."*

Mặc dù có nhiều dị biệt tư tưởng giữa khóa sinh đồng minh và sĩ quan huấn vụ, sau cùng tình thân hữu ngày càng nẩy nở tốt đẹp suốt khóa học. Tinh thần "Tứ hải giai huynh đệ" bao trùm không khí khóa học, làm cho khóa sinh và sĩ quan huấn vụ quân trường thông cảm và hiểu biết nhau hơn, khắng khít nhau hơn, để sau cùng tạo ra một "Tinh thần Trường Chỉ-Huy Hải-Quân Newport". ("The Spirit of The Naval Command College).

Điểm tế nhị nhất là không hề xảy ra những xung đột hoặc đả kích công khai nào giữa các khóa sinh tụ họp từ bốn phương trời, mang nhiều màu sắc khác biệt, không cùng ngôn ngữ, tuổi tác chênh lệch và đang có những rắc rối về vấn đề chính trị quốc gia.

Thật vậy, trong khóa học năm 1964-1965 có bốn quốc gia đang trong tình trạng tranh chấp lãnh thổ với nhau. Đó là Thổ-Nhĩ-Kỳ với Hy-Lạp và Ấn-Độ với Pakistan. Tuy nhiên, trong suốt khóa học, mặc dầu sự thân tình giữa đại diện các quốc gia này không được biểu lộ một cách sâu đậm, nhưng trái lại cũng không hề xảy ra một cuộc đụng chạm nào.

Vì thời gian thụ huấn khá dài, khóa sinh thuộc các quốc gia Âu-Châu, Mỹ-Châu và Trung-Đông đem theo gia đình khi đến nhập học. Khóa sinh các nước Á-Châu và Phi-Châu, có thể vì tình trạng kinh tế và chính trị, không đem theo gia đình.

Khóa sinh đến trình diện nhập khóa và lập thủ tục tại Luce Hall. Luce Hall là bộ chỉ huy và cũng là cơ quan hành chánh của Trường CĐHC. Tại Trường CĐHC, khóa sinh được theo quy chế ngoại trú, được tự do sinh hoạt nơi nào mình thích, miễn là phải tham dự đầy đủ những giờ thuyết giảng tại Trường hoặc tháp tùng những chuyến đi quan sát xen kẻ trong chương trình huấn luyện.

Sự tiếp đón của Trường CĐHC được tổ chức rất chu đáo và có vẻ trịnh trọng ngay từ khi khóa sinh vừa đến phi trường Providence, thủ đô của Rhode Island, để đưa về tạm trú tại BOQ, chờ hoàn tất thủ tục nhập khóa. Sĩ quan thuộc Bộ-Tham-Mưu quân trường được chỉ định làm cố vấn cho mỗi khóa sinh về phương diện huấn luyện cũng như những vấn đề tổng quát khác như thuê nhà, mua xe, mua bảo hiểm…

Khóa học bắt đầu vào giữa tháng Tám.

Sinh hoạt của khóa sinh bắt đầu từ giảng đường tại Simms Hall để nghe thuyết giảng về chiến thuật và chiến lược hải chiến. Trưa, sau bữa ăn tại câu lạc bộ sĩ quan là những giờ dành cho việc khảo cứu tài liệu mượn từ thư viện Mahan Hall đem về văn phòng riêng của mỗi khóa sinh. Những đề tài thuyết giảng chiến thuật và chiến lược rất bao quát và ngoạn mục với phim ảnh do thuyết trình viên trình bày.

Trong những dịp hội thảo toàn khóa, một hội trường rộng lớn được xử dụng và trang trí như dành cho một Đại Hội Đồng quốc tế nhóm họp. Mỗi khóa sinh có một bàn riêng, được trưng bày Quốc-Kỳ và bảng tên của mình. Mọi sự sắp xếp đều theo mẫu tự, không có sự phân biệt cấp bậc hoặc quốc gia của khóa sinh. Tại Mahan Hall và Luce Hall, quốc kỳ các quốc gia đồng minh của Hoa-Kỳ được dương cao, trong số đó lá Cờ Vàng Ba Sọc Đỏ tung bay…

Sau nhiều tuần huấn luyện tại Trường, khóa sinh bắt đầu đi quan sát. Phương tiện di chuyển hầu hết là phi cơ của Hải-Quân Hoa-Kỳ. Những phi cơ này sẵn sàng tại căn cứ Nagaransett Naval Air Station trên đảo Connecticut, bên kia vịnh về hướng Tây.

Thời gian 1965, Newport Bridge dài hai *miles* nối liền bán đảo Newport với đảo Connecticut chưa được xây cất, khóa sinh dùng tiểu đỉnh của Naval Base để sang đảo. Đôi khi Trường lại dùng xe chuyên chở công cộng đưa khóa sinh sang phi trường, nhưng phải dùng chiếc phà Jamestown Ferry để qua đảo Connecticut.

Ngày nay Newport Bridge tối tân đã thâu ngắn thời gian di chuyển từ Newport qua đảo Connecticut, nhưng đã vô tình xóa đi hình ảnh thơ mộng của chiếc phà Jamestown Ferry với đoàn hải âu lượn quanh tìm mồi do hành khách rải xuống biển.

Những chuyến đi quan sát thường kéo dài trọn tuần lễ. Nào Bermuda thuộc Anh-Cát-Lợi nằm giữa Đại-Tây-Dương, đến Roosevelt Roads Naval Air Station ở Puerto Rico nằm trong biển Caribbean, rồi trở về Key West Naval Station và Miami thuộc Florida. Có lần sang Ottawa, thủ đô Gia-Nã-Đại rồi trở về miền Trung Bắc Hoa-Kỳ để viếng các xưởng kỹ nghệ sản xuất xe thiết giáp và quân xa đủ loại tại Detroit, Michigan. Tiếp đến là viếng Bộ-Chỉ-Huy Không-Quân Chiến-Lược (Strategic Air Command) đặt sâu trong lòng núi đá ở Nebraska. Trong chuyến đi miền Tây, đến vùng Bắc California viếng căn cứ chiến thuật Không-Quân với hệ thống tiếp vận tân tiến rồi sang thăm quốc hội California và Thống-Đốc Ronald Reagan tại Sacramento. Đi về miền Nam California thì viếng những cơ xưởng chế tạo phi cơ tác chiến ở Los Angeles và Bộ-Tư-Lệnh Hạm-Đội Thái-Bình-Dương tại San Diego. Chuyến đi kế tiếp lại sang miền Đông quan sát những cuộc biểu diễn hành quân tại các Căn-Cứ Thủy-Quân Lục-Chiến (Camp Le Jeune) và Lực-Lượng Đặc-Biệt (Fort Bragg) ở North Caroline; viếng Bộ Tư-Lệnh Hạm-Đội Đại-Tây-Dương đặt ở Norfolk, xưởng kỹ nghệ đóng tàu tại Newport News, nơi chế tạo hàng không mẫu hạm và tiềm thủy đỉnh nguyên tử; viếng Williamsburg, thủ đô đầu tiên của tiểu bang Virginia. Đi dần về miền Đông Bắc, viếng thủ đô Hoa-Thịnh-Đốn với Quốc-Hội và Tòa Bạch-Ốc, rồi Ngũ-Giác-Đài. Chuyến kế tiếp được viếng Nữu-Ước hoa lệ với tòa nhà Liên-Hiệp-Quốc, thị trường chứng khoáng Wall Street, tượng Nữ Thần Tự-Do trước khi trở về New London, tiểu ban Connecticut để quan sát Căn-Cứ và Trung-Tâm Huấn-Luyện Tiềm-Thủy-Đỉnh. Khóa sinh được dịp ra khơi bằng Tiềm-Thủy-Đỉnh và quan sát cuộc thực tập tác chiến có xử dụng ngư lôi.

Tại mỗi nơi thăm viếng khóa sinh được tiếp đón nồng hậu và chu đáo. Các vị Thống Đốc, Thị Trưởng, Tư-Lệnh quân chủng hay Chỉ-Huy-Trưởng cơ quan thường có mặt để tiếp đón phái đoàn khóa sinh. Trong những buổi dạ tiệc, quà kỷ niệm, chứng chỉ Công Dân Danh Dự và chìa khóa vàng của thành phố được trao tặng cho mỗi khóa sinh.

Từ năm thành lập cho đến nay (1990), Trường Chỉ-Huy Hải-Quân đã huấn luyện được 35 khóa học liên tiếp, với 1.045 khóa sinh thuộc 70 quốc gia trên thế giới. Trong tổng số khóa sinh có 545 người đã được thăng cấp Đô-Đốc Hải-Quân hoặc Tướng Lãnh Lục-Quân và Không-Quân. Hai mươi sáu người giữ chức Tổng Bộ Trưởng trong chính phủ hoặc làm Đại-Sứ. Đặc biệt có một cựu khóa sinh đã trở thành Tổng Thống!

Lý thuyết và kinh nghiệm thâu nhận được sau những chuyến đi quan sát và tình thân hữu nẩy nở trong khối khóa sinh quốc tế là những điểm son khóa sinh mang về khi hồi hương. Những kỷ niệm vui buồn cũng giúp thêm nhiều màu sắc rực rỡ cho bức tranh kỷ niệm của Trường Cao-Đẳng Hải-Chiến Hoa-Kỳ. Bất cứ một sĩ quan nào đã tu nghiệp tại Trường Chỉ-Huy Hải-Quân đều không thể quên được phương châm đặc biệt của Trường: Populos Mare Jungit. (Con người triền miên với biển cả).

1. Gồm một số sĩ quan Thủy-Quân Lục-Chiến (U.S. Marine Corps), sĩ quan Lục-Quân, Không-Quân và công chức cáo cấp quốc phòng.
2. Gồm một số sĩ quan Lục-Quân và Không-Quân của vài quốc gia đồng minh.

Danh sách sĩ-quan Hải-Quân V.N.C.H. từng tu nghiệp tại Trường Cao-Đẳng Hải-Chiến Hoa-Kỳ

Hải-Quân Trung-Tá Trần Văn Chơn	1959-1960
Hải-Quân Trung-Tá Chung Tấn Cang	1960-1961
Hải-Quân Trung-Tá Đặng Cao Thăng	1961-1962
Hải-Quân Trung-Tá Nguyễn Đức Vân	1962-1963
Hải-Quân Trung-Tá Trần Văn Phấn	1963-1964
Hải-Quân Trung-Tá Lâm Ngươn Tánh	1964-1965
Hải-Quân Trung-Tá Đinh Mạnh Hùng	1965-1966
Hải-Quân Trung-Tá Khương Hữu Bá	1966-1967
Hải-Quân Trung-Tá Vũ Đình Đào	1967-1968
Hải-Quân Trung-Tá Nguyễn Hữu Chí	1968-1969
Hải-Quân Trung-Tá Nguyễn Xuân Sơn	1969-1970
Hải-Quân Trung-Tá Trịnh Xuân Phong	1970-1971
Hải-Quân Đại-Tá Ngô Khắc Luân	1971-1972
Hải-Quân Đại-Tá Bùi Cửu Viên	1972-1973
Hải-Quân Đại-Tá Phan Văn Cổn	1973-1974
Hải-Quân Đại-Tá Dư Trí Hùng	1974-1975

NHỮNG NĂM TẠI TRƯỜNG HẢI-QUÂN PHÁP

ĐẶNG CAO THĂNG

Lời giới thiệu: Cựu Phó-Đề-Đốc Đặng Cao Thăng, nguyên Tư-Lệnh Hải-Quân Vùng IV Sông Ngòi, xuất thân khóa I Hải-Quân tại Brest. Ông là người có công rất lớn trong việc phổ biến rộng rãi đến thanh niên và sinh viên Việt-Nam những cái hay, cái đẹp của một quân chủng còn quá mới mẻ trong thời kỳ phôi thai của Quân-Đội V.N.C.H. Ông cũng là một trong những sĩ quan Hải-Quân Việt-Nam đầu tiên đã tuyển mộ, huấn luyện và đào tạo khóa 8 sĩ quan Hải-Quân Nha-Trang.

Vào đầu năm 1952, khi có thông cáo tuyển mộ khóa sinh đi Pháp học để phục vụ cho Hải-Quân Việt-Nam, tôi nộp đơn ngay. Nếu tin số tử vi thì có thể nói tôi có sao Thiên Di chiếu mệnh. Vì từ nhỏ cho đến khi vào quân đội, tôi không học ở trường nào được lâu. Bị động viên vào Trường Sĩ-Quan trừ bị Nam-Định được vài tuần, tôi lại có mặt trong số hai mươi người tình nguyện vào học Pháo-Binh, Công-Binh và Truyền-Tin tại trường Thủ-Đức. Ra trường được mấy tháng tôi đã thay đổi nhiệm sở hai lần.

Tháng 6 năm 1952, khi đang phục vụ tại Bộ-Chỉ-Huy của một tiểu đoàn Công-Binh đóng tại tỉnh Nam-Định, tôi được lệnh về Hà-Nội để dự kỳ thi tuyển mà tôi đã nộp đơn từ hồi đầu năm.

Về Hà-Nội, trong mấy ngày chờ kỳ thi viết, tôi dành hết thì giờ cùng mấy người bạn thân đi lang thang khắp những phố phường của Hà-Nội cổ kính, Hà-Nội quyến rũ, Hà-Nội thướt tha mà tôi đã vô cùng thương yêu trong gần hai năm cuối của cuộc đời học sinh và sinh viên của tôi.

Trúng kỳ thi viết, tôi được gửi vào Saigon thi vấn đáp. Khi kết quả sau cùng được công bố, tôi được trả về Hà-Nội để từ biệt gia đình rồi trở lại Saigon làm thủ tục xuất ngoại.

Trước khi lên đường, sáu người chúng tôi đến trình diện ông Tổng-Trưởng Quốc-Phòng – tôi không nhớ là ai – và vị Tổng-Tham-Mưu-Trưởng Quân Đội – Thiếu Tướng Nguyễn Văn Hinh – để nhận huấn từ bằng tiếng Pháp về tầm quan trọng của việc gửi chúng tôi đi học đối với tương lai Hải-Quân Việt-Nam.

Chúng tôi đến phi trường Orly vào giữa tháng Chín, sau gần 24 tiếng đồng hồ bay trên chiếc phi cơ chuyên chở khế ước cho quân đội Pháp.

Vì trường Hải-Quân Pháp tháng Mười mới nhập học cho nên chúng tôi được gửi trong trại tạm trú của Bộ-Hải-Quân Pháp – giống như trại Bạch-Đằng II của Hải-Quân Việt-Nam. Sau khoảng một tuần, chúng tôi đi xe lửa đến thành phố Brest. Vẫn còn sớm cho nên chúng tôi được gửi lên Tuần-Dương-Hạm Tourville, một chiến hạm đã giải giới và đang neo tại vịnh Brest để làm Huấn-Luyện-Hạm cho các Chuẩn-Úy Hải-Quân trừ bị.

Trường Hải-Quân Pháp tọa lạc trên một đỉnh đồi thuộc thành phố Brest, nhìn ra Đại-Tây-Dương. Trường bị hư hại khá nhiều trong trận thế chiến thứ II; vì vậy, việc huấn luyện sinh viên sĩ quan tạm thời được dời về căn cứ Hải-Không-Quân tại làng Lanvéoc Poulmic. Làng này cũng nằm trong vịnh Brest, thuộc miền Bretagne, cách thành phố chừng một giờ lái xe.

Bretagne là vùng nghèo nhất nước Pháp và làng Lanvéoc Poulmic có lẽ là một trong những làng nghèo nhất của vùng Bretagne. Xung quanh căn cứ lâu lâu mới thấy vài căn nhà nhỏ, lụp xụp, không điện, không nước máy. Dân chúng sống về nghề chăn nuôi và trồng táo.

Trường Hải-Quân Pháp tạm thời này gồm những dãy nhà hai tầng, dài, chạy song song, giống Trung-Tâm Huấn-Luyện Hải-Quân Nha-Trang, nhưng lớn hơn, dài hơn và cũ hơn.

Trước dãy nhà là một sân cờ mênh mông; giữa sân cờ sừng sững một cột cờ thật cao. Đây là loại cột cờ cấu trúc như thường thấy trên các tàu buồm thời cổ, với nhiều thanh ngang và những chiếc thang giây treo từ ngọn tới chấm đất. Nếu Trung-Tâm Huấn-Luyện Hải-Quân Việt-Nam có một khu dành để huấn luyện khóa sinh về giây nhợ, về neo, về tiểu đỉnh đặt tại Cầu-Đá, thì Trường Hải-Quân Pháp cũng có Cầu-Đá, nhưng gần trường hơn, lớn hơn, nhiều tầu và thuyền hơn.

Cách Trường khoảng ba bốn cây số là sân bay. Từ đại chiến thứ II, Hải-Không-Chiến giữ vai trò quyết định trên biển cả, cho nên môn học

Hải-Không-Chiến chiếm một khoảng thời gian lớn trong chương trình huấn luyện Hải-Quân của các cường quốc.

Ngày của khóa sinh bắt đầu khá sớm. Năm giờ rưỡi, hồi kèn báo thức inh ỏi đã lôi chúng tôi khỏi giấc ngủ êm đềm. Chúng tôi có mười lăm phút để tỉnh dậy, cuộn chiếc võng lại cho gọn gàng trước khi treo lên. Khóa chúng tôi có 100 sinh viên ngủ trong hai căn phòng lớn. Có lẽ để giữ truyền thống, thay vì giường, sinh viên sĩ quan ngủ võng. Mười lăm phút sau hồi kèn báo thức là thời gian náo nhiệt ít thấy trong ngày. Hàng trăm thanh niên đang thời ham ăn, ham ngủ bị dựng dậy khi trời bên ngoài còn tối và rất lạnh, thi nhau cầu nhàu, la hét, chửi thề. Nhiều cậu dậy trễ, vật lộn với những chiếc mền, những tấm khăn trải giường, cố gắng làm sao cuộn chúng vào chiếc võng cho tròn trịa.

Như một phép lạ, khi hồi kèn thứ hai nổi lên, trật tự được vãn hồi; vì kèn chưa chấm dứt là các vị Losses - tên sinh viên sĩ quan đặt cho những hạ sĩ quan cán bộ, tiếng tắt của Molosses, loại chó khó tính và dữ như Pitbulls của Mỹ - đã đột nhập ngay. Vô phúc cho cậu nào chậm chân, lảng vảng trong phòng ngủ, hoặc chủ nhân của những chiếc võng không gọn gàng ngay ngắn, là được ghi tên vào sổ phạt liền!

Sau ít phút để rửa mặt, một hồi kèn nữa giục giã chúng tôi đi tập thể thao. Những hồi kèn! Xin đừng tưởng chúng giống nhau, và phát âm tùy theo hứng của các vị "kèn sĩ". Sự thật chúng khác nhau, có bài bản cẩn thận, có cung có bực, nhưng đối với chúng tôi, chúng đều đáng ghét như nhau; vì chúng gay gắt, thúc dục và theo chúng luôn luôn là các vị Losses tinh mắt với những cuốn sổ phạt mở rộng.

Giờ thể thao dành để tập chạy nhảy, đánh banh cho những sinh viên sĩ quan có năng khiếu được tuyển mộ vào các đội thể thao của Trường. Đối với đại đa số, trong đó có tôi, không có năng khiếu gì, thể thao là chạy việt dã.

Trong sương mai lạnh ngắt, chúng tôi chạy trên những con đường khúc khuỷu, lên dốc, xuống đèo, vượt qua những căn nhà im lìm được ngăn cách bởi những bức tường đá xếp, hay băng ngang những cánh đồng cỏ, trước con mắt lãnh đạm của các chú bò. Vì là một người Việt-Nam có chiều cao trung bình, tôi phải cố gắng lắm mới theo được đoạn hậu của những bạn cao hơn tôi vài tấc.

Về đến trường phải thay quần áo thật nhanh mới kịp giờ học. Một hồi kèn (lại một hồi kèn!) kêu chúng tôi tập họp để điểm danh. Quân phục làm việc của chúng tôi là quân phục dành cho tân binh Hải-Quân. Quần ống rộng, áo chui cổ có yếm đằng sau. Mùa Hè chúng tôi mặc quần áo may bằng vải thô màu xám; mùa Đông thêm một bộ tương tự bằng nỉ xanh đậm mặc lồng bên trong. Khác với tân binh, chúng tôi đội mũ lưỡi trai.

Sinh viên được chia từng toán – gọi là poste – được hướng dẫn bởi một toán trưởng, dưới sự hướng dẫn của một Đại-Úy, được một vị Losse phụ tá. Mỗi toán có một phòng học. Mỗi sinh viên có một bàn gồm nhiều ngăn để đựng sách vở và một tủ đựng quân trang.

Chúng tôi xếp hàng tại sân cờ theo toán, toán trưởng báo cáo quân số cho các vị Losses trực nhật; các vị Losses báo cáo lên Đại-Úy trưởng phiên.

Tiếp đến là thanh tra quân phục. Đây là giờ phút thật đáng ngán. Quần áo không sạch, ghi tên trong sổ phạt; giày không đánh bóng, sổ phạt; tóc dài, sổ phạt; râu không cạo, sổ phạt, v.v…Tôi có người bạn cùng poste có bộ râu cứng và rậm, đã nhiều lần là nạn nhân!

Điểm danh chấm dứt, chúng tôi xếp hàng đi tới lớp học. Nếu môn học là lý thuyết, sinh viên học trong phòng học chung; nếu là môn thực hành, sinh viên được chia ra nhiều toán.

Hải-Quân Pháp muốn sĩ quan của họ là một cấp chỉ huy, một nhà hàng hải và một kỹ sư. (Ra trường, sĩ quan được cấp bằng *Ingénieur de l'École Navale*).

Ngoài những môn cần thiết cho người đi biển như vận chuyển tàu, thiên văn, khí tượng, hàng hải, chúng tôi còn phải học về kiến trúc chiến hạm, hải pháo, điện lý thuyết và kỹ nghệ, các loại động cơ, các loại máy dùng điện tuyến để quan sát không gian (Radar), các loại máy dùng âm thanh để theo dõi dưới nước (Sonar).

Ngoài ra chúng tôi cần một số giờ quan trọng dành cho việc học về hàng không. Ngoài lý thuyết về kiến trúc phi cơ, chúng tôi có những buổi thực tập phi hành trên những loại máy bay Junker của Đức, tập lái phi cơ quan sát – chỉ lái trên trời thôi, khi lên và xuống phi đạo, huấn luyện viên lấy lại cần điều khiển. Sinh viên sĩ quan có thể ghi tên vào Aéro Club của Trường, tập lái để lấy bằng. Nếu tôi nhớ không lầm, hai sĩ quan Việt-Nam tốt nghiệp Trường Hải-Quân Pháp có bằng lái máy bay.

Các môn học do giáo sư dân chính, cán bộ Hải-Quân tốt nghiệp tại các trường kỹ sư dân sự hoặc sĩ quan tốt nghiệp từ Trường Hải-Quân Pháp đảm nhiệm.

Vì giáo sư nào cũng thấy môn học của mình là cần thiết và phải được hiểu thấu đáo, cho nên môn học nào cũng đầy những công thức, những phương trình, những giải tích. Trước sự "tấn công" của những cơn lũ lý thuyết đó, sinh viên tìm ra những phương pháp ngăn đỡ. Sinh viên dành nhiều thì giờ và nỗ lực cho những môn có hệ số cao, và cố gắng vượt trên điểm số loại của các môn kém quan trọng. Phương pháp này chỉ dành cho đại đa số mà thôi; một số nhỏ cao thủ - cỡ 10% của khóa – thập bát ban võ nghệ, ban nào cũng tinh thông.

Trong số giáo sư của Trường, tôi nhớ có hai vị rất đặc biệt. Một vị là giáo sư dân chính dạy toán.

Dạy toán tại Trường Hải-Quân Pháp là một công việc không mấy hứng thú. Vì, sau khi đậu tú tài toán và trước khi tham dự kỳ thi tuyển, sinh viên sĩ quan phải trải qua lớp chuẩn bị hai, ba năm về toán và khoa học, nhờ vậy, phần nào sinh viên cũng đạt đến mức bảo hòa đối với các loại kiến thức này. Lý do khác quan trọng hơn là hệ số của môn toán thấp.

Giáo sư toán gầy, cao, dáng người khắc khổ. Giang sơn của Ông giới hạn ở bục giảng và bảng đen. Ông đi đi lại lại trên bục, dừng lại để viết các công thức trên những khoảng trống còn lại của bảng đen, mắt không nhìn xuống lớp học. Chỉ ít phút sau khi giờ học bắt đầu, nhiều câu chuyện được trao đổi rì rào ở những hàng ghế cuối lớp học. Với thời gian, lời nói chuyện lớn dần và lan lên những hàng ghế trên. Thầy cứ tiếp tục đi đi lại lại, giảng đều đều, mắt nhìn về vùng xa xôi trong khi học trò "họp chợ" ồn ào phía dưới. Hết giờ học, Thầy và trò cùng gấp sách ra khỏi lớp, kiến thức trò nhận của Thầy chẳng được bao nhiêu.

Giáo sư thứ hai là một Hải-Quân Thiếu-Tá, dạy về môn hàng hải thiên văn. Ông thấp, mập mạp, tóc cắt ngắn, bộ quân phục cũ kỷ bó sát lấy thân hình tròn trịa. Hàng hải thiên văn có hệ số rất cao, sinh viên lại rất khớp trước bốn khoanh vàng nơi cổ tay áo của Ông. Trong Trường, cấp bậc Đại-Úy thì nhiều, nhưng cấp Tá thì hiếm. Lớp của giáo sư này luôn luôn im lặng như tờ. Định vị trí bằng các thiên thể có thể tìm hiểu qua nhiều cách thức tương đối đơn giản; nhưng vị giáo sư này đã chọn hình thức khó khăn nhất, mệt nhọc nhất. Như một siêu nhân truyền lại những thuyết bí hiểm cho lớp người trần tục có trí thông minh hạn chế, khi thì kiêu kỳ khinh bạc, khi thì mĩa mai châm biếm, Ông đã hướng dẫn chúng tôi qua các giai đoạn và cách thức mà những người thủy thủ từ ngàn xưa dùng để tìm vị trí con tàu trên biển cả mênh mông.

Những sĩ quan Hải-Quân theo học tại Trường huấn luyện Hải-Quân Pháp vào những năm cuối của thập niên 50 – như giáo sư Lê-Phụng – có lẽ đã nhận ra phần nào đặc tính của hai vị giáo sư kể trên.

Chúng tôi được nghỉ trước hai bữa cơm và được phép vào câu-lạc-bộ uống cà-phê hay uống bia. Sau bữa cơm chiều, chúng tôi về poste để tự học cho đến 10 giờ tối. Hồi kèn chót trong ngày cho phép chúng tôi đi ngủ. Chăng võng xong, chúng tôi thiếp đi sau hơn 12 tiếng đồng hồ thể xác và tinh thần bị dằn vặt tận tình.

Trong thời gian học, hằng tháng có những ngày thực tập đi biển. Những chiến hạm xử dụng để sinh viên thực tập thuộc phân đội Trục-

Lôi-Hạm Đại-Dương được biệt phái cho Trường. Những chiến hạm này trọng tải cỡ 1.000 tấn, chạy chậm nhưng có khả năng chịu sóng gió rất cao. Kinh hoàng có lẽ là trạng từ đúng nhất để mô tả tâm trạng của chúng tôi trong những chuyến đi biển đầu tiên.

Bán đảo Bretagne nằm ở giao điểm biển Manche và Đại-Tây-Dương. Thiên nhiên hình như đã tập trung về đây những ngọn sóng lớn nhất, những cơn gió bạo nhất để dằn mặt các anh chàng thủy thủ tập sự đang mơ màng những chuyện hải hồ lẩm cẩm. Tàu vừa nhô ra cửa vịnh Brest là những con sóng như trái núi xông tới. Những con sóng này chồm lên, đè mũi tàu xuống, tung hàng khối nước vào các sinh viên sĩ quan đang trực phiên trên đài chỉ huy; cùng lúc đó, những cơn gió lạnh ngắt, đôi khi mang theo những trận mưa đá, quất xối xả vào mặt mũi, vào thân hình ướt sũng của chúng tôi. Trong cơn say sóng, dạ dày là bộ phận chịu cực hình nhiều nhất. Chúng tôi thay nhau đến "thăm viếng" những chiếc "xô" mà thủy thủ đoàn đã tiên liệu, đặt rải rác trên đài-chỉ-huy để tống ra đủ loại mật xanh, mật vàng!

Dần dần mùa Đông qua, biển cũng dịu đi, những chuyến đi biển tuy chưa đem lại hứng thú, nhưng cũng chịu được.

Năm đầu của chúng tôi sắp hết và ngày ra trường của khóa đàn anh sắp tới.

Một đêm, trong lúc chúng tôi ngủ say, những tên đàn anh lặng lẽ xâm nhập, và – cùng một lúc – họ cắt đứt giây võng của chúng tôi. Vừa la hét họ vừa hất tung tóe những chiếc võng, chiếc mền và khăn trải giường của chúng tôi. Trong cơn ngủ say, bị rớt đau như trời giáng, sau khi khóa đàn anh bỏ đi, chúng tôi vừa thu nhặt đồ ngủ vừa chửi bới các tên đàn anh "thiếu giáo dục".

Một buổi khác, khóa đàn em chúng tôi được lệnh hành quân đêm. Khi về thấy đèn đuốc sáng trưng và những chiếc võng của chúng tôi đã được nối thành những sợi giây dài cả trăm thước, treo từ ngọn cột cờ đến các góc sân cờ.

Đêm mãn khóa của khóa đàn anh có buổi văn nghệ do chính họ thực hiện. Khán giả là Bộ-Chỉ-Huy của Trường và hai khóa sinh viên. Trong những vở kịch, sinh viên đàn anh đã diễu các cán bộ của Trường bằng cách bắt chước và khuếch đại bộ tịch, cách ăn nói, đi đứng của họ. Tất cả mọi người, kể cả những người bị diễu, đều cười hả hê. Kết thúc buổi văn nghệ, toàn thể hội trường đã đồng ca những bản ca truyền thống của Trường; nhạc trầm hùng, nhưng lời ca của người đi biển thì khá mặn mòi và hơi tục.

Để kết thúc năm thứ nhất trước khi đi nghỉ Hè, tất cả khóa sinh được tham dự chuyến viễn du mùa Hè.

Phân đoàn Trục-Lôi-Hạm đưa chúng tôi lên phía Bắc, ghé bến Anvers thuộc Bỉ; tại đây chúng tôi dùng xe lửa lên thăm kinh đô Bruxelles; sau đó chúng tôi tới Amsterdam, được đi xem những cánh đồng Tulipes mênh mông, sặc sỡ và các đập ngăn nước vĩ đại của Hòa-Lan.

Rời Hòa-Lan, chúng tôi trực chỉ thành phố Bergen của Na-Uy. Trên đoạn đường này chúng tôi có dịp thực tập hàng hải thiên văn. Khi tôi vào nghề, các vì sao hãy còn là những hướng đạo viên tin cẩn nhất của người đi biển. Dưới bầu trời trong của đêm biển Bắc, từ những chòm sao đặc biệt gọi là bảy cái mốc của trời, chúng tôi tập nhận diện các vì sao. Có những sao xanh, những sao đỏ, có sao sáng rực như kim cương và cũng có sao vàng vọt, yếu ớt, mong manh. Những ngôi sao có danh xưng của các vị trong thần thoại Hy-Lạp và có những ngôi sao mang tên người tình của các chàng thủy thủ một thời đam mê.

Càng đi về phương Bắc, ngày càng dài hơn và đêm ngắn đi. Bờ biển Na-Uy hiện ra trong một buổi sớm, như những bức thành đen, uy nghi và thăng đứng, đôi khi bị chia cắt bởi các khía dài từ trên xuống mặt nước. Thành phố Bergen đã giang tay mở rộng đón tiếp chúng tôi. Sống qua những đêm dài lạnh lẽo của miền gần Bắc Cực và cách xa các khu dân cư khác, cho nên người dân Bergen rất hiếu khách.

Rời Bergen, chúng tôi tiếp tục đi lên phía Bắc và tiến vào các Fjords. Đó là những nhánh biển, dài hằng trăm dặm, thật đẹp, thật khúc khuỷu mà cũng thật sâu, nằm giữa hai vách đá dựng đứng. Trong đệ II thế chiến, một số chiến hạm Đức dùng các Fjords này để trốn phi cơ của hàng-không mẫu-hạm Anh.

Rời Na-Uy, chúng tôi quay mũi về phương Nam và dừng ở trạm chót của chuyến đi là thành phố Edinburg, thuộc Tô-Cách-Lan. Dưới chân lâu đài cổ kính của thành phố này, chúng tôi đã được xem một cuộc biểu diễn vũ điệu Tango tuyệt vời.

Trở về Brest, chúng tôi khăn gói lên đường đi nghỉ Hè. Trong năm, chúng tôi có một số ngày nghỉ, tương đối ngắn. Thường thường chúng tôi cố gắng về Paris, để cùng bạn bè đến Boulevard Saint Michel, nơi tập trung của sinh viên Paris. Chúng tôi la cà tại các quán trên hè phố. Buổi sáng ngồi nhấm nháp rượu khai vị, ngắm người qua lại rồi đến các quán cơm Tầu hay Việt-Nam rãi rác tại Quartier Latin ăn trưa. Nếu túi tiền cạn thì chui xuống xe điện ngầm đi ăn mì bình dân ở ga Lyon. Tạm quên những hồi kèn, những ông Losses, những buổi đi biển, những ngày vất vả từ sáng đến tối, tôi chìm mình vào bầu không khí tràn ngập thơ và nhạc nơi kinh thành của nghệ thuật và nghệ sĩ.

Kỳ nghỉ Hè tương đối dài. Chúng tôi theo làn sóng người xuống bờ biển miền Nam nước Pháp. Đặt bảng doanh tại câu-lạc-bộ sĩ quan trên đường Promenade des Anglais ở thành phố Nice, chúng tôi lang thang thăm viếng các thành phố thuộc miền Côte d'Azur.

Nghỉ Hè xong, chúng tôi trở lại làng Lanvéoc Poulmic với một tư thế khác. Chúng tôi đã trở thành khóa đàn anh. Những ngày học đều đặn trôi qua. Các hồi kèn dường như bớt gắt gỏng. Các vị Losses đối xử có vẻ nể nang hơn. Những chuyến đi biển kéo dài thêm. Sóng và gió cũng chẳng làm chúng tôi phiền hà nữa.

Trước khi ra trường, chúng tôi tham dự một chuyến đi bằng máy bay dài hai tuần lễ để thăm những căn cứ quan trọng của Hải-Quân Pháp tại các nước Bắc Phi, lúc đó vẫn còn là thuộc địa của Pháp.

Mãn khóa vào mùa Hè năm 1954, sau một thời kỳ nghỉ, chúng tôi trở lại Brest. Cùng với những sinh viên tốt nghiệp Trường Quân-Y Bordeaux, các ủy viên Hải-Quân tốt nghiệp tại Toulon và một số sĩ quan trường Polytechnique tình nguyện sang phục vụ Hải-Quân, khóa chúng tôi lên Tuần-Dương-Hạm Jeanne d'Arc và Khu-Trục-Hạm hộ tống để tham dự một chuyến đi dài.

Tuần-Dương-Hạm Jeanne d'Arc giống một du thuyền hơn là một chiến hạm. Trong tám tháng dài chúng tôi đóng vai sứ giả thiện chí của Hải-Quân Pháp. Đoạn đường dài gần bằng chu vi trái đất đã đưa chúng tôi đến thăm các thành phố thuộc 24 quốc gia. Chúng tôi vượt Đại-Tây-Dương từ Đông sang Tây, ghé New York, rồi lại từ Tây về Đông, đi quanh lục địa Phi-Châu, dừng lại thăm những thuộc địa của Pháp và Bồ-Đào-Nha rồi vòng qua mũi Hảo-Vọng để vào Ấn-Độ-Dương. Chúng tôi ghé Madagasca, sau đó tới đảo Réunion, nơi có mộ vua Thành-Thái; tại đây tôi gặp một bác sĩ đã từng làm Tổng Tưởng trong chính phủ Trần Trọng Kim. Điểm cực Đông của chuyến đi là đảo Tích-Lan. Từ Colombo, chúng tôi lên xe lửa đi thăm Kandy, kinh đô cũ của đảo, nơi có tượng Phật nằm khổng lồ, tạc bằng đá.

Trên đường về, chúng tôi thăm thành phố Ras Tanura, thủ đô dầu lửa của xứ Á-Rập Saudi, lúc bấy giờ hãy còn là một thị trấn nhỏ trên bờ Hồng-Hải, giáp sa mạc. Vượt kinh đào Suez, chúng tôi vào Địa-Trung-Hải đến Israel, đất của Kinh Thánh. Chúng tôi viếng Bethléhem, nơi Chúa chào đời, và thành phố Jerusalem, lúc này còn bị chia đôi và đang ở trong thời kỳ chiến tranh. Ghé thành phố Istanbul của Thổ-Nhĩ-Kỳ, chúng tôi đi trên chiếc cầu nối liền Châu-Âu và Châu-Á. Len lỏi qua những quần đảo thuộc Hy-Lạp, chúng tôi ghé đến Athens và được đi thăm những di tích của nền văn minh sáng chói một thời. Tại đây chúng tôi được tiếp đón Quốc Vương Paul khi Ông xuống thăm chiến hạm.

Trong giai đoạn chót của chuyến đi, chúng tôi dọc theo bờ biển phía Đông của Ý-Đại-Lợi, đến thăm Venise, thành phố của kinh đào và những chiếc thuyền *gondoles*. Trên đường đi, chúng tôi thấy mờ mờ hỏa diệm sơn Vésuve, mọc lên cao vút trên mặt biển như chiếc tháp.

Tám tháng trời xê dịch, tuy không đi bằng chân mà sao gối cũng thấy chồn! Cánh chim giang hồ bay liên tục gần 40 ngàn dậm đã khá mệt mỏi. Chúng tôi vui mừng khi con tầu tiến vào hải cảng Brest trong sự đón tiếp ồn ào của các chiến hạm hiện diện.

Vài hôm sau, các tân sĩ quan Hải-Quân Việt-Nam lên đường về Paris, chờ ngày hồi hương.

Giã từ làng Lanvéoc Poulmic nhỏ bé và âm thầm, giã từ miền Bretagne khắc khổ và chịu đựng, giã từ thành phố Paris rực rỡ mà không kiêu kỳ, chúng tôi trở về để bắt đầu cuộc hành trình 20 năm phục vụ Hải-Quân V.N.C.H.

TRƯỜNG SĨ-QUAN HẢI-QUÂN HOA-KỲ
Newport, Rhode Island

HOÀNG QUỐC TUẤN

Lời giới thiệu: *Cựu Hải-Quân Đại-Úy Hoàng Quốc Tuấn – tốt nghiệp Trường sĩ quan Hải-Quân Newport, Rhode Island và tu nghiệp về động cơ nguyên tử tại Orlando, Florida – đã được thụ huấn bổ túc tại Surface Warfare Officers School Pacific, thuộc Amphibious Base tại Coronado, California.*

Tại Coronado, tình cờ đọc được cuốn tài liệu lịch sử Hải-Quân V.N.C.H. Ra Khơi, 1975 của Điệp-Mỹ-Linh, ông Tuấn đã hiểu được phần nào sự thành lập, cơ cấu tổ chức cùng những hoạt động của Hải-Quân V.N.C.H. vào thời kỳ sôi động nhất của cuộc chiến. Sự hiểu biết này đã làm ông Tuấn rất khâm phục và ngưỡng mộ Hải-Quân V.N.C.H.

Mãn khóa thụ huấn, ông Tuấn phục vụ trên Hàng-Không Mẫu-Hạm USS Independence. Ông Tuấn đã tham dự trận Bão-Sa-Mạc (Desert Storm) năm 1992. Hiện tại Ông Tuấn làm việc cho Bộ-Ngoại-Giao Hoa-Kỳ. Ông Tuấn cũng là nhân vật chính trong vài truyện ngắn của Điệp-Mỹ-Linh.

Với lối viết hơi dí dỏm, bài viết về ngôi trường Officer Candidate School của ông Tuấn còn cho độc giả thấy rằng căn bản Việt ngữ cũng như tấm lòng tha thiết đối với Quê Hương trong lòng thế hệ di dân thứ hai vẫn không bao giờ phai nhạt.

Trường Sĩ-Quan Hải-Quân Newport, hoặc Officer Candidate School (O.C.S.), mục đích là để rèn luyện những người đã có bằng đại học hoặc những hạ sĩ quan ưu tú đang trong quân đội. Sinh viên tốt nghiệp được mang cấp bậc Thiếu Úy. Sau đây là một số kinh nghiệm và mẩu chuyện cá nhân về mái Trường này khi tôi quyết định gia nhập Hải-Quân Hoa-Kỳ và thụ huấn ở đó 16 tuần lễ. Viết lại theo trí nhớ sau 22 năm, nên nếu có gì thiếu hoặc sai xin quí bạn đọc bỏ qua.

Tôi rời Seattle, Washington vào một ngày của tháng 10, năm 1989. Tâm hồn tôi bồn chồn lo lắng, lại thêm nỗi buồn vời vợi khi phải rời xa quê hương thứ hai sau hơn bảy năm sinh sống tại đó, đặc biệt hơn hết là bốn năm tại Đại-Học Washington. Hành trang của tôi là một túi quần áo dân sự (duffle bag) với một ít kỷ vật như hình của bạn bè và mấy viên đạn đồng đẹp mà sau này tôi hối hận vì đã đem nó theo.

Máy bay đáp xuống thành phố Newport, miền New England, Đông Bắc Hoa-Kỳ vào chiều tối. Trời Newport hôm ấy lạnh hơn Seattle, nhưng không mưa. Tôi đón *taxi* đi thẳng tới quân trường, cố gắng tham quan thành phố qua kiếng cửa sổ. Thật ra, đầu óc tôi lúc ấy đang nghĩ về quân trường nên cũng chẳng thưởng thức được những cảnh đẹp. Hơn nữa, tôi biết sẽ còn nhiều dịp đi thăm phố sau này. Tuy vậy, các căn nhà cổ kiểu Âu Châu của Newport gây cho tôi ấn tượng ban đầu vì nó đẹp và khác biệt các kiểu nhà bên miền tây Mỹ. Xe ngừng lại tại cổng quân trường. Tôi vác túi quần áo lội bộ vào trong, bắt đầu tuần lễ huấn nhục và đời sống nhà binh.

Nơi các tân sinh viên sĩ quan trình diện là một dãy hành lang rộng lớn trong một tòa nhà. Quang cảnh vừa trật tự vừa ồn ào, hỗn loạn. Các sinh viên xếp hàng ngay ngắn theo đơn vị. Mấy sinh viên đàn anh đón chào đàn em chúng tôi bằng những tiếng quát tháo dữ dằn. Kế tiếp, một Thượng Sĩ Thủy-Quân Lục-Chiến đến thăm hỏi từng đứa chúng tôi rồi ban thưởng những cú phạt đầu tiên. Thượng Sĩ là Mỹ trắng, ốm, cao ráo, và có giọng nói vang dội mấy mươi dặm (ông thường bảo chúng tôi luyện giọng như thế). Tôi còn nhớ mang máng cuộc đối thoại giữa Thượng Sĩ và tôi lần đầu tiên như sau:

- Anh hít đất được bao nhiêu cái?

- Dạ thưa Thượng Sĩ không biết, nhưng chắc cũng được mấy chục cái.

Thượng Sĩ liền kêu tôi hạ người xuống, ngực tôi cách sàn nhà khoảng 10cm, ông ta bảo tôi giữ yên tại vị trí đó, rồi quay mặt đi quát tháo và phạt các sinh viên khác. Tôi giữ được một chốc thì hai cánh tay chịu sức nặng của thân thể hết nổi, nên quỵ xuống, ngực tôi chạm sàn nhà. Thượng sĩ liếc mắt thấy, bèn quát:

- Ai cho phép anh đụng sàn nhà? Làm lại cho tôi, lần này phải giữ yên ngực anh cách sàn nhà 10cm.

Tôi lại hạ ngực xuống, rồi lại quỳ xuống. Cứ thế lập đi lập lại mấy lần. Sức tôi không chịu nổi. Cuối cùng Thượng Sĩ cho tôi đứng lên rồi quát lớn để mọi sinh viên nghe rõ:

- Anh Hoàng nói có thể làm được mấy chục cái hít đất. Tôi nói cho các anh biết, định nghĩa của một cái hít đất tại quân trường này là đưa ngực xuống cách mặt đất bằng quả đấm này (ông ta nắm bàn tay làm một quả đấm), rồi đưa ngực lên, rồi đưa xuống chạm quả đấm, v.v... Theo tiêu chuẩn đó, anh Hoàng và hầu hết các anh chỉ làm được một cái hít đất thôi. Các anh là đồ yếu ớt vô dụng, không xứng đáng làm sĩ quan và chỉ huy thủy thủ. Tôi sẽ cho các anh biết thế nào là sĩ quan và thế nào là đau khổ. Các anh, nếu không chịu nổi thì về với mẹ già đi, bất cứ lúc nào, và nhớ đừng quay trở lại...

Nói là "các anh" thì không đúng hẳn, vì trong nhóm chúng tôi có hai sinh viên nữ, một trong hai người đó có mái tóc vàng và dáng người rất "bốc". Khi Thượng Sĩ nói từ nay khi tập hít đất, chúng tôi phải làm theo cặp để giúp và coi nhau. Người hít đất thì đưa ngực xuống sàn, còn người kia thì đặt nắm tay dưới sàn để ngực của người hít đất chạm vào, rồi miệng đếm 1, 2, 3…. Bọn con trai chúng tôi nuôi hy vọng được cặp với người đẹp tóc vàng. Sau đó không lâu một thằng lọt mắt xanh cô nàng. Từ đó, hai người thường cặp với nhau, khi tập thể thao trong quân trường cũng như khi đi chơi ngoài phố.

Tôi bị Thượng Sĩ và các đàn anh hành hạ đến gần nữa đêm mới tha. Thân tôi rã rời đau nhói, ướt đẫm mồ hôi. Tôi lăn ra ngủ trên sàn nhà trong nguyên bộ quần áo dân sự từ lúc rời Seattle sáng hôm đó. Cũng như tất cả sinh viên khác, tôi không dám ngủ trên giường vì sợ làm nhăn nhó chăn gối và bị phạt. Tôi ngủ được khoảng hai tiếng thì lại bị đám đàn anh gõ thùng thiếc đánh thức. Trong tất cả các tiếng động trên thế gian, tôi ghét nhất là tiếng gõ thùng thiếc chua chát này. Ngày hôm sau họ cho thêm màn chạy bộ và vác súng *cabin* tập diễn binh. Rồi năm ngày kế tiếp cũng thế. Rồi 15 tuần nữa, tuy mức độ giảm lại để ưu tiên thời giờ cho học hành. Thời gian tôi thích nhất là những phút nghỉ ngơi và xếp hàng chờ đợi, đôi khi được chứng kiến những chuyện không thể nhịn cười, chẳng hạn như chuyện hớt tóc vào sáng ngày thứ hai.

Khi đám đàn anh dẫn đám đàn em chúng tôi đi hớt tóc thì chúng tôi phản đối trong lòng (không dám phản đối ra mặt với đàn anh) vì ai nấy cũng đã hớt rất ngắn trước khi đến quân trường, đúng theo lời chỉ dẫn trong sách. Có nhiều thằng đã cạo đầu láng coóng luôn. Đám đàn anh hiểu ý nên bảo chúng tôi đừng lo, vì chỉ những ai tóc không đúng tiêu chuẩn mới bị hớt. Nghe thế mấy thằng đầu trọc lấy làm đắc ý vì chúng nghĩ rằng chúng khôn hơn đa số chúng tôi. Thế thì từng đứa một đi vào tiệm hớt tóc. Khi bước ra, đầu đứa nào cũng bị cạo sát đến da. Mấy thằng đầu trọc thì bị cạo trọc hơn, tất cả ai cũng giống như nhau. Cả đám đàn anh và đàn em chúng tôi cười thầm khoái chí.

Tuần lễ huấn nhục loại vài đứa ra khỏi quân trường vì lý do sức khoẻ hoặc không thích Hải-Quân nữa. Chẳng ai thích các màn hành hạ thân thể, nhất là màn vác súng theo đội hình, vì nó làm cho chúng tôi bị phạt hít đất nhiều nhất. Cây súng *cabin* thời Đệ Nhị Thế Chiến nặng khoảng năm ký, cầm bá súng trong một bàn tay, thân súng dựa trên vai, cùi chỏ kề sát bên hông, cánh tay song song với mặt đất, bước đi phải ăn khớp với đồng đội, v.v…, không phải là chuyện dễ! Thượng Sĩ lại có đôi mắt diều hâu nên cây súng chỉ cần sai vị trí một tí là ông kêu thủ phạm ra khỏi hàng ngũ để phạt, thường thường là 20 cái hít đất và nghe ông ta nhục mạ điếc tai. Phạt một người chưa đủ, ông ta phạt cả tiểu đoàn luôn. Tôi tương đối nhỏ con nhất trong quân trường (1.7 m, khoảng 60 kg lúc đó), nên vác súng càng bất lợi cho tôi so với tụi Mỹ to con. Chỉ cần thấp hơn 5cm nữa là tôi khỏi đi Hải-Quân luôn, vì tiêu chuẩn thời đó là phải cao tối thiểu 1.65 m và không quá 1.9 m, tức nhiên có trường hợp ngoại lệ. Tuy ghét vác súng, nhưng tôi biết vác súng và tiêu chuẩn chiều cao là điều rất hợp lý. Vác súng tập tính nhẫn nại và tinh thần làm việc chung với đồng đội. Không ai muốn làm hỏng đội hình để đồng đội bị phạt. Còn về chiều cao, cao quá thì rất khó di chuyển trên tàu chật hẹp. Thấp quá thì khó quan sát tình thế khi trực trên đài-chỉ-huy, lại còn làm quân chủng Hải-Quân bớt đẹp trai. Sau này phục vụ trên hàng-không mẫu-hạm, tôi quen một Trung Úy cao khoảng 1.6 m. Mỗi lần di chuyển trên đài-chỉ-huy để quan sát sân bay phía dưới, anh ta phải đứng trên một cái bục gỗ nhỏ làm riêng cho anh ta. Bù lại, anh ta là một sĩ quan giỏi. Trên tàu còn có một Đại-Tá thấp hơn nữa.

Trở lại quân trường, tôi quen dần chương trình huấn luyện thân thể. Thậm chí, có lẽ nhờ nhỏ con, tôi chạy bộ và hít đất quá tốt nên khi trở thành đàn anh tám tuần sau đó, đồng đội bầu tôi làm người phụ trách thể thao (athletic coordinator) của tiểu đoàn.

Vào cuối năm 1989, quân trường chỉ có khoảng 300 sinh viên, chia ra làm bốn tiểu đoàn (battalion) và 16 đại đội (company). Tôi không hiểu tại sao quân trường Hải-Quân mà lại dùng các từ ngữ Bộ-Binh, vì tất cả các từ khác đều đặc thù Hải-Quân như sàn nhà (deck), bức tường (bulkhead), phòng ăn (mess hall), bên trái (port), bên phải (starboard), nhà vệ sinh (heads), v. v… Vì số sinh viên ít, việc làm thì nhiều, nên hầu hết đám đàn anh ai cũng có một chức vụ, như Tiểu-Đoàn-Trưởng,

Đại-Đội-Trưởng, Trưởng Ban học tập, thể thao, kỷ luật, âm nhạc, v. v…Chức vụ sinh viên càng cao thì đỡ phải đi trực nhiều.

Chỉ-Huy-Trưởng của quân trường là một Trung Tá Hải-Quân, cũng là Thầy dạy lái tàu thiệt, khác với các Thầy Đại Úy dạy lái tàu bằng sách và máy *simulator*. Tôi rất kính mến Trung Tá vì Ông giỏi, hiền, và kiên nhẫn với sinh viên. Tôi nhớ rất rõ những bài học đi biển của Ông và áp dụng nó thường xuyên khi tôi phục vụ trên Hàng-Không Mẫu-Hạm. Dưới Trung Tá, có bốn Đại Úy Hải-Quân Tiểu-Đoàn-Trưởng. Dưới mỗi Đại-Úy là một Thượng Sĩ Thủy-Quân Lục-Chiến, người hành hạ thể xác chúng tôi từng ngày suốt 16 tuần lễ. Những người có chức vụ trong đám sinh viên chúng tôi cũng làm việc dưới quyền của Đại Úy. Chương trình học vấn do những Đại Úy Hải-Quân giảng dạy. Chương trình học gồm những môn lãnh đạo, lái tàu, hành chánh, tổ chức Hải-Quân, lịch sử quân đội, chiến sự Hải-Quân, và cứu chữa tàu (damage control). Đám con trai chúng tôi thích nhất Cô giáo môn hành chánh. Cô là Đại Úy Hải-Quân hoàng gia Anh. Đúng vậy, Hải-Quân Anh! Chúng tôi mê Cô vì Cô đẹp, có giọng Anh nghe rất êm tai, lại rất am tường về hành chánh Hải-Quân Mỹ. Chạy bộ và vác súng mệt đừ người, nhưng khi gặp Cô chúng tôi hết mệt ngay. Không như mấy lớp khác, lớp của Cô chẳng có đứa nào ngủ gục. Sau này "tình báo" cho biết Cô đã có chủ, một chàng sĩ quan Hải-Quân Anh, nên chúng tôi để Cô yên.

Các môn học đều không khó, họa chăng môn đi biển bằng sao trời (celestial navigation). Có nhiều đứa gặp khó khăn với môn này, một số đứa ở lại lớp hoặc rớt ra khỏi quân trường luôn. Khó nhất trong học vấn không phải là môn học, nhưng là không đủ thời giờ. Họ dồn nén một chương trình bốn năm quân sự của trường sĩ quan Annapolis, Maryland vào 16 tuần lễ. Ngày của quân trường bắt đầu từ 5 giờ sáng đến 10 giờ tối, nhưng vẫn không đủ thời giờ. Nhiều đứa phải học lén thêm sau 10 giờ đêm. Chỉ cần bỏ học một vài ngày vì bịnh hoạn là rất khó theo kịp và có cơ hội ở lại lớp một khóa, hoặc rớt luôn. Chúng tôi gọi 16 tuần chứ không gọi bốn tháng để thời gian qua mau hơn. Như một sự trùng hợp, cái cầu đồ sộ Newport kế bên quân trường có 16 cột trụ. Cứ mỗi lần đứng bên quân trường ngắm nhìn cầu, chúng tôi thường nhắc nhở nhau mình đang ở cột thứ mấy. Mấy đứa có phòng ngủ nhìn ra cầu Newport như tôi chắc mất nhiều thời giờ suy tư cuộc đời. Trước tôi vài khóa có đứa buồn quá nên lao mình từ trên lầu xuống đất tự tử. Riêng tôi, ngoài nỗi buồn riêng tư lại còn mang nỗi buồn xa Quê Hương và sự trăn trở về cuộc tranh đấu tìm tự do cho mảnh đất đầy đau thương đó. Tôi biết có quân nhân V.N.C.H. đã một thời theo học tại quân trường này và chắc có người đã đổ máu hoặc đã nằm xuống cho miền Nam Tự Do. Họ là đàn anh mở đường cho tôi và các thế hệ mai sau vì cuộc tranh đấu ấy vẫn còn dài.

Thời gian tôi ở quân trường có một người gốc Việt, họ Phạm, trong khóa đàn anh. Tôi không có dịp nói chuyện nhiều với anh. Tôi biết anh ta học giỏi, nói tiếng Anh như người Mỹ. Cùng khóa với tôi có một người Việt tên Thành, thuộc tiểu đoàn khác. Sau tuần lễ huấn nhục, tôi được phân nhiệm canh trực quân trường ban đêm. Hầu hết sinh viên được ra phố lần đầu tiên để ăn mừng vượt qua khỏi tuần lễ huấn nhục. Đêm đó Thành uống hơi nhiều nên đồng đội phải khênh vai về quân trường, đi ngang qua "đài-chỉ-huy thiêng liêng" của tôi. Tôi dại dột ghi chú sự việc đó vào sổ phiên trực, đúng theo qui tắc được dạy, khiến ngày hôm sau Thành bị cấp trên khiển trách. Đó là hối hận thứ nhất của tôi tại quân trường và dạy cho tôi bài học không nên quá trung thực một cách đần độn, cho dù luật nghiêm khắc nhất của quân trường là không được dối gian (honor code). Người Việt thứ ba là Triệu, khóa đàn em. Tôi chưa thấy ai hiền hơn Triệu hoặc vác súng tệ hơn Triệu! Triệu, Thành và tôi sau này học chung với nhau sáu tháng trong khóa động cơ nguyên tử tại Orlando, Florida. Ba đứa chúng tôi thường rủ nhau đi chơi và "tìm vợ", nhưng cả ba thằng đều thất bại thê thảm. Thành và tôi thích football Mỹ nên có thể bàn cãi football không bao giờ chán. Tôi mất liên lạc và vẫn chưa xin lỗi Thành về hành động trên. Nếu Thành đọc bài này, tôi xin Thành tha thứ.

Trở lại quân trường, tôi phạm lỗi lầm thứ hai. Hôm đó đang ngồi trong lớp học thì có người đưa một mãnh giấy ra lệnh tôi về phòng ngủ trình diện gấp. Tôi biết ngay thế nào cũng bị ăn đòn vì những người lãnh giấy trình diện như thế đều bị ăn đòn. Khi tôi trở về phòng thì Đại Úy Tiểu-Đoàn-Trưởng và Thượng Sĩ Huấn-Luyện-Viên đã chờ sẵn trong phòng. Giường ngủ và đồ đạc cá nhân của tôi văng tứ tung trên sàn nhà. Tôi biết ngay là hôm nay tôi bị lục soát bất ngờ như họ thỉnh thoảng thường làm. Họ cho tôi biết là tôi đã đem đạn và vỏ đạn vào quân trường trái phép. Tôi nói các thứ ấy là vật kỷ niệm một người bạn tặng khi tôi đi tập bắn súng với anh ở California mấy năm trước. Họ nói họ hiểu, nhưng luật quân trường nghiêm cấm đem vũ khí và một sinh viên sĩ quan như tôi phải biết và tuân hành. Tôi chịu tội. Hình phạt cho tôi là vác súng *cabin* đi bộ quanh sân vận động mấy tiếng đồng hồ trong thời tiết giá rét, dưới sự dòm ngó của toàn thể quân trường. Họ tịch thâu hết mấy viên đạn và vỏ đạn. Khi tôi lên Thiếu Úy và rời quân trường, họ trả lại cho tôi nguyên vẹn.

Tôi lên Thiếu Úy ngày 9 tháng 2, 1990. Tướng Hải-Quân gắn lon cho tôi. Theo truyền thống, Thượng Sĩ chào tôi lần đầu tiên và tôi chào lại. Khi bắt tay, Ông trao cho tôi một đồng đô-la bằng bạc, giống như tất cả các Thiếu Úy khác. Ông nói tôi là một người chịu đựng lì đòn, rồi chúc tôi nhiều may mắn. Sau này tôi nghe nói ông ta bị bệnh lao phổi nặng, có lẽ đã qua đời.

Tôi phục vụ bốn năm thì xin giải ngũ, cấp bậc Đại Úy. Tôi trở lại thăm Trường và thành phố Newport năm 2002 cùng với vợ tôi. Trường dời về Pensacola, Florida tháng 4, 1994. Năm 2007, Trường dời về lại Newport. Tôi mong ước người Việt tiếp tục theo đuổi lý tưởng Tự Do, và nếu chọn quân trường, nhất là quân trường Hải-Quân Newport để khởi đầu, thì luôn nhớ rằng họ không bao giờ tranh đấu lẻ loi.

TRƯỜNG HẬU ĐẠI HỌC HẢI-QUÂN HOA-KỲ
(U.S. NAVAL POSTGRADUATE SCHOOL)

TRẦN TRÚC VIỆT

Lời giới thiệu: Cựu Hải-Quân Trung-Úy Trần Trúc Việt xuất thân khóa 19 sĩ quan Hải-Quân Nha-Trang.

Năm 1972, khi đang tòng sự trên Hải-Vận-Hạm Ninh-Giang HQ 403 và sắp thuyên chuyển về Giang-Đoàn 21 Xung-Phong, ông Việt được chấp thuận sang Hoa-Kỳ du học. Ông Việt thụ huấn khóa II Communications tại Naval Postgraduate School.

Đọc những dòng sau đây, quý vị sẽ có ý niệm rõ ràng hơn về một trong những trường Hải-Quân có tầm vóc quốc tế mà nhiều sĩ quan Hải-Quân V.N.C.H. đã theo học.

Naval Postgraduate School (NPS) là trường đại học cao cấp nhất được trực tiếp quản trị bởi Bộ-Hải-Quân Hoa-Kỳ. Trường NPS nằm trong thành phố Monterey, thuộc tiểu bang California, một thành phố du lịch nằm ven biển với khí hậu mát mẻ gần như quanh năm, cách San Jose độ hơn một giờ lái xe. Nói đến NPS là nói đến một trường đại học có rất nhiều sĩ quan thuộc các quốc gia đồng minh của Hoa-Kỳ theo học, dĩ nhiên trong đó có các sĩ quan Quân-Lực V.N.C.H., đa số xuất thân từ Trường sĩ quan Hải-Quân Nha-Trang và Trường Võ-Bị Quốc-Gia Đà-Lạt.

Sơ Lược về Sự Tổ Chức của Naval Postgraduate School

Trường Hậu Đại-Học Hải-Quân Hoa-Kỳ gồm có ba khối: General Lines School, Engineering School và Management School.

Management School (Tạm dịch là Trường Quản-Trị). Trường này có lớp riêng cho sĩ quan Hải-Quân Hoa-Kỳ và lớp riêng, ngắn và dài hạn dành cho sĩ quan đồng minh. (International Defense Management Course).

Trường NPS không chỉ dành riêng cho sĩ quan Hải-Quân, mà thời đó, chính phủ V.N.C.H. gửi cả sĩ quan Lục-Quân, Không-Quân và luôn cả công chức cao cấp quốc phòng sang tu nghiệp. Về sau, Hoa-Kỳ mở ngay tại Việt-Nam lớp quản trị cho Quân-Lực V.N.C.H.

Engineering School (Tạm dịch là Trường Kỹ Thuật và Cơ khí). Trường này dạy cho sĩ-quan Hải-Quân Hoa-Kỳ xuất thân từ Annapolis và General Lines School và cũng dạy cho sĩ-quan Hải-Quân Đồng-Minh.

Những sĩ quan Hải-Quân Việt-Nam theo học trường này được chia ra hai nhóm:
- Sĩ quan cơ khí học các ngành như: Mechanical, Electronic…
- Sĩ quan chỉ huy học các ngành: Communications, Operations Research, Aerology…

General Lines School (Tạm dịch là trường dạy ngành chỉ huy). Đa số sĩ quan Hải-Quân Hoa-Kỳ theo học tại NPS đều xuất thân Annapolis Naval Academy. Sĩ quan nào xuất thân từ OCS hoặc Naval Aviation School, v. v… đều phải ra đơn vị phục vụ một thời gian tối thiểu là hai năm rồi mới được xin về NPS học tiếp để lấy bằng Cao Học (Master's Degree), hoặc tiến sĩ (Ph.D.); do đó NPS được gọi là trường hậu đại học.

Những sĩ quan đồng minh, nhất là sĩ quan Hải-Quân Việt-Nam, theo học trường này đều phải là sĩ quan ngành chỉ huy.

Những Tiêu Chuẩn Được Tuyển Chọn Để Theo Học NPS

Qua chương trình MAP (Military Assistance Program) của chính phủ Hoa-Kỳ, sĩ quan Hải-Quân muốn theo học Trường NPS phải hội đủ những điều kiện sau đây: Có văn bằng hoặc chứng chỉ của phân khoa Đại Học Khoa-Học Saigon; điểm Anh ngữ tối thiểu 80; và hồ sơ quân bạ phải không có "củ". Ban Du Học thuộc Phòng Quân-Huấn, Bộ-Tư-Lệnh Hải-Quân có nhiệm vụ xét đơn các ứng cử viên xem có đủ điều kiện hay không sau đó hồ sơ hợp lệ của sĩ quan ghi danh sẽ được chuyển về Trường NPS để duyệt xét, tuyển chọn và quyết định.

Vì phương pháp tuyển chọn do chính Trường NPS quyết định chứ không phải do Bộ-Tư-Lệnh Hải-Quân cho nên rất công bình. Sau khi nộp hồ sơ, các sĩ quan phải chờ để được gọi về thi Anh ngữ tại trường Sinh-Ngữ Quân-Đội. Nhiều sĩ quan bị loại vì không về kịp để thi Anh ngữ. Trường hợp của tôi khá may mắn, hai lần trước về không kịp vì tàu đang công tác; lần thứ ba – cũng là lần chót – bây giờ sáng tàu vừa cặp bến chưa cột hết giây, tôi đã xin phép Hạm-Trưởng "phóng" xuống bờ, lấy Honda chạy một mạch đến Trường Sinh-Ngữ Quân-Đội, vừa kịp giờ vào phòng thi.

Được Chấp Thuận và Lên Đường Du Học

Trong đợt tôi đi, danh sách có năm sĩ quan. Bốn người, kể cả tôi, cùng khóa và một người khóa đàn em. Trong bốn người cùng khóa, có một anh nổi tiếng từ quân trường và có biệt danh là "Gà Tồ". Anh này phải ở lại đi sau vì không đủ điểm Anh ngữ; lý do vì mê chơi cờ tướng nên thường bỏ học Anh ngữ và phải kể cộng thêm cái "gà tồ" của anh nữa. Những sĩ quan được chính thức lên đường phải qua một số thủ tục cần thiết như: xin Thông Hành Quân-Vụ, Sự Vụ Lệnh, chiếu khán nhập cảnh, may quân phục, đổi tiền, v. v…

Chúng tôi đi bằng phi cơ từ phi trường Tân-Sơn-Nhất, dừng tại Hawaii độ hai giờ rồi bay thẳng sang Lackland Air Force Base, San Antonio, Texas, để học thêm ba tháng Anh ngữ. Sau thời gian học Anh ngữ, bốn người chúng tôi đáp máy bay sang Travis Air Force Base, California; từ đây, chúng tôi lấy bus đến Trường NPS.

Trong thời gian di chuyển từ Việt-Nam sang Mỹ, mặc dù Anh văn đã học "một bụng" nhưng mà nói thì múa máy tay chân hơi nhiều. Nhờ đi chung bốn đứa cho nên cũng đỡ, trật đứa này còn đứa khác. Trường hợp anh "Gà Tồ" thì bị đát hơn, vì anh đi trễ nên chỉ có một mình. Anh kể rằng khi ghé tạm nghỉ ở Hawaii, anh đi tìm *rest room* – danh từ duy nhất anh học tại trường Sinh ngữ Quân-Đội – đi mấy vòng mà không thấy *rest room* đâu cả, chỉ thấy mấy nơi đề *Gentlemen,* anh ngẫm nghĩ, không biết mình có được xem như là một *Gentleman* hay không, vì quần áo xốc xếch quá. Cuối cùng anh đành nhịn, không dám mở cửa bước vào!

Chương Trình và Các Môn Học

Mặc dù được Bộ-Hải-Quân quản trị, nhưng thật ra không có gì là quân đội cả, chương trình học không khác gì các trường Đại Học dân sự, ngoại trừ phải lấy nhiều môn học cho mỗi *quarter,* gần như gấp đôi so với các đại học ngoài. Vì vậy mà ghế trong thư viện của NPS được các sĩ quan "đánh bóng" rất kỹ vào những ngày cuối tuần; đặc biệt là sĩ quan thuộc các quốc gia đồng minh. Những môn học thường được sĩ quan Việt-Nam theo học gồm:
- Electronic Engineering
- Mechanical Engineering
- Communications
- Operations Management
- Operations Research.

Ban giảng huấn đa số là giáo sư dân chính. Nếu tôi không lầm thì có tất cả ba khóa học dài hạn được Bộ-Tư-Lệnh Hải-Quân gửi sĩ quan theo học qua chương trình MAP. Ngoài ra, tại NPS có hai khóa huấn luyện ngắn hạn đặc biệt về Quản-Trị Quốc-Phòng (Defense Management) mỗi năm một lần dành riêng cho sĩ quan cấp Tướng; khóa ba tháng dành cho sĩ quan cấp Đại-Tá. Mỗi năm đều có nhiều sĩ quan cao cấp Việt-Nam theo học hai khóa này. Một người rất đặc biệt trông coi về hành chánh và giao tế cho hai khóa Quản-Trị Quốc-Phòng tại NPS mà tất cả sĩ quan đều kính trọng vì sự phóng khoáng và giúp đỡ tận tình của Bà. Đó là bà Betty Field. Có thể nói, không một sĩ quan nào theo học tại NPS, khóa ngắn hạn cũng như dài hạn, mà không nhận được sự giúp đỡ về vật chất và tinh thần của Bà. Sau tháng 4-1975, vì sự tận tình tranh đấu và giúp đỡ những sĩ quan Việt-Nam còn đang theo học tại Trường đang gặp khó khăn, Bà đã được sự kính mến và xem như là "Mẹ Tinh Thần" của các sĩ quan tị nạn. Tôi cũng như nhiều sĩ quan khác bọi Bà bằng *Mom*. Các con của tôi gọi Bà bằng *Grandma*. Hiện giờ Bà vẫn còn trông coi các khóa Quản-Trị Quốc-Phòng tại NPS.

Trợ Cấp Tài Chánh Học Hành và Ăn Ở

Với số tiền trợ cấp 600 Mỹ kim một tháng - không thuế - được coi là dư giả đối với vật giá vào năm 1972, xăng 32 xu một ga-lông và đi chợ 20 Mỹ kim thì đầy xe. Sĩ quan có thể thuê nhà ở ngoài, mua xe hoặc mặt thường phục đi học.

Chương trình học cũng giống như các đại học dân sự, không như mọi người lầm tưởng là sẽ nặng về quân sự. Có một anh bạn thuộc Trường Võ-Bị Quốc-Gia Đà-Lạt, cụ bị đem theo đồ trận và giày trận, vì nghĩ rằng chắc phải lăn lộn dữ dội ngoài thao trường; khi biết chương trình chỉ toàn học chữ, anh cảm thấy lỡ bộ, bèn dấu biệt đôi giày trận, không bao giờ dám nhắc tới nữa. Đa số sĩ quan bị trở ngại khoảng ba tháng đầu.

Sĩ quan Việt-Nam theo học tại NPS có năm đông nhất lên khoảng 21 người. Những khóa học Electronic, Mechanical và Communications kéo dài ba năm; khóa Operations Research khoảng hai năm rưỡi; khóa Operations Management khoảng 18 tháng. Sĩ quan Bộ-Binh thường theo học khóa Operations Research. NPS là trường đại học về văn hóa cao cấp nhất của quân đội Mỹ, được công nhận bởi hệ thống đại học Miền Tây Hoa-Kỳ và có quyền cấp phát văn bằng tiến sĩ.

Một sĩ quan nổi tiếng trong Hải-Quân Việt-Nam là ông Nguyễn Tiến Ích. Ông xong cao học ở NPS và sau đó theo học ở MIT và đỗ bằng tiến sĩ. Trường hợp đặc biệt có hai sĩ quan đã hai lần theo học NPS, đó là Hải-Quân Đại-Tá Nguyễn Vân và Hải-Quân Trung-Tá Hà Ngọc Lương. Ông Lương về nước và tự tử chết khi xảy ra cuộc rút quân tại Nha-Trang vào đầu tháng 4 năm 1975. Anh Dzĩnh, một sĩ quan Bộ-Binh, nhỏ con nhưng bù lại anh có một khối óc thật vĩ đại, thuộc loại thiên tài. Anh Dzĩnh theo học khóa Operations Research, được tất cả giáo sư kính nể. Một giáo sư đã nói rằng: *"Anh Dzĩnh có cả một thư viện trong đầu."* Anh về nước khoảng cuối năm 1974. Nhà trường sẵn sàng can thiệp để anh ở lại tiếp tục học lấy bằng tiến sĩ, nhưng anh từ chối.

Những Sinh Hoạt Trong Trường và Ngoài Trường

Hằng năm nhà Trường thường tổ chức nhiều buổi văn nghệ và triển lãm quốc tế, đặc biệt là ngày *International Day*. Vào ngày này, những sĩ quan và gia đình thuộc các quốc gia Đồng-Minh thường làm những món ăn "quốc hồn quốc túy" để giới thiệu món ăn truyền thống của quê hương mình. Riêng về phía Việt-Nam, chỉ toàn sĩ quan "độc thân tại chỗ", cho nên chỉ biết mượn vài bộ lư hương và đồ gốm để trưng bày.

Sở dĩ sĩ quan Việt-Nam không được phép đem gia đình theo là vì, trong những năm trước, có một sĩ quan – có lẽ bất mãn với Bộ-Tư-Lệnh Hải-Quân đã không cho phép ông gia hạn học thêm – đã cùng vợ trốn sang Canada, không chịu trở về nước. (Theo quy chế cũ, sĩ quan được phép đem vợ theo nếu khóa học hơn một năm). Từ đó, Bộ-Tổng-Tham-Mưu cấm tuyệt đối, không cho sĩ quan du học đem vợ con theo.

Tất cả sĩ quan đều thuê phòng trọ cách trường vài *blocks* để có thể đi bộ đến Trường. Đa số đều có xe, thỉnh thoảng rủ nhau đi San Francisco ghé phố Tầu ăn mì và mua thực phẩm Á-Đông. Những sĩ quan trẻ thỉnh thoảng cũng làm một chuyến đi xa tận Nevada thăm Mustang Ranch.

Sĩ quan thâm niên hiện diện lúc đó là Hải-Quân Đại-Tá Nguyễn Ngọc Quỳnh. Thỉnh thoảng Ông mời các sĩ quan họp để, thứ nhất, nhắc nhở các sĩ quan vài điều cần thiết; thứ hai, để thưởng thức món phở đặc biệt và tiếng cười "bất hủ" của Hải-Quân Trung-Tá Đoàn Doanh Tài.

Vùng Monterey và Pacific Grove có khoảng năm gia đình Việt-Nam kỳ cựu và rất hiếu khách. Các sĩ quan trẻ thường đến chơi vào dịp cuối tuần. Đặc biệt phải kể đến gia đình ông bà Thiệp và gia đình Cụ Diệp. Có lẽ tất cả sĩ quan theo học tại NPS đều biết, ngoài đức tính hào phóng và hiếu khách, hai gia đình này còn có mấy cô con gái rất đẹp và dễ thương. Mấy chàng sĩ quan trẻ đôi khi bị "C" cũng vì mấy cô dễ thương này.

Có một trường cũng rất đặc biệt thuộc thành phố Pacific Grove là Trường Sinh Ngữ Quân-Đội (Defense Language Institute). Vào những năm Hoa-Kỳ đổ quân tối đa vào Việt-Nam, Trường đã có hơn 200 giáo chức người Việt dạy tiếng Việt cho những quân nhân chuẩn bị sang Việt-Nam.

Biến Cố Tháng 4 Năm 1975

Mấy tháng trước biến cố tháng 4-1975, những sĩ quan đang theo học tại NPS đều thấy rõ người Mỹ đang chuẩn bị bỏ miền Nam Việt-Nam. Gần như trong suốt thời gian này tất cả sĩ quan không ai còn tinh thần để học nữa. Trong giảng đường thì như người mất hồn, chỉ chờ chiều về để cùng nhau đón xem tin tức từ các đài ABC, NBC và CBS.

Sau tháng 4 năm 1975, Trường NPS chấm dứt việc huấn luyện sĩ quan Việt-Nam, vì chính phủ V.N.C.H. không còn nữa! Tất cả được chuyển qua quy chế tị nạn. Anh em thỉnh cầu nhà Trường gia hạn cho những sĩ quan chỉ còn một hoặc hai *quarter* nữa là mãn khóa được tiếp tục học cho xong. Nhà Trường chấp thuận, nhờ đó một số sĩ quan đã kịp thời hoàn tất chương trình học. Tôi thuộc vào số sĩ quan may mắn này. Tôi đã hoàn tất văn bằng cao học vào tháng 6 năm 1975.

Tiếc rằng tôi đã không được dịp đem vốn kiến thức hấp thụ tại xứ người để về phục vụ quê hương Việt-Nam và quân chủng Hải-Quân V.N.C.H.!

KỶ NIỆM VỚI DƯƠNG-VẬN-HẠM NHA-TRANG, HQ 505

ĐIỆP-MỸ-LINH

Đang tưới mấy chậu hoa trên sân thượng, tôi nghe tiếng chân người chạy thật nhanh từ phía cầu thang. Quay lại nhìn, tôi thấy bà giúp việc đang đưa tay vuốt ngực, thở gấp và nói đứt đoạn:

- Thưa…cô…c…o…ó…điệ…n…thoại.

Vì vội vàng, tôi xách luôn bình nước tưới cây, vừa chạy đến cầu thang vừa hỏi:

- Ai vậy, dì Năm?
- Dạ…ông.

Vừa nói bà Năm vừa quay người chạy theo tôi và đưa tay xách bình nước từ tay tôi.

Mấy hôm nay tôi gần như sống trong sự khủng hoảng nào đó, không lúc nào tâm hồn được yên. Mỗi lần chuông điện thoại reng, tôi giật mình, hồi hộp, thở không đều. Bây giờ chạy từ lầu ba xuống, tôi thở nặng nhọc như một tay đua vừa chạy giáp vòng sân Cộng-Hòa. Vừa chụp ống nghe, chưa kịp nói *"allo"*, tiếng Minh đã vang lên từ đầu giây bên kia:

- Làm gì mà thở dữ vậy, cô nương?

Nghe Minh vẫn diễu cợt bình thường, tôi hỏi ngược lại:

- Có tin gì khác không, anh?
- Có…

Minh hơi ngập ngừng. Tôi lắng nghe nhưng Minh không nói tiếp. Ngỡ rằng Minh đang bận nói gì với ai, tôi chờ một chốc rồi dục:

- Allo! Anh đang bận, phải không?
- Không. Anh nghe đây.
- Sao đang không anh im lặng vậy?
- Thôi, để anh về anh nói cho nghe.
- Thì nói bây giờ đi.

Sau một thoáng im lặng, Minh hỏi:
- Em còn giữ ý định tìm phương tiện về ngoài đó hay không?
- Em phải về.
- Anh hiểu.

Minh ngưng. Dường như có tiếng thở dài nhè nhẹ. Một chốc, Minh tiếp:
- Anh về bây giờ.

Giọng Minh có chút gì là lạ.

Sau khi gác ống điện thoại, tôi chợt nhớ đến Trí, một sĩ quan Không-Quân đã hứa sẽ tìm phương tiện cho tôi về đem gia đình vào Saigon. Tôi quay số. Bà Trí bắt ống nghe. Tôi nhắc bà về lời hứa của Trí. Bà Trí bảo tôi chờ. Dường như bà Trí đang bịt ống nói để nói gì với Trí, tôi chỉ nghe lao xao. Một lúc sau, giọng Trí có vẻ ngạc nhiên:
- Chị Minh! Chị chưa nghe gì hết sao?
- Dạ, nghe gì, anh?
- Nha-Trang mất rồi!

Tưởng mình nghe lầm, tôi hỏi, giọng hơi lớn:
- Dạ, anh nói gì, anh Trí?
- Nha-Trang mất rồi, bà ơi! Tôi tưởng anh Minh cho chị hay rồi chứ.

Tôi thần thờ một lúc rồi "rơi" vào lòng ghế xa-lông, đầu óc trống rỗng. Ngoài những người ruột thịt, tôi còn dấu trong khung trời Nha-Trang những nhiệm mầu của tuổi thơ, những xót xa của kỷ niệm và nhiều đắng cay của cuộc tình. Từng này tuổi, nếu phải mất ngần ấy yêu thương thì hồn tôi sẽ thành một bãi vắng mênh mông!

Không nghe tôi nói gì, Trí tiếp:
- Thôi, chị à! Tôi quý chị lắm, nhưng tôi khuyên chị là…hết rồi! Chị không nên "liều mạng" như vậy.

Tôi khẩn khoản:
- Dù chuyến bay chót cũng được, anh Trí à! Tôi sẽ tìm phương tiện trở về sau.
- Bây giờ chỉ còn những chuyến trực thăng ra đến Cam-Ranh thôi. Nhưng tôi cũng không thể để chị đi những chuyến đó; bởi vì chưa biết mình còn giữ được Cam-Ranh bao lâu nữa! Đã đành gia đình là quan trọng, nhưng chị còn chồng còn con của chị nữa chứ, chị quên sao?
- Dạ, tôi biết. Nhưng các cháu có anh Minh lo; còn gia đình của tôi ngoài đó không ai lo được gì cả!
- Bộ chị không sợ Việt-Cộng hay sao mà tới giờ này còn đòi bay về ngoài đó?

Trí chuyển đề tài bất ngờ khiến tôi hơi lúng túng:
- Dạ…dạ…

Tôi nghe giọng bà Trí nói chi đó rồi Trí cười lớn từ đầu giây bên kia. Chỉ một thoáng thôi, giọng Trí trở nên hấp tấp:

- Allo! Allo! Chị còn đó không? Xin lỗi chị, tôi cười hơi lớn vì bà xã tôi nói tôi "cà chớn", nhè chị mà hỏi có sợ Việt-Cộng hay không.

Tôi cũng cười, chưa biết cách nào để trở lại đề tài xin trực thăng đi Nha-Trang thì Minh đẩy cửa, bước vào. Tôi che ống nói rồi nói khẽ với Minh:

- Anh Trí.
- Trí nào?
- Anh Trí Không-Quân.

Minh "a" lên một tiếng rồi đi thẳng lên lầu. Trí hỏi:

- Anh về, phải không, chị?

Tôi *"Dạ"*. Trí đổi giọng thân mật:

- Thôi, xong rồi. Bà lo cho ông ấy đi. Không đi đâu nữa cả, có gì ân hận lắm đó, bà!

Sau khi gác điện thoại, tôi như kẻ mất hồn. Nếu Trí không gửi tôi theo các chuyến bay ra Trung thì đâu còn ai bên Không-Quân tôi có thể nhờ được. Còn Hải-Quân, giờ này có lẽ đâu còn chiếc nào tại bến mà nhờ! Tôi thở dài, vừa quay vào bếp để phụ dọn cơm thì Minh từ trên lầu đi xuống:

- Trí cho em hay rồi, phải không?

Tôi nhìn ra khung cửa lưới. Vạt nắng mong manh trên khóm hoa giấy trước sân khiến tôi nhớ Nha-Trang vô vàn! Tôi như muốn khóc, *"dạ"* nho nhỏ, trả lời câu hỏi của Minh. Minh ngồi vào xa-lông, gương mặt cũng chẳng vui gì! Một lúc lâu, Minh hỏi:

- Em còn muốn về ngoài đó không?
- Dạ. Nhưng anh Trí bảo không giúp được. Còn tàu, anh thấy có chiếc nào đi ra Trung nữa không?
- Có. Nhưng tới Phan-Rang thôi.

Tôi sáng mắt lên:

- Vậy cũng được. Chiếc nào vậy, anh?
- 505.
- 505 là chiếc nào?
- LST Nha-Trang.

Nha-Trang! Tuy không được sinh trưởng tại Nha-Trang, nhưng âm hưởng nhẹ nhàng của hai tiếng Nha-Trang lúc nào cũng như một ràng buộc vô hình vào đời tôi.

- Ai là Hạm-Trưởng, anh?

Minh cười, ánh mắt tinh nghịch:

- Nhượng đó.

Không dấu được vui mừng, tôi reo lên:

- A, anh Nhượng khóa 9 đó hả? Anh xin anh ấy cho em quá giang đi!

Minh giả vờ lườm tôi, môi hơi mỉm cười. Tôi cũng cười, ngó lơ ra khóm hoa giấy ngoài sân để tránh ánh mắt tinh quái của Minh. Vạt nắng đã tắt, tưởng không còn gì gợi nhớ, nhưng hai tiếng *"Nhượng đó"* của Minh khiến tôi nghĩ nhiều đến người bạn xưa mà cả Minh và tôi đều quen thân và quý mến. Bỗng dưng tôi như cảm nhận được thoang thoảng đâu đây hương Nuit d'Orient ngọt ngào, rồi cánh bướm xanh lấp lánh trên nhánh mai vàng đầy nụ.

Thấy tôi có vẻ suy tư, Minh đứng lên, cắt ngang dòng ý tưởng của tôi:

- Đi ăn cho rồi, cô nương, ở đó mà mơ mộng.

Trong bữa cơm chiều, Minh bàn tính về chuyến "mạo hiểm" của tôi. Minh liên lạc với hai người đàn ông mà gia đình của họ cũng kẹt lại Nha-Trang, bảo họ đi với tôi để lo và giúp đỡ tôi.

Chiều hôm sau Minh đưa cả ba chúng tôi sang Thành Tuy-Hạ; vì Dương-Vận-Hạm Nha-Trang, HQ 505, đang nhận đạn tại đây.

Trên boong chiến hạm, tôi gặp lại Trung-Úy Trần Há – người đã lội nát vùng U-Minh trong thời gian anh phục vụ tại Giang-Đoàn 26 Xung-Phong. Tôi nghe tiếng Há phàn nàn nho nhỏ với Minh:

- Giờ phút này mà Commandant để chị đi làm chi, Commandant?

Minh lắc đầu:

- Hồi ở Giang-Đoàn 26 "toa" còn lạ gì tính cương quyết của bả. Thôi, có gì "toa" lo cho bả giùm. "Moi" đã nói với Hạm-Trưởng Nhượng rồi.

Nói xong Minh vội vàng rời chiến hạm, vì tàu vừa vào nhiệm sở vận chuyển. Nhìn theo chiếc Jeep lẩn khuất trong đám bụi mờ, tôi bâng khuâng tự hỏi, không biết tôi còn gặp lại Minh nữa hay không! Cần "ăng-ten" cao vút rún rẩy phía sau chiếc xe Jeep khiến tôi nhớ đến đứa con gái thứ hai của tôi đang nội trú tại trường Régina Pacis. Khi nào thấy chiếc xe Jeep có "ăng-ten" cao cháu cũng nói: *"Con ghét mấy cái xe có 'cần câu' đó lắm."* Nếu ai hỏi lý do, cháu sẽ đáp: *"Tại nó làm con nhớ Ba!"* Chút ray rứt này đột nhiên làm tôi hối hận về quyết định của tôi. Lòng tôi chùng xuống! Tôi đang nén tiếng thở dài thì giọng Há vang lên từ cửa thông vào phòng ăn sĩ quan:

- Chị vào nghỉ, sắp sửa dùng cơm rồi, chị!

Tôi xách cái xắc cũ mềm, bên trong đựng vài bộ đồ tây không còn hợp thời trang – Minh bảo ngụy trang như vậy để nhỡ có gì xảy ra, thiên hạ khó biết mình thuộc vào thành phần nào, đỡ nguy hiểm – bước vào phòng ăn.

Tôi ngồi vào xô-pha, nhìn các sĩ quan từ từ kéo nhau vào, ngồi quanh bàn ăn, theo thứ tự thâm niên kể từ chiếc ghế dành riêng cho Hạm-Trưởng. Tôi nhận ra Khánh, em của một nhà văn Không-Quân. Tôi hỏi thăm Khánh về "ông anh nhà văn". Khánh kể cho tôi nghe về cái chết của ông ấy. Tôi không ngờ những ngày cuối cùng của nhà văn ấy lại bi thảm đến như vậy! Nói chuyện một lúc, Khánh nhắc đến Nha-Trang với những ngày anh em của Khánh còn theo học trường Thống-Nhất. Tôi tuy là "dân" Võ-Tánh, nhưng vì có ý định theo ban "B" cho nên mỗi mùa Hè tôi thường học thêm Toán-Lý-Hóa tại các trường tư; nhờ vậy câu chuyện giữa Khánh và tôi trở nên lôi cuốn vì chúng tôi khơi lại kỷ niệm xưa.

Nói chuyện xưa một lúc, Khánh chợt đổi đề tài, kể cho tôi nghe về những hải trình mà Dương-Vận-Hạm Nha-Trang, HQ 505, đã vượt qua trong thời gian di tản miền Trung. Trong câu chuyện, thỉnh thoảng Há và những sĩ quan khác cũng góp thêm nhiều chi tiết mà chỉ nghe không thôi, tôi cũng cảm thấy kinh hoàng! Và, sau cuộc rút quân ở Chu-Lai, Dương-Vận-Hạm Nha-Trang, HQ 505, mang biệt danh là Con Tàu Máu!

Câu chuyện sắp đến đoạn ủi bãi Chu-Lai thì Hạm-Phó bước vào. Hạm-Phó ngồi vào ghế đầu bàn, góp chuyện với chúng tôi. Trong khi câu chuyện giữa chúng tôi đang "nổ" dòn, nhà bếp vẫn âm thầm dọn lên bàn một bữa ăn rất đạm bạc.

Các sĩ quan đang cười, nói huyên thuyên bỗng im bặt vì Hạm-Trưởng vừa bước vào. Tất cả – trừ tôi – đứng lên chào Hạm-Trưởng. Nhượng nhìn tôi, mỉm cười, rồi mời tất cả sĩ quan ngồi xuống.

Thấy bữa ăn chiều trên chiến hạm HQ 505 tôi mới nghiệm ra một điều: Những người đi tàu giữ đúng nghi thức và truyền thống Hải-Quân hơn những người ở đơn vị tác chiến.

Mặc dù đã tham dự không biết bao nhiêu buổi tiếp tân trên chiến hạm, cũng như trong câu-lạc-bộ Hải-Quân, không bao giờ tôi để ý đến cách thức Hải-Quân sắp chỗ ngồi. Bây giờ tôi mới thấy chiếc ghế bên phải của Nhượng còn trống. Nhượng mời tôi dùng "cơm lính". Tôi cười:

- Cơm lính gì, mấy anh ăn sang quá; cơm giang đoàn mới đúng là cơm lính đó, anh!

Vẫn tính ít nói như xưa, Nhượng chỉ cười. Khánh bảo:
- Chị thiên vị lính giang đoàn rồi đó.

Tôi nhìn Khánh rồi nhìn Há:
- Đâu có. Anh hỏi anh Há xem, lính giang đoàn cực lắm.

Nhượng đưa tay về phía ghế trống, mời tôi một lần nữa:
- Mời chị.

Lúc này tôi mới chợt nhớ, vội lắc đầu:
- Dạ, cảm ơn anh, nhưng tôi xin lỗi, tôi ăn chay.
Nhượng tỏ vẻ ngạc nhiên:
- Thế à? Để tôi bảo nhà bếp làm cơm chay cho chị. Mời chị ngồi đây.
Nhượng đưa tay hơi nhích chiếc ghế trống ra một tý. Tôi đứng lên, đi dần ra cửa:
- Dạ, cảm ơn anh. Tôi xuống bếp xin chút xì-dầu.
Nói như vậy, nhưng khi vào bếp, tôi nhờ anh nhà bếp ra thưa với Nhượng là tối tôi mới ăn; xin anh nhà bếp để dành cho tôi ít cơm và xì-dầu. Sau đó tôi ra trước mũi chiến hạm, ngồi lặng lẽ, nhìn dòng sông Saigon uốn khúc trong hoàng hôn chập chùng.

Ngoài những lần viếng thăm tiềm-thủy-đĩnh hoặc những chiến hạm của Hải-Quân Hoa-Kỳ, đây là chuyến hải hành đầu tiên của tôi trên một chiến hạm của Hải-Quân Việt-Nam.

Từ boong tàu nhìn xuống mặt sông, khoảng cách quá xa, khiến tôi nhớ và thèm một mảnh không gian nho nhỏ trong lòng chiếc *Fom*. Từ chiếc giường treo, lom khom chui ra phía sau của chiếc *Fom,* tôi chỉ cần hơi khom xuống một chút là có thể dùng tay khỏa mặt nước mát rượi hoặc níu một nhánh bèo có những nụ bông tím.

Gió lồng lộng. Trong âm thanh lao xao mơ hồ từ hai bên bờ sông và tiếng máy tàu vi vu, tôi thấy thiếu tiếng "rè rè, rột rột" quen thuộc từ chiếc máy truyền tin PRC25 trên chiếc Command. Nhìn quanh chiến hạm, mọi thứ đều ngăn nắp, sạch sẽ, tôi lại liên tưởng đến lòng chiếc LCM nhuộm máu bên dòng sông đào thuộc quận Gia-Rai!

Trên mặt sông lặng lờ, đoàn giang đĩnh đang di động ngược chiều, tạo nên những lượn sóng loáng thoáng màu bạc. Lúc đến gần tôi mới nhận ra đó là đoàn PBR. Đối với tôi, hình ảnh đẹp nhất là từ trên trực thăng, nhìn đoàn PBR lướt nhanh trên những đoạn sông hẹp, bỏ lại phía xa mặt sông cuồn nộ giữa hai hàng dừa nước quần quại. Bây giờ, trên dòng sông lớn, nhìn đoàn PBR ẩn hiện lờ mờ trong bóng hoàng hôn tôi vẫn thấy có một cái gì đó rất hùng vĩ/rất lãng mạn!

Khi chiến hạm ra đến biển, tôi bắt đầu cảm thấy khó chịu. Dựa người vào thành tàu với cảm giác ngầy ngật, tôi nghĩ đến Minh và những ngày Minh đi HQ 2. HQ 2 bề thế, tiện nghi, nhưng sao Minh vẫn thấy tù quẩn hơn chiếc Command nhỏ bé trên những dòng sông có súng thù chực chờ! Đài chỉ huy và ghế Hạm-Trưởng tượng trưng cho uy quyền sao không hấp dẫn Minh bằng những đêm ngồi xổm trên sàn chiến đĩnh, tay bấm đèn, mắt lom lom nhìn vào bản đồ hành quân, tìm vị thế của đồn Nghĩa-Quân vừa kêu cứu! Câu truyền tụng trong Hải-Quân: *"Trên biển cả, sau Thượng-Đế là Hạm-Trưởng"* sao không lôi cuốn Minh bằng những lần bay trực thăng trong tầm đạn của địch để thị sát những điểm "đổ" quân... Bây giờ thì tôi hiểu!

HQ 505 đến vịnh Phan-Rang vào một buổi sáng trời trong, biển lý tưởng.

Theo hoạch định, tôi sẽ ở trên HQ 505, hai người đàn ông theo tôi sẽ vào bờ, thuê xe đi ra Nha-Trang rồi đem cả mấy gia đình vô lại Phan-Rang. Nếu khi họ trở vô mà chiến hạm đã chuyển xong số đạn và không còn ủi bãi nữa thì họ sẽ giăng một tấm vải màu làm hiệu và tôi sẽ nhờ Nhượng cho xuồng đổ bộ vào đón.

Thấy hai người đàn ông lộ vẻ vui mừng, tôi đưa cho họ tờ giấy xếp nhỏ và dặn:

- Ông đưa giùm giấy này cho Ba tôi. Có chữ của tôi Ba tôi mới tin. Ông nhớ nói giùm với Ba tôi là tôi đang chờ ở đây, trên tàu này...

Tôi chưa nói hết câu, Há bước vào, gọi khẽ: *"Chị!"* Ngẩng lên, thấy nét mặt khác thường của Há, tôi lo âu:

- Dạ, có gì vậy, anh Há?

- Dạ, Hạm-Trưởng cho biết tàu không được phép ủi bãi.

Tôi vội đứng lên, chạy ra cửa. Tôi không biết tôi chạy ra cửa để làm gì? Và sẽ chạy đi đâu? Nhưng ra đến boong tàu, tôi thấy Nhượng từ đài-chỉ-huy chạy xuống. Tôi tựa vào khoanh dây thừng, nhìn bước chân vội vã của Nhượng trên cầu thang. Đến bên tôi, Nhượng chậm rãi:

- Ông Minh – Phó-Đề-Đốc Hoàng Cơ Minh – không cho tàu tôi vào, chị ạ!

- Ông Minh đang ở đâu, thưa anh?

Nhượng chỉ một chiến hạm đang neo gần trong vịnh:

- Ông ấy đang ở trên HQ 3 đấy.

Tôi nhìn HQ 3 với vẻ ngán ngẩm:

- Bây giờ làm sao, anh Nhượng?

- Chị vào nghỉ, có gì tôi sẽ cho chị hay.

Tôi ngồi phịch lên thùng sắt để cạnh, gục đầu vào lòng bàn tay. Một lúc lâu, tôi đến vịn giây cáp ven thân tàu, nhìn xuống lòng biển xanh, cố tìm một giải pháp trong trường hợp HQ 505 được lệnh rời vùng biển này; nhưng nghĩ mãi không ra.

Mặt trời lên cao dần. Bóng chiến hạm phản chiếu vào mặt nước long lanh. Gió xuân muộn lùa vào không gian chút hương mai cuối mùa khiến tôi nghĩ đến những cành mai núi, mọc trong kẻ đá, ven làng Vĩnh-Hy. Những lần theo ghe Chủ-Lực đi tuần, đi kích, hồn tôi cảm nhận được tất cả vẻ đẹp đơn sơ, mộc mạc của những vùng biển nghèo; ở đó, người dân thức và ngủ theo ánh mặt trời; ở đó, khi cánh buồm no gió ra khơi, bỏ lại ngôi làng nhỏ với tiếng lao xao trong ngôi trường làng lụp xụp thì người vợ yên lòng ngồi vá lại chiếc lưới cho chồng trong nỗi thanh thản tột cùng!

Những buổi sáng ven biển thường thường rất tươi mát, yên bình và lặng lẽ. Nhưng hôm nay, quanh tôi, tất cả đang bị khuấy động mà tôi nào có hay! Trong khi tôi đang hồi tưởng lại những ngày ở Duyên-Đoàn 26 thì nhiều người đang dồn về phía bên này chiến hạm để nhìn vào bờ. Tôi ngơ ngác nhìn quanh. Bất ngờ một sĩ quan trao tôi ống dòm:

- Chị muốn dùng ống dòm không?

Tôi thành thật đến ngớ ngẩn:

- Dạ, chi vậy, anh?

- Nè, chị nhìn vào bờ đi.

Anh tháo sợi giây quanh cổ, trao ống dòm cho tôi. Tôi nhìn vào bờ và thấy vô số ghe thuyền đang bơi ra. Anh sĩ quan hỏi:

- Chị thấy gì không?

- Dạ, ghe nhiều quá! Tại sao vậy, anh?

- Không. Tôi muốn hỏi chị có thấy hai xe tăng hay không?

- Dạ có, có. Tăng gì mà lớn quá vậy, anh?

- T54 đó, chị!

Vì thích tìm tòi, trong nhiều trường hợp, khi nghe tên loại vũ khí, tôi có thể phân biệt được đó là vũ khí của ta hay của địch. Vì vậy, khi nghe "T54", tôi giật mình, đưa tay che miệng để khỏi phải bật lên tiếng kêu thảng thốt. Như vậy có nghĩa là Phan-Rang đã mất rồi! Tôi không còn hy vọng gì đưa gia đình tôi đến nơi an toàn được nữa! Tôi lui vài bước, ngồi lại trên thùng sắt, khóc! Không biết bao lâu sau đó, tôi cảm biết có người đứng cạnh. Tôi ngẩng lên. Nhượng lặng lẽ nhìn tôi. Tôi thở dài, ngượng nghịu quẹt nước mắt vào tay áo. Nhượng lắc đầu:

- Chị vào trong nghỉ đi. Không làm gì được nữa rồi!

- Khi toán ghe đó đến đây, tôi sẽ thương lượng mua hoặc mướn một chiếc để đi vào...

Nhượng cắt lời tôi:

- Không được. Tôi không thể để chị đi như vậy.

- Anh giúp tôi, anh Nhượng. Anh cũng quen thân với Ba Má tôi mà.

- Chị Minh! Tôi quý hai Bác lắm, nhưng trong tình cảnh này chị không thể rời tàu.

Giọng cương quyết như ra lệnh của Nhượng khiến tôi nhìn Nhượng, thầm nhủ: *"Lấy chồng nhà binh, sống gần mấy ông nhà binh, tối ngày chỉ nghe giọng chỉ huy không hà!"* Há và Khánh cũng đến khuyên nhủ tôi:

- Nếu Hạm-Trưởng để chị rời tàu, rủi có gì làm sao Hạm-Trưởng ăn nói với Commandant Minh, chị thấy không?

Làm thế nào tôi không thấy được điều đó; nhưng tôi vẫn muốn làm một cái gì để cứu gia đình tôi! Như hiểu được tôi nghĩ gì, Nhượng nhỏ nhẹ:

- Chị giận thì tôi chịu. Nhưng nếu có anh Minh ở đây, tôi nghĩ anh ấy cũng không để chị rời tàu đâu.

Biết mình làm phiền nhiều người, tôi sửa soạn bộ mặt tỉnh táo để khỏi bận tâm những người chung quanh.

Khi đoàn ghe đến gần, tôi thấy áo của nhiều quân binh chủng được đưa cao, vẫy vẫy. Bất ngờ tôi nhận ra chiến hạm đang từ từ đổi hướng. Tôi ngạc nhiên, vội quay sang Nhượng thì thấy Nhượng vừa đến chân cầu thang, sắp bước lên đài-chỉ-huy. Tôi gọi: *"Anh Nhượng!"* Nhượng quay lại. Tôi tiếp:

- Anh không vớt mấy ông lính trên ghe sao?

Tôi thấy dường như Nhượng đang thở mạnh hay là Nhượng cố nén tiếng thở dài rồi lắc đầu:

- Tôi được lệnh không vớt ai cả. Một tàu đạn đầy!

Trên những chiếc ghe tròng trành vì sóng, do HQ 505 tạo nên, những thân người gầy gò kêu gào. Và những đôi mắt…Ôi! Những đôi mắt van xin/những đôi mắt buồn thảm/những đôi mắt thất vọng ấy bỗng rực lên những tia phẫn hận khi chiến hạm "bẻ" mạnh một vòng cua ngặt!

Gục đầu vào khoanh dây thừng, tôi khóc tức tưởi vì những oan khiên, thảm khốc đang phủ chụp xuống từng phần đất thương yêu và những nghiệt ngã đang bủa vây đoàn quân bại trận!

Từ buổi sáng hôm đó, trong những bữa cơm đã bớt tiếng nói, thiếu hẳn nụ cười. Dường như ai cũng cảm thấy một nỗi đau nào đó – to lớn lắm – đang đè nặng tâm hồn!

Khi Dương-Vận-Hạm Nha-Trang, HQ 505, vừa qua khỏi Cà-Ná một chút, tôi nghe tin Dương-Vận-Hạm Vũng-Tàu, HQ 503, bị Việt-Cộng bắn ngay đài-chỉ-huy, gây tử thương cho bốn năm người. Thấy vẻ tư lự của Há, tôi tò mò hỏi. Há thở dài:

- Một trong các sĩ quan tử thương tại đài-chỉ-huy HQ 503 là thủ khoa khóa tôi. (Khóa sĩ quan đặc biệt).

Tôi im lặng. Kinh nghiệm của HQ 503 và các giang-pháo-hạm trên sông thuộc miền Tây cho tôi thấy nhận xét : *"Đã Hải-Quân mà còn đi tàu thì đeo chữ Thọ 'to tổ bố' rồi, còn lo gì nữa!"* là sai lầm.

Gần đến Phan-Thiết, tin Tướng Nguyễn-Vĩnh-Nghi bị bắt khiến mọi người bàn tán, âu lo hơn. Tôi nhìn ra khơi. Trong khoảng không gian mênh mông của biển tự dưng tôi tưởng như tôi có thể thấy lại được hình ảnh Tướng Nghi và Minh đứng trên mô đất cao quan sát trận địa khi cuộc tấn công của Việt-Cộng vào đồn thứ 9 còn ngùn ngụt khói, vào một buổi sáng khi hơi nước từ kinh Trèm-Trẹm còn đọng trên từng chiếc lá non!

Đến Phan-Thiết, HQ 505 neo và cho một xuồng đổ bộ đưa một sĩ quan vào Phan-Thiết đón gia đình của anh ấy.

Khi xuồng đổ bộ trở ra, tôi thấy từ xa màu vàng đậm chói lói trên màu biển xanh nhạt. Lúc đưa gia đình của sĩ quan đó lên tàu tôi mới nhận ra màu vàng ấy là chiếc áo cà-sa của một Ni-Cô. Không hiểu tại sao chiếc áo cà-sa của Ni-Cô lại khiến tôi nhớ đến hình ảnh những tăng ni trong các cuộc biểu tình xách động và vạt áo vàng của vị Tuyên-Úy Phật-Giáo bay lất phất bên thành xe Jeep khi Thầy lái xe Jeep chạy "như bay" trên đường Công-Lý, Saigon!

Đêm đến, Phan-Thiết bị tấn công. Hỏa châu thắp sáng một vùng đau thương! Lẫn trong vô số vệt sáng đỏ ửng kim loại hoặc xanh lè như màu mắt của thần chết, tôi thấy nhiều vệt sáng thật lớn, xé không gian theo hình cầu vòng rồi tan biến trong đêm.

Từ nhỏ, tôi cứ nghĩ chỉ có Nha-Trang và Đà-Lạt là hai nơi tôi yêu mến. Nhưng bây giờ, thấy từng trái đạn cày sâu vào vùng đất hấp hối này, lòng tôi đau! Từ đó tôi nghiệm ra rằng, vì lòng người eo hẹp, phân chia ranh giới, chứ bất cứ vùng đất nào bên bờ đại dương thắm máu này cũng đều là Quê-Hương của tôi cả.

Dương-Vận-Hạm Nha-Trang về đến Vũng-Tàu vào một buổi sáng nắng nhạt. Nhượng cho ca-nô đưa tôi vào bờ.

Ca-nô rời tàu. Nhìn lại HQ 505, tôi thấy Nhượng đang bước lên đài-chỉ-huy. Nhượng dừng lại ở cầu thang chót, đưa cao tay vẫy, chào tôi. Tôi cũng vẫy tay chào Nhượng. Bóng Nhượng in lên nền trời xanh. Thật đẹp!

Vào bờ, khi vừa đặt chân lên cầu tàu, tôi lảo đảo như người say rượu. Các anh thủy thủ cười. Một anh bảo:

- Chắc chị…say đất rồi!

Dù đang choáng váng tôi cũng phải bật cười:

- Say đất? Tôi chưa nghe động từ đó bao giờ cả. Mấy ông Hải-Quân lúc nào cũng có nhiều động từ/danh từ rất lạ.

Các anh cười, dặn tôi ngồi nghỉ một chốc, trạng thái bình thường sẽ trở lại. Sau khi xe đến đón tôi, các anh mới trở lại tàu.

Nhìn theo chiếc ca-nô hướng dần về phía chiến hạm 505, tôi thầm nhủ: *Xin cảm ơn các anh, cảm ơn Dương-Vận-Hạm Nha-Trang, cảm ơn biển cả đã cho tôi chuyến viễn du cuối cùng để thấy Quê Mẹ quần quại trong cơn đau, để nhìn Quê Hương lịm dần vào cõi chết!"*

PHỤ LỤC

DANH SÁCH CHIẾN HẠM VÀ CHIẾN ĐỈNH HẢI-QUÂN VIỆT-NAM CỘNG-HÒA

Loại	HQ	Tên
Khu-Trục-Hạm *DER – Radar Picket Escort*	HQ 1 HQ 4	Trần-Hưng-Đạo Trần-Khánh-Dư
Tuần-Dương-Hạm *WHEC – White High Endurance Cutter*	HQ 2 HQ 3 HQ 5 HQ 6 HQ 15 HQ 16 HQ 17	Trần-Quang-Khải Trần-Nhật-Duật Trần-Bình-Trọng Trần-Quốc-Toản Phạm-Ngũ-Lão Lý-Thường-Kiệt Ngô-Quyền
Hộ-Tống-Hạm *PC – Patrol Craft* *PCE – Patrol Craft Escort*	HQ 02 HQ 04 HQ 05 HQ 06 HQ 07 HQ 08 HQ 09 HQ 10 HQ 11 HQ 12 HQ 14	Vạn-Kiếp Tụy-Động Tây-Kết Vân-Đồn Đống-Đa II Chi-Lăng II Kỳ-Hòa Nhật-Tảo Chí-Linh Ngọc-Hồi Vạn Kiếp II
Trục-Lôi-Hạm *MSF – Minesweeper Fleet* *YMS – Auxiliary Motor Minesweeper* *MSC – Minesweeper Coastal*	HQ 13 HQ 112 HQ 113 HQ 114 HQ 115 HQ 116	Hà-Hồi Chương-Dương Bạch-Đằng Hàm-Tử II Chương-Dương II Bạch-Đằng II

Loại	HQ	Tên
Trợ-Chiến-Hạm *LSSL – Landing Ship Support Large*	HQ 225 HQ 226 HQ 227 HQ 228 HQ 229 HQ 230 HQ 231	Nỏ-Thần Linh-Kiếm Lê-Văn-Bình Đoàn-Ngọc-Tăng Lưu-Phú-Thọ Nguyễn-Ngọc-Long Nguyễn-Đức-Bông
Giang-Pháo-Hạm *LSIL – Landing Ship Infantry Large*	HQ 327 HQ 328 HQ 329 HQ 330 HQ 331	Long-Đạo Thần-Tiễn Thiên-Kích Lôi-Công Tầm-Sét
Hải-Vận-Hạm *LSM – Landing Ship Medium*	HQ 400 HQ 401 HQ 402 HQ 403 HQ 404 HQ 405 HQ 406	Hát-Giang Hàn-Giang Lam-Giang Ninh-Giang Hương-Giang Tiền-Giang Hậu-Giang
Tàu Dầu *YOG – Gasoline Barge, Self-Propelled*	HQ 470 HQ 471 HQ 472 HQ 473 HQ 474 HQ 475	YOG YOG YOG YOG YOG YOG
Dương-Vận-Hạm *LST – Landing Ship Tank*	HQ 500 HQ 501 HQ 502 HQ 503 HQ 504 HQ 505 HQ 800 HQ 801 HQ 802	Cam-Ranh Đà-Nẵng Thị-Nại Vũng-Tàu Qui-Nhơn Nha-Trang Mỹ-Tho Cần-Thơ Vĩnh-Long

Loại	HQ	Tên
Tuần-Duyên-Hạm *PGM – Patrol Motor Gunboat*	HQ 600	Phù-Du
	HQ 601	Tiên-Moi
	HQ 602	Minh-Hoa
	HQ 603	Kiến-Vàng
	HQ 604	Keo-Ngựa
	HQ 605	Kim-Quy
	HQ 606	Mây-Rút
	HQ 607	Mây-Rút
	HQ 608	Hoa-Lư
	HQ 609	Tô-Yên
	HQ 610	Đinh-Hải
	HQ 611	Trường-Sa
	HQ 612	Thái-Bình
	HQ 613	Thị-Tứ
	HQ 614	Song-Tử
	HQ 615	Tây-Sa
	HQ 616	Hoàng-Sa
	HQ 617	Phú-Quí
	HQ 618	Nòn-Trọc
	HQ 619	Thọ-Châu

Loại	HQ	Tên
Tuần-Duyên-Đỉnh *WPB –* *Coast Guard Patrol* *Cutter* *or Coast Guard* *Patrol Boat*	HQ 700 HQ 701 HQ 702 HQ 703 HQ 704 HQ 705 HQ 706 HQ 707 HQ 708 HQ 709 HQ 710 HQ 711 HQ 712 HQ 713 HQ 714 HQ 715 HQ 716 HQ 717 HQ 718 HQ 719 HQ 720 HQ 721 HQ 722 HQ 723 HQ 724 HQ 725	Lê-Phước-Dui Lê-Văn-Nga Huỳnh-Văn-Cư Nguyễn-Đao Đào-Thục Lê-Ngọc-Thanh Nguyễn-Ngọc-Thạch Đặng-Văn-Hoành Lê-Đình-Hưng Thương-Tiên Phạm-Ngọc-Châu Đào-Văn-Đăng Lê-Ngọc-Anh Huỳnh-Văn-Ngân Trần-Lô Bùi-Viết-Thanh Nguyễn-An Nguyễn-Han Ngô-Văn-Quyền Văn-Diên Hồ-Đăng-La Đàm-Thoại Huỳnh-Bộ Nguyễn-Kim-Hưng Hồ-Duy Trương-Ba
YWN – *Yard Water Navy*	HQ 9111 HQ 9112	
AFDL – *Auxiliary Floating* *Drydock, Light*	HQ 9604	

Loại	Tên
Commandement	Soái-Đỉnh
LCM – *Landing Craft Mechanized*	Quân-Vận-Đỉnh
LCVP – *Landing Craft Vehicle Personnel*	Trung-Vận-Đỉnh
LCU – *Landing Craft Utility*	Hải-Vận-Đỉnh
MLC – *Modified Landing Craft*	Tiểu đỉnh có thể chạy trên ruộng/sông.
FS	Fleet Support
YTL	Harbor Craft
MLM	Minesweeping Launch
FOM	Truy-Kích-Đỉnh
RPC – *River Patrol Craft*	Tiểu-Đỉnh chạy trên sông.
PBR – *River Patrol Boat*	Giang-Tốc-Đỉnh
PCF – *Patrol Craft Fast*	Duyên-Tốc-Đỉnh
WPB – *Coast Guard Patrol Cutters/Boats*	Tuần-Duyên-Đỉnh
PT – *Motor Torpedo Boats*	Kinh-Tốc-Đỉnh

TÀI LIỆU THAM KHẢO

Butler, David. The Fall of Saigon. New York: Simon and Schuster Company.

Croizat, Victor. Vietnam River Warfare. New York: Sterling Publishing Company.

Dougan, Clark; Fulghum, David; and the Editors of Boston Publishing Company. The Fall of the South: The Vietnam Experience Series. Boston Publishing Company, 1985.

Marolda, Edward J. and Fitzgerald, Oscar P. The United States Navy and the Vietnam Conflict, Volume II. Washington, D.C.: Department of the Navy, 1986.

Murphy, R.P.W. and Black, F. Edwin. The South Vietnamese Navy. U.S. Naval Institute Proceedings, February 1973. Washington, D.C.: Department of the Navy.

Snepp, Frank. Decent Interval. New York: Random House, Inc.

Uhlig, Frank. Vietnam: The Naval Story. Annapolis: Naval Institute Press, 1986.

White, Jack M. ACTOV: The U.S. Navy's Accelerated Turnover Program. U.S. Naval Institute Proceedings, January 1970. Washington, D.C.: Department of the Navy.

Hồi Ký của Kế Đô

Nguyệt San Đời

Nguyệt San Đa-Hiệu

Hình ảnh chiến hạm: PPS của ông Nguyễn An Cường – Lướt Sóng.

Huy hiệu các đơn vị: PPS của ông Vũ Hữu San.

Huy hiệu các quân trường: Internet

www.ingramcontent.com/pod-product-compliance
Lightning Source LLC
Chambersburg PA
CBHW060349080526
44583CB00012B/232